D1771587

வெஸ்ட்லேண்ட் லிமிடெட்

அதிர்ஷ்டத்திற்கான 13 அற்புத வழிமுறைகள்’

இந்தியாவின் அதிக விற்பனையான ஆங்கில புனைகதை நூல்களின் ஆசிரியர்களில் அஷ்வின் சாங்கி ஒருவர். புனைகதை அல்லாத களத்தில் *‘அதிர்ஷ்டத்திற்கான 13 அற்புத வழிமுறைகள்’* நூல் அவருடைய திடீர் முயற்சிதான்.

இதுவரை *தி ரோசபல் லைன், சாணக்கியாஸ் சான்ட்,* *தி கிருஷ்ணா கீ* உள்ளிட்ட எல்லாம் உயர்ந்த விற்பனை நிலையை எட்டிய மூன்று நாவல்கள் அஷ்வின் எழுதியுள்ளார். அத்தோடு *ப்ரைவேட் இண்டியா* என்று ஒரு துப்பறியும் நாவல் ஒன்றை மிக அதிக விற்பனை கொண்ட நூல்களை எழுதிய ஜேம்ஸ் பேட்டர்சன் என்பவருடன் இணை ஆசிரியராக இருந்து எழுதியுள்ளார்.

அஸ்வின் எழுதிய நூல்கள் இலட்சக் கணக்கில் விற்பனையாகி பல மொழிகளில் மொழிபெயர்க்கப் பட்டுள்ளன. ஃபோர்பஸ் இந்தியா வரிசைப்படுத்திய 100 பிரபலங்களில் அஸ்வின் சேர்க்கப்பட்டுள்ளார். அவர் கிராஸ் வோர்டு பாப்புலர் சாய்ஸ் விருது பெற்றுள்ளார்.

அஸ்வின் மும்பையிலுள்ள கதீட்ரல் மற்றும் ஜான் கன்னான் பள்ளியிலும், புனித சேவியர் கல்லூரியிலும் கல்வி கற்றுள்ளார். யேல் பல்கலைக் கழகத்திலிருந்து வணிகத்தில் முதுகலைப் பட்டம் பெற்றுள்ளார்.

தன் மனைவி அனுஷிகா மகன் ரகுவீர் ஆகியோருடன் மும்பையில் வசிக்கிறார்.

அஷ்வின் பற்றிய அதிகத் தகவல்களை அவருடைய www.ashwinsanghi.com என்ற இணையத்தளத்தில் அறியலாம்.

அதிர்ஷ்டத்திற்கான 13 அற்புத வழிமுறைகள்

அஷ்வின் சாங்கி

தமிழில்: சே அப்துல் லத்தீப்
மிஸ்டிக்ஸ்ரைட்

Westland Ltd

westland ltd

61, II Floor, Silverline Building, Alapakkam Main Road, Maduravoyal, Chennai 600 095
93, I Floor, Sham Lal Road, Daryaganj, New Delhi 110 002

First published in English by westland ltd, 2014
First published in Tamil by westland ltd, 2015
Copyright© Ashwin Sanghi 2014
All rights reserved

Translation in Tamil in association with
MYSTICS**WRITE**, Chennai

Translated by Abdul Latheef

ISBN : 978-93-85152-68-9

Printed at Gopsons Papers Ltd.

This book is sold subject to the condition that it shall not by way of trade or otherwise, be lent, resold, hired out, circulated, and no reproduction in any form, in whole or in part (except for brief quotations in critical articles or reviews) may be made without written permission of the publishers.

இந்த சிறிய நூல் (என்னுடைய கனவுகளை நான் தொடர்வதற்கும் என்னுடைய அதிர்ஷ்டத்தை நான் உருவாக்கிக் கொள்வதற்கும் எனக்கு சுதந்திரமளித்த) என்னுடைய தந்தை மகேந்திர சாங்கி அவர்களுக்கு காணிக்கையாக்கப்படுகிறது.

பொருளடக்கம்

I	மூன்று 'R'கள்	1
II	நடைமுறைஒழுங்கு - அணுகுமுறை	14
III	அதிர்ஷ்ட அறுவடையாளர்	24
IV	தொடர்வினை அலைகள் உருவாக்குதல்	185
V	அறிவுத்திறன் அளவு, உணர்வுத்திறன் அளவு, அதிர்ஷ்ட அளவு	188
VI	எண் பதினான்கு	195
நன்றி		201

I
மூன்று 'R'கள்

மிக அதிகமாக விற்பனையாகும் நூல்களின் ஆசிரியர் என்பது மிகவும் அற்புதமான உணர்வு. என்னுடைய பதிப்பாளர் என்னை மிகவும் விரும்புகிறார் (அநேகமாக எந்தவித நிபந்தனையுமின்றி). என்னுடைய ஒப்பந்தங்கள் தடங்கலின்றி ஏற்கப்படுகின்றன (வழக்கமாக என்னுடைய நிபந்தனைகளின்படி). எனக்கு வரும் ராயல்டி என்னை வசதியாக வாழவைக்கிறது. கருத்தரங்குகள், நிகழ்வுகள், இலக்கியத் திருவிழாக்கள் போன்ற சமயங்களில் நான் என்னுடைய வாசகர்களாலும் புகழ்ந்துபோற்றும் நேயர்களாலும் சூழப்பட்டிருக்கிறேன். அந்தவகையில் பார்த்தால், நான் மிகவும் அதிர்ஷ்டம் உடையவன்.

ஆனால் வாழ்க்கை எப்போதும் இதைப்போலவே இருக்காது. நான் என்னுடைய முப்பத்தாறாவது வயதில் என்னுடைய முதல் நாவலை எழுதத் தொடங்கினேன். அதற்கு முன்பாக, நான் இரண்டு பக்கத்திற்குமேல் எதையுமே எழுதியதில்லை. என்னுடைய இளங்கலை தேர்வுக்காக மிக அதிகமாக எழுதிய விடைத்தாள்களை இதில் கணக்கிட முடியாது. (விடைத்தாள் திருத்துபவர்கள் விடைத்தாளின் எடையை வைத்து மதிப்பெண் வழங்குவதாக ஒரு வதந்தி உள்ளது)

மூன்று ஆண்டுகளுக்குப்பிறகு, நான் மிகவும் அதிக விற்பனை நூல்களின் ஆசிரியர் என்று இருந்தபோது, பலர் 'இது அதிர்ஷ்டத்தாலா அல்லது கடின உழைப்பாலா?' என்று கேட்டார்கள்.

'நான் அதிர்ஷ்டத்தில் அதிக நம்பிக்கை உள்ள ஒருவன். நான் அதிகமாக உழைக்குமளவுக்கு அதனைப் பெறுவதைப் பார்க்கிறேன்,' என்று கோல்மன் காக்ஸ் என்ற வர்த்தக நூலாசிரியர் கூறுகிறார். திரு. காக்ஸ் சொல்வது சரியா என்று எப்போதும் நான் வியப்படைந்தேன். நல்ல அதிர்ஷ்டம் என்று ஒன்று இல்லாவிட்டால், வேறு என்ன? ஒருவருடைய வெற்றி என்பது கடின உழைப்பால் மட்டும் என்றால், வேறு என்ன? என்னுடைய பயணத்தைப் பின்னோக்கிப் பார்த்தால், எழுத்தாளரான என்னுடைய வெற்றிக்கு என்னுடைய கடின உழைப்பைத் தொடர்பு படுத்துவது அற்புதமானதாக இருக்கும். வெற்றிக்குத் தன்னுடைய சிறப்பைக் காரணமாக்குவதற்கு யார்தான் விரும்பமாட்டார்கள்?

என்னைச்சுற்றியிருக்கும் உலகை நோக்கும்போது, காக்ஸின் கொள்கை சிறப்பானதாகத் தோன்றினாலும் அது தவறானது என்ற முடிவுக்கு நான் வருகிறேன். ஒரு நூலாசிரியர் என்ற வகையில் என்னுடைய சொந்த வெற்றி கடின உழைப்பு அல்லது திறமையுடன் சிறிதளவே தொடர்புள்ளது. நான் சந்தித்த பல தனிப்பட்டவர்கள் நம்மில் மிகுதியானவர்களைவிட அதிகமாக உழைக்கிறார்கள். இருப்பினும் அவர்கள் வருத்தப்படுமளவுக்கு தோல்வியடைந்தவர்களாக இருக்கிறார்கள். குறைந்த அளவு உழைப்பிலேயே மிகப்பெரிய உயரத்தை எட்டியவர்களைக்கூட நான் அறிவேன்.

தங்களுடைய கையெழுத்துப்படிகளை வைத்துக் கொண்டு பல நூலாசிரியர்கள் தங்கள் சிறந்த படைப்புகளை வெளிக்கொண்டு வருவதற்கு ஊண் உறக்கத்தை மறந்து பல ஆண்டுகள் அல்லாடியிருக்கிறார்கள். வருந்தத்தக்கது என்னவென்றால் பெரும்பாலும் அவர்கள் கண்டுகொள்ளப்படவே இல்லை. ஆனால் அவர்களைவிட குறைந்த திறமையுள்ள என்னைப்போன்ற மிக அதிக விற்பனைநூல்களின்ஆசிரியர்கள், அவர்களின்நூல்களால் மில்லியன் கணக்கில் வருவாய் பெறுகின்றனர்.

வாழ்வின் பிற தளங்களான சினிமா, தொழில்துறை, வங்கித்துறை, உருவாக்கக் கலைகள் மற்றும் அரசியலில்கூட ஏறக்குறைய இதே நிலை திரும்பத் திரும்ப நடப்பதை நாம் பார்க்கிறோம். தங்கள் ‘சிறப்பான’ அதிர்ஷ்டத்துக்கும் மேலாக வெற்றி அடைந்த தனிப்பட்டவர்களையும் நாம் உதாரணமாகக் காண முடிகிறது. இது எதை விளக்குகிறது?

ஒரு சிறிய ஆலோசனை

அண்மையில் நடந்த ஒரு இலக்கிய நிகழ்வில், ‘ஒரு நூலாசிரியராக உங்கள் வெற்றிக்கு காரணமான அம்சங்கள் என்ன?’ என்று ஒரு பெண் கேட்டார். ஒருவேளை அவள் எதிர்பார்த்திராத, என்னுடைய பதில் இதுதான்:

என்னுடைய முதல் நாவலான *தி ரோசபல் லைன்* என்பதை முடித்தபிறகு, நான் இலக்கிய முகவர்களிடமும் பதிப்பாளர்களிடமும் கொண்டு காட்டிக்கொண்டிருக்கும் முயற்சியில் இருந்தேன். நூற்றுக்கு மேற்பட்ட கடிதங்கள் அனுப்பிய பிறகு, பொறுமையாகவும் பொறுமையற்றும் வந்த கடிதங்களினால் நான் முற்றிலும் ஏமாற்றமடைந்தேன். ஒரு ஆண்டு கழிந்த பின்னரும், ஒருவரும் என்னுடைய எழுத்தில் ஆர்வம் கொள்ளவில்லை என்பது வெளிப்படையாகத் தெரிந்தது.

நெருங்கிய குடும்ப நண்பர் ஒருவர் என் தந்தையுடன் உணவருந்திக் கொண்டிருந்தபோது என்னுடைய சூழ்நிலையை அவரிடம் விவரித்துக் கூறினேன். தாராளமாக மூன்றாவது முறையாக *ஜானி வாக்கர் ப்ளாக் லேபில்* மதுவை அருந்திக்கொண்டே அந்த சமூக அக்கறையுள்ள *பஞ்சாபி* நண்பர் எனக்கு ‘வாழ்க்கையில் வெற்றி தொன்னூற்று ஒன்பது சதவிகிதம் நல்ல அதிர்ஷ்டத்தைப் பொறுத்தது! மகனே, இதனை மனத்தில் வைத்துக்கொள்’ என்று பதில் அளித்தார்.

நான் கொஞ்சம் விவாதம்புரியும் தொனியுடன், 'மாமா, ஆனால் மீதமுள்ள ஒரு சதவிகிதம் எதைப்பொறுத்தது? நிச்சயமாக அது கடின உழைப்பும் திறமையும் பொறுத்ததாகவே இருக்க வேண்டும் இல்லையா?' என்று கேட்டேன்.

அவர மிகுந்த வேகத்துடன் சிரித்துக்கொண்டே, 'அந்த கடைசி ஒரு சதவிகிதமா? மகனே, அதுதான் ***உயர்ந்த வலியுறுத்தல் கொண்ட சிறந்த அதிர்ஷ்டம்***! அதற்காகப் பொறுமையாய் இருந்து அந்த நல்ல அதிர்ஷ்டத்துக்காகக் காத்துக் கொண்டிரு!' என்று வெற்றியுடன் வெளிப்படுத்தினார்.

இந்தக் கதையின் நிலைத்த பதிவானது என்னுடைய மூளையில் உறுதியாகப் பதிந்துவிட்டது. அது ஒவ்வொரு இலக்கிய நிகழ்விலும் என்னுடைய முடிவை பார்வையாளர்களுடன் பகிர்ந்து கொள்வதற்கு வழிவகுக்கிறது.

அந்த கூட்டம் முடிந்தபிறகு, அதே பெண் வெளியில் வந்து என்னைத் தயக்கத்துடன் நெருங்கிவந்து, 'அய்யா, உங்கள் நேரத்தைக் கொஞ்சம் ஒதுக்கிப் பேச முடியுமா?' என்று கேட்டார். நான் கூட்டத்தில் பேசியதில் வெளிப்படையாக அவளுக்கு சில சந்தேகம் இருந்தது.

'எல்லாவற்றுக்கும் நல்ல அதிர்ஷ்டமே காரணம் என்றால் கடினமாக உழைப்பதிலும் ஒருவரின் திறமைகளை வளர்த்து மேம்படுத்துவதிலும் என்ன பொருள் இருக்கிறது? ஒருவர் அப்படியே உட்கார்ந்து எதுவுமே செய்யாமல் இருந்து விடலாமே!' என்று கேட்டார்.

அவர் கூறியது சிறப்பான செய்தி

அவருடைய வாதம் நல்ல அதிர்ஷ்டம் என்பதைப்பற்றி நான் இன்னும் சிறப்பாக ஆராய்வதற்குத் தூண்டியது.

இது முடிந்தபிறகு, நான் பல மாதங்கள் இதைப்பற்றி ஆராய்வதற்காக இன்னல்பட்டு முயன்றேன்.

காலகாலமாக, மக்கள் தங்கள் அதிர்ஷ்டத்தை மேம்படுத்துவதற்காக என்னவெல்லாம் இயலுமோ அவற்றை மேற்கொண்டு வந்துள்ளார்கள். ரோமானியர்கள் போருக்குமுன் மிருகங்களைப் பலிகொடுத்துள்ளார்கள். இந்துக்கள் எண்கணிதம், வானசாஸ்திரம், அதிர்ஷ்டக்கற்கள் ஆகியவற்றைக் கடவுள்அருளைப் பெற பயன்படுத்தினர். ஆப்பிரிக்காவின் சில பகுதிகளில், மேஜிக் தந்திரம் பயன்படுத்தினர். மந்திரவாதி மருத்துவர்கள் துரதிர்ஷ்டதீய சக்திகளை விரட்ட மந்திரங்கள் ஜபித்தனர். ஐரோப்பியர்கள் மந்திர தந்திரங்கள், பாதிரியார் ஆசிர்வாதங்கள், நல்ல அதிர்ஷ்ட மந்திரங்கள் ஆகியவற்றைப் பயன்படுத்தினர். உலகின் பல பகுதிகள் இன்னும் வழிபாடுகள், சடங்குநடைமுறைகள் ஆகியவற்றை ஏற்றுள்ளனர். இதைப் பட்டியலிட்டால் முடிவிருக்காது.

அதிர்ஷ்டம் என்பது புரிந்து கொள்ளமுடியாத விஷயங்கள், நம்பிக்கைகள், சடங்குகள் ஆகியவற்றோடு தொடர்புடையது. ஆனால் பகுத்தறிவால் பெரும்பாலும் ஆராயப்படுவதில்லை. இது நல்ல அதிர்ஷ்டத்திற்கு ஒரு தீய விமர்சனத்தைக் கொண்டுள்ளது. இதனால் உலகமக்கள் வழக்கமாக அதிர்ஷ்டத்தை நம்புபவர்களை குறைவாகவே எண்ணுகின்றனர்.

பல மாதங்களுக்குப் பின்னர், மிகப்புகழ்பெற்ற வடிவமைப்பாளரான என்னுடைய பள்ளி நண்பர் ஒருவருடன் குடித்துக் கொண்டிருந்தேன். அவர் கூறிய சில விஷயங்கள் எனக்கு வழிகாட்டின. அது எனக்கு வெளிச்சமூட்டிய ஒரு தருணம். ஒரு மொபைல் நெட்ஒர்க் கம்பெனியின் அலைவரிசையில் தயக்கமின்றிப் பேசு வதைவிட்டும் என்னைக் கட்டுப்படுத்திக் கொள்ள முடிந்தது. 'அய்யா, என்ன ஆலோசன்!'

இந்த நூல் அந்த ஆலோசனை பற்றித்தான். நல்ல அதிர்ஷ்டம் பற்றியதான ஆலோசனை.

நெப்போலியன் குணாதிசயம்

உலகின் மிகச்சிறந்த போர்த்திறன் பெற்ற வீரர்களில் ஒருவரான நெப்போலியன் போனபார்ட் வாழ்க்கையில் நடந்த ஒருநிகழ்வை எண்ணிப்பார்க்கலாம்:

ஒரு ஆய்வுக்கூட்டத்தின்போது, அவரின் கீழ் உள்ளவர்கள் நெப்போலியன் போனபார்ட்டிடம் ஒரு புதிய ஜெனரல் மிகவும் திறமை மிக்கவராக உருவாகியிருப்பதாக கூறினர்.

புதியவரின் வீரம், திறமை, ஒருங்கிணைக்கும் திறமை ஆகியன நெப்போ லியனிடம் விரிவாக எடுத்துக்கூறப்பட்டது.

நெப்போலியன் பொறுமையின்றி கையை அசைத்தார். ‘அவை யெல்லாம் நல்லதுதான். ஆனால் அவர் அதிர்ஷ்டம் உள்ளவரா என்பதை எனக்குச் சொல்லுங்கள்’ என்றார் நெப்போலியன்.

நம்முடைய நாட்களில் நெப்போலியனின் கேள்வி விநோதமாகத் தோன்றலாம். ஆனால் வெளிப்படையான மற்ற அம்சங்களைவிட அவர் அதிர்ஷ்டத்தை தனிமனித சிறப்பாகப் பார்த்தார். அதிர்ஷ்டமுள்ளவர் சிக்கலான சூழ்நிலைகளில்கூட வெற்றிபெறுவார். மாறாக ஒருவருக்குள் அதிர்ஷ்டம் இல்லையென்றால் திறன்பெற்ற சிறப்பான ஜெனரல்கூட போர்க்களத்தில் தோல்வியை சந்திப்பவராகி விடுவார்.

ஒருவரை நல்ல பேச்சுத்திறன் தொடர்பு மிக்கவராகவும், மிகவும் சிறந்த ஒருங்கிணைப்பாளராகவும், சமூக அக்கறையுள்ளவராகவும் அல்லது மிகுந்த திறமை சாலியாகவும் பயிற்சியளித்து உருவாக்க முடியும் என்பதை நாம் அறிவோம். இயற்கையாக நம்மிடம் இல்லாத பல சிறப்புகளையும் தனிப்பட்ட திறமைகளையும் ஊட்டமூட்டி மேம்படுத்துவதன்மூலம் உருவாக்க முடியும்.

இதைப்போலவே அதிர்ஷ்டத்தை உருவாக்க முடியுமா? ஒருவரை அதிர்ஷ்டசாலியாக அவர் தானே உருவாக்க முடியுமா?

ஆகையால் என்னுடைய வடிவமைப்பாள நண்பர் உடனான கலந்துரையாடல் என்னை எத்தகைய புதிய சிந்தனைக்கு இட்டுச் சென்றது? அதையே நான் உங்களுக்கு திரும்பச் சொல்கிறேன்.

மழை! மழை!

மும்பையில் 'பசுமை' கட்டிடம் கட்டுமானத்தை மேற்பார்வை யிட்டுவரும் என்னுடைய நண்பர் ஒன்றைக் குறிப்பிட்டார். அந்த கட்டுமானத்தில் முக்கியமான சிறப்பு, உயர்தர மேம்பட்ட மழைநீர் சேகரிப்பு முறைதான்.

'மும்பையின் ஒருநாளுக்கான தண்ணீர் தேவை ஏறக்குறைய 4,200 மில்லியன் லிட்டர்கள். இதில் மும்பை மாநகராட்சி வழங்குவது 3,400 மில்லியன் மட்டும்தான். அதாவது ஒவ்வொரு நாளும் 800 மில்லியன் லிட்டர் குறைவாக உள்ளது' என்று விளக்கினார்.

'உங்கள் கருத்து என்ன?' என்று எனக்குப் பிடித்தமான மால்ட் மதுவை கலப்படமில்லாமல் சுவைத்துக் கொண்டே கேட்டேன். (தண்ணீர் தட்டுப்பாடு பற்றிய எண்ணம் கொண்ட என் நண்பரின் கருத்துக்கு மாறுபடாமல் அதில் தண்ணீர் கலப்பதைத் தவிர்த்தேன்.)

'நல்லது, ஒவ்வொரு ஆண்டும் மும்பை ஏறக்குறைய 2,200 மில்லி மீட்டர் மழை பெறுகிறது. சாக்கடையிலோ கடலிலோ சேர்வதற்கு முன்பாக இதில் எழுபது சதவிகித மழைநீரை நாம் சேகரிக்க முடிந்தால், நம்முடைய தண்ணீர் பற்றாக்குறை முழுவதையும் நீக்கிவிட நம்மால் முடியும்' என்று தொடர்ந்தார்.

'உங்களுடைய கருத்து என்ன?' என்று நீங்கள் கேட்கலாம். வெளிப்படையாக நல்ல அதிர்ஷ்டத்தைப்

பற்றிய இந்த நூலில் மும்பையின் தண்ணீர் துயரத்தைப் பற்றி ஏன் விவரிக்கிறேன்?

என்னுடைய நண்பர் பேசியபோது என்னுள் தோன்றிய எண்ணம் இதுதான்:

இலவசமாக உலகம் முழுமைக்கும் கிடைக்கும் வரப்பிரசாதம் மழைநீர் மும்பை முழுவதிலும் கிடைக்கிறது. துரதிஷ்டவசமாக ஒரு சில வீடுகள் மட்டுமே மழைநீர் சேகரிப்பு முறையைப் பெற்றுள்ளன. இந்த வீடுகள் மழை நீரை சேகரித்து, பாதுகாத்துப் பயன்படுத்த முடிகிறது. ஆனால் அத்தகைய முறைகள் இல்லாத வீடுகளில் அவ்வாறு செய்ய முடிவதில்லை.

இப்போது இதனை எண்ணிப்பாருங்கள்: வாய்ப்புகள் மழைபோலவும் மனிதர்களாகிய நாமெல்லாம் அந்த வீடுகள் போலவும் இருந்தால் எப்படி இருக்கும்? விழுகின்ற வாய்ப்புகளை 'பிடித்துப் பயன்படுத்தும்' திறன் பெற்ற சிலர் நம்மில் இருக்க, ஆனால் விழும் வாய்ப்பைப் பயனபடுத்தும் அத்தகைய 'உள்கட்டமைப்பு' வசதி இல்லாத மற்றவர்கள் இருக்கிறார்களே ஏன்?

என்னுடைய தந்தையின் நண்பர் கூறியது போன்று நம்மிடம் உள்ள 'ஒருசதவிகிதமாக உள்ள மிகச்சிறந்த அதிர்ஷ்டம்' எளிதாக மீதமுள்ள தொன்னூற்று ஒன்பது சதவிகிதத்தைப் பிடித்துவிட முடியும் அல்லவா?

அய்யா அதுதான் அதன் கருத்து.

துரதிஷ்டவசமாக, அந்த வெளிச்சமான வேளையில் நான் கொஞ்சம் தூரம் விலகியிருந்ததால் அதைப்பற்றி மேலும் புரிந்துகொள்ள அடுத்தநாள் காலைவரை காத்திருக்க வேண்டியிருந்தது.

அதிர்ஷ்டம் & வாய்ப்பு

அடிக்கடி தவறாகப் புரிந்து கொள்ளப்படும் ஒன்றைப்பற்றிய அடிப்படை வேறுபாட்டை நாம் விளக்கத்

தொடங்குவோம்: அதிர்ஷ்டத்துக்கும் வாய்ப்புக்கும் இடையே உள்ள வேறுபாடு.

மழையைப் போலவே, நம்முன் வரும் உண்மையான வாய்ப்புகள் நம்முடைய கட்டுப்பாட்டுக்குள் இல்லை. இருந்தாலும் குறிப்பிட்ட நடவடிக்கைகளால், ஒரு அளவுக்கு நம்முடைய வாழ்க்கைப்போக்கில் நாம் வாய்ப்புகளின் எண்ணிக்கையை அதிகப்படுத்தவோ குறைக்கவோ முடியும்.

வாய்ப்புகள் அவற்றின் விளைவுகளைப் பொறுத்து நல்ல அல்லது தீய அதிர்ஷ்டமாக மாற்ற முடியும்.

		வாய்ப்புகள்	
		பயன் படுத்தப் பட்ட வாய்ப்பு	ஒதுக்கப் பட்ட வாய்ப்பு
விளைவுகள்	வெற்றி பெற்ற வாய்ப்பு	நல்ல அதிர்ஷ்டம்	துரதிஷ்டம்
	தோல் வியுற்ற வாய்ப்பு	துரதிஷ்டம்	நல்ல அதிர்ஷ்டம்

ஒரு முக்கியமான கூட்டத்திற்குச் செல்லமுடியாமல் விமானத்தைத் தவறவிடுவது துரதிஷ்டமாக இருக்கும். எனினும், அந்த விமானம் விபத்துக்குள்ளாகி நொறுங்கி இருந்தால், விமானத்தைத் தவறவிட்டது உண்மையில் மிகவும் நல்ல அதிர்ஷ்டமாக மாறக்கூடும்.

மிகப்பெரிய விற்பனை உத்தரவு அனுமதியைப் பெறுவது நல்ல அதிர்ஷ்டமாக இருக்கக்கூடும். என்றாலும், வாடிக்கையாளர் தொகையைக் கொடுப்பதற்கு முன்பாக திவாலாகி விட்டால், அந்த விற்பனையே துரதிஷ்டமாக மாறும்.

விளைவில் பார்த்தால், **வாய்ப்புகளுக்கு** நாம் எப்படி செயல்படுகிறோம் என்பதையும் மொத்த விளைவு எப்படியுள்ளது என்பதையும் பொறுத்தே நாம் அதிர்ஷ்டமானவரா அல்லது துரதிஷ்டமானவரா என்பதை நிர்ணயிக்கலாம்.

உயர்ந்தெழு, உணர்ந்துகொள், செயல்படு

அமெரிக்க நிதிவழங்கும் பெர்னாட் பருச் ஒருமுறை 'ஆப்பிள் விழுவதை மில்லியன் கணக்கானோர் பார்த்தார்கள். ஆனால் நியூட்டன் ஏன் என்று கேட்டார்' என்று குறிப்பிட்டார்.

ஏன் என்று நியூட்டன் ஏன் கேட்டார்?

பழங்கால கிரேக்க அறிஞர் ஆர்க்கிமிடிஸ் தான் நீரில் இறங்கும்போது தண்ணீர் தொட்டியில் உள்ள தண்ணீரின் அளவு உயர்வதைப் பார்த்தார். தொட்டியை விட்டு வெளிவந்து 'யுரேகா!' என்று உரக்க சத்தமிட்டுக்கொண்டே சைரகூஸ் தெருக்களில் உடலில் ஆடையின்றி ஓடினார். ஒரு பொருளின் கன அளவை எளிதாகக் கண்டுபிடிக்கும் அவரது கண்டுபிடிப்பு, தண்ணீர் தொட்டியில் இறங்கிய மில்லியன் கணக்கானவர்களுக்கு ஏன் தோன்றவில்லை? மிக அண்மைக்கால உதாரணத்தைப் பார்ப்போம்:

1984 ஆம் ஆண்டில் ஒரு பார்வையாளராக மிசிசிப்பி நீதிமன்றத்தில், தான் எப்படி பாலியல் வன்முறைக்கு உள்ளாகி தயவுதாட்சன்யமின்றி தாக்கப்பட்டதை ஒரு பாதிக்கப்பட்ட பத்து வயதுபெண் சொல்லியதை ஒரு இளம் வழக்கறிஞர் கவனித்துக் கொண்டிருந்தார்.

நீதிமன்றத்தில் உள்ளவர்களின் உணர்ச்சிகளை அவர் கவனித்தார். பலர் அழுதுகொண்டிருந்தனர். இந்த பெண்ணின் தந்தை தன்னுடைய பெண்ணை

மானபங்கப்படுத்தியவர்களை நம்பிக்கை இன்மை, கோபம், விரக்தி அல்லது பழிவாங்கும் எண்ணத்தில் கொலை செய்திருந்தால் என்ன நடக்கும் என்று வியந்தார்.

அந்த வழக்கறிஞரின் மனத்தில் ஒரு கதை உருவாக்குவதற்கான எண்ணம் பிறந்தது. உண்மையில் அதனை எழுதுவதற்கு அவருக்கு இன்னும் மூன்று ஆண்டுகள் தேவைப்பட்டது. மிகவும் பிரபலமாகாத பதிப்பாளரான வின்வுட் பிரஸ் ஐந்தாயிரம் பிரதிகள் அச்சிடுவதற்கு ஒத்துக்கொள்வதற்கு முன்பாக இருபத்தெட்டு பதிப்பாளர்கள் அதனை ஏற்க மறுத்துவிட்டார்கள்.

அந்த நாவல்!? எடைம் டு கில். வழக்கறிஞரிலிருந்து நூலாசிரியரான அவர் பல சாதனைகள் முறியடித்து தன்னுடைய நூல்களை 275 மில்லியன் படிகளுக்குமேல் விற்பனை கண்ட ஜான் க்ரிஷம் என்பவர்தான்.

மிசிசிப்பியில் நடந்த கற்பழிப்பு வழக்கின் விசாரணையைப் பலர் பார்த்தனர். ஜான் க்ரிஷம் மனத்தில் மட்டும் மிகப்பெரிய இந்த கதையை உருவாக்கும் எண்ணம் ஏன் தோன்றியது? அல்லது பலருக்குத் தோன்றியபோதும் அதை ஏற்கும் மனது க்ரிஷிடம் மட்டும் இருந்ததா? எந்த குறிப்பிட்ட இயற்கையான தன்மைகள் இந்த வழக்கை ஒரு அற்புதமான கதை எழுதுமாறு க்ரிஷம் அவர்களை ஊக்கின?

அதன் விளைவில், என்னுடைய ஒளி விளக்கு கேள்வி என்னவென்றால்: மழைநீர் சேகரிப்பதற்கு ஒரு முறை தேவைப்படுமென்றால், வாய்ப்புகளை அடைவதற்கு ஏதாவது சரியான முறை இருக்கக்கூடுமல்லவா?

நம்முடைய மழைநீர் சேகரிப்பு உதாரணத்திற்கு மீண்டும் வருவோம்:

★ மும்பையின் ஆண்டு மழைப்பொழிவு பெரும்பாலான இடங்களுக்கு இயற்கையால் நிர்ணயிக்கப் படுகிறது.

★ என்றாலும், பசுமை சூழலை அதிகரித்தும், சுற்றப்புற மாசுபாட்டைக் கட்டுப்படுத்தியும், மாங்குரோவ் காடுகளைப் பாதுகாத்தும் மும்பை நகரத்தின் மழைப்பொழிவை அதிகப்படுத்திட முடியும்.

★ வீட்டுக்கூரைகள் மற்றும் திறந்த தளங்கள் உள்ளிட்டவற்றை அதிகப்படுத்தியும் சமப்படுத்தியும் மழைவிழும் இடங்களை அதிகப்படுத்த மும்பையால் முடியும்.

★ அப்படி சேகரித்த மழைநீரை, கழிவுநீர் பாதைகளில் கலக்காமல் மாற்றுப்பாதையில் நிலத்தடியில் கொண்டு சென்று நிலத்தடி நீர்மட்டம் உயர்வதற்கான முறையில் போதுமான குழாய் இணைப்புகள் கொடுத்து மும்பை அதற்கானவற்றை வழங்க முடியும்.

★ இந்த நீரைத் தேவையானபோது குழாய்க் கிணறுகள் மூலம் பெற்றுக்கொள்ள முடியும்.

★ அதே வேளையில், தமிழ்நாட்டில் மழைநீர் சேகரிப்பு கட்டாயமாக்கப்பட்டு நிலத்தடிநீர் குறிப்பிடுமளவுக்கு உயர்ந்துள்ளது.

இந்த உதாரணத்திலிருந்து, நம்முடைய நல்ல அதிர்ஷ்டம் என்பது பின்வருவனவற்றோடு தொடர்புள்ளது என்பதை மிகத்தெளிவாக அறியலாம்;

★ நம் வாழ்க்கையில் வரும் வாய்ப்புகளை அதிகப்பபடுத்துவதற்கு.

★ அவற்றுள் மதிப்புமிக்கவற்றை அறிந்து கொள்வதற்கு.

★ அறியப்பட்ட வாய்ப்புகளுக்கேற்ப செயலாற்று வதற்கு.

எஞ்சிய பகுதிகளில் இந்த நூல் இந்த பிரச்சனைகள் பற்றி ஆராய முயற்சிக்கும்.

அமெரிக்க உலகின் அடிப்படைக் கல்வியில், அடிப்படைத் திறமைகள் பற்றிக் குறிப்பிடும் *இந்த மூன்று* ‘R’கள் பற்றி தொடக்கப்பள்ளிகளில் கற்றுக்கொடுக்க

வேண்டும் என்று எதிர்பார்க்கப்படுகிறது. அவை: Reading *படித்தல்*, Riting *எழுதுதல் மற்றும்* Rithmetic *எண்கணிதம்.*

நல்ல அதிர்ஷ்டம் அறுவடை பற்றிய உலகில், நாம் இந்த முன்றையும அடிப்படைகளாகக் கூறமுடியும். அவை: 'R' Raise உயர்ந்தெழு, Recognize உணர்ந்துகொள், Respond செயல்படு.

Raise	உயர்ந்தெழு-நம் வாழ்க்கையில் வரும் வாய்ப்புகளின் எண்ணிக்கையை எப்படி உயர்த்திக் கொள்ள முடியும்?
Recognize	உணர்ந்துகொள்-இந்த வாய்ப்புகளை நாம் எப்படி நன்றாகப் புரிந்து கொள்ள முடியும்?
Respond	செயல்படு-அறிந்துகொண்ட வாய்ப்புகளுக்குஏற்ப நாம் எப்படி சிறப்பாகச் செயல்பட முடியும்?

II

நடைமுறை ஒழுங்கு-அணுகுமுறை

ஃப்ரெஞ்ச் எழுத்தாளர், கலைஞர், மற்றும் திரைப்பட இயக்குநர் ஜீன் காக்யூ என்பவரிடம் அவர் அதிர்ஷடத்தை நம்புகிறாரா என்று ஒருமுறை கேட்கப்பட்டது. 'இருக்கலாம்' என்று பதில் அளித்தார். அவரிடமே 'நீங்கள் விரும்பாதவர்கள் பெறும் வெற்றியை எப்படி விளக்குவீர்கள்' என்றும் கேட்கப்பட்டது.

உண்மைதான் அல்லவா? எனக்கு வெற்றி கிடைத்தால் அது என்னுடைய உழைப்பின்காரணமாக ஏற்பட்டது. ஆனால் வேறு யாருக்காவது அது கிடைத்தால் அது ஒரு வேளை அதிர்ஷ்டத்தால் பெற்றிருக்கக்கூடும்!

பொதுப்படையான அறிவின்படிப் பார்த்தால் அதிர்ஷ்டத்தைக் கட்டுப்படுத்த முடியாது. இது வருகிற வாய்ப்பையும் வாய்ப்பு எண்ணிக்கையையும் சார்ந்திருக்கிறது. *ஹார்ட், ஸ்மார்ட்ஸ், கட்ஸ் அண்ட் லக்* என்ற *நியூயார்க் டைம்ஸ்* நூலின் துணை ஆசிரியரான அந்தோனி ஜான் என்பவர் மூன்று வகையான அதிர்ஷ்டம் இருப்பதாகக் கூறுகிறார்.

★ சூழ்நிலை அதிர்ஷ்டம்: யாரோ ஒருவர் கொடுத்த விருந்திற்கு என் நண்பரோடு சென்றேன். யாரோ ஒருவருக்கு நான் அறிமுகப் படுத்தப்பட்டேன். நாங்கள் ஒருவரை ஒருவர் விரும்பி காதல் கொண்டு திருமணம்

அஷ்வின் சாங்கி

செய்து கொண்டோம். இது சரியான இடத்தில் சரியான நேரத்தில் நிகழ்ந்ததால் இப்படி ஏற்பட்டது. *சூழ்நிலை* இதனை நடக்குமாறு செய்தது.

★ உருவாக்கப்பட்ட அதிர்ஷ்டம்: வயது, இனம், பாரம்பரியம், பழக்கவழக்கம் அல்லது உயர்வடைதல் ஆகியஉங்களுக்குமுன்னரேவகுக்கப்பட்டுசிலவிளைவுகள் ஏற்படும். உதாரணமாக, கம்பெனி முதலாளியின் ஊரைச் சேர்ந்தவர் என்பதால், அந்த கம்பெனிக்குள் பதவி உயர்வு அளிக்கப்படுவது *உருவாக்கப்பட்ட அதிர்ஷ்டம்.*

★ குருட்டு அதிர்ஷ்டம்: காரணத்தையோ விளைவையோ ஒருவர் ஆராய முடியாத அளவுக்கு கிடைக்கும் அதிர்ஷ்டம் குருட்டு அதிர்ஷ்டமாகும். லாட்டரியில் பரிசு விழுவது அல்லது நடைபாதையில் ஒரு ஆயிரம் ரூபாய் நோட்டைக் கண்டெடுத்தல் என்பது *குருட்டு அதிர்ஷ்டமாகும்.*

உருவாக்கப்பட்ட அதிர்ஷ்டத்தையும் குருட்டு அதிர்ஷ்டத்தையும் ஒருவர் கட்டுப்படுத்துவது கடினம். ஆனால் ஒருவர் தனது வாழ்க்கையில் சூழ்நிலை அதிர்ஷ்டத்தை பெருமளவுக்கு மேம்படுத்த முடியும்.

எப்படி? வாய்ப்புகளின் எண்ணிக்கையை அதிகப் படுத்துவது, மதிப்பு மிக்கவற்றை உணர்ந்து கொள்வது, சிறந்தவற்றை செயல்படுத்துவது என்பதன்மூலம்தான்.

ஆனால் ஒருவர் எப்படி அதிகப்படுத்துவது, உணர்ந்து கொள்வது, செயல்படுவது? *எப்படி* என்பதை ஒரு உண்மை வாழ்க்கைக் கதையை ஆராய்ந்து தெரிந்து கொள்வோம்:

பார்னட் ஹெல்ஸ்பெர்க் ஜூனியர் என்ற ஒரு வெற்றிகரமான வணிகர் ஆண்டு வருவாய் 300 மில்லியன் டாலருக்கு அதிகமாக கிடைக்கக்கூடிய மிகுந்த

இலாபகரமான நகைக்கடைகளைத் தொடர்ச்சியாக உருவாக்கினார்.

ஓர் இனிய நாளில், நியூயார்க் பிளாஸா ஹோட்டல் எதிரில் யாரோ ஒருவர் 'திரு. பஃப்ஃபட் அவர்களே' என்று அழைப்பதைக் கேட்டார்.

வாரன் பஃப்ஃபட் என்ற புகழ்பெற்ற முதலீட்டாளரைப் பற்றி ஹெல்ஸ்பெர்க் கேள்விப்பட்டிருந்தார். ஆனால் அவரை இதற்குமுன் பார்த்ததில்லை. (அந்த நாட்களில், வாரன் பஃப்ஃபட்டின் முகம் உலக அளவில் அறியப்பட வில்லை) ஹெல்ஸ்பெர்க் ஏற்கனவே படித்தறிந்திருந்த நிதிநிலைத் திறமையாளர் அந்த ஹோட்டலிலிருந்து வந்துகொண்டிருப்பவர்தானே என்று அவர் வியந்தார்.

வயது ஆகிக்கொண்டிருந்ததால், ஹெல்ஸ்பெர்க் தன் வணிகத்தை விட்டுவிட விரும்பினார். தான் படித்திருந்த சில அறிக்கைகளின்படி, பஃப்ஃபட் வணிகத்தை ஏற்க விரும்புகிறார் என்பதைத் தெரிந்து கொண்டார். ஹெல்ஸ்பெர்க் தேவையைப் பூர்த்தி செய்யும் என்று நம்பினார்.

எருதைக் கொம்பைப்பிடித்து மடக்குவது போல், ஹெல்ஸ்பெர்க் அந்த மனிதரை நோக்கி நடந்து சென்று தன்னை அறிமுகப்படுத்திக் கொண்டார். இது மிகப்பெரிய முடிவாக மாறியது. உண்மையில் அவர்தான் வாரன் பஃப்ஃபட். ஒரு ஆண்டுக்குப்பிறகு, அவர் ஹெல்ஸ்பெர்க்கின் வணிகத்தை மிக அற்புதமான மதிப்புக்கு ஏற்றுக்கொண்டார்.

ஹெல்ஸ்பெர்க்கிற்கு அதிர்ஷ்ட வேலையல்லவா? நிச்சயமாக. இந்தக்கதை பல அடிப்படையான நடைமுறை ஒழுங்குளையும், அணுகு முறைகளையும் அந்த அதிர்ஷ்டம் ஏற்படுவதற்குத் தேவை என்பதை விளக்குகிறது:

★ஹெல்ஸ்பெர்க் சுறுசுறுப்போடு இருந்திருக்கவில்லை என்றால், யாரோ ஒருவர் திரு. பஃப்ஃபட் என்று அழைத்ததை தவறவிட்டிருப்பார்.

★ஹெல்ஸ்பெர்க் பஃப்ஃபட் பற்றி படித்திருக்கவில்லை என்றால் திரு. பஃப்ஃபட் எந்த அடிப்படையில் வாங்கும் வாய்ப்புகளைப் பெற்றிருப்பார் என்பதை அளவிட்டிருக்க முடியாது.

★ஹெல்ஸ்பெர்க் தன்னுள்ளே உள்ளுணர்வுத்திறன் பெற்றிருக்க வில்லையென்றால், பஃப்ஃபட்டின் பெயர் அழைக்கப்பட்டதை அவர் ஒதுக்கித் தள்ளியிருப்பார். வாரன் பஃப்ஃபட் மிகச்சாதாரண நிலையில் உள்ளவர் என்று நினைத்துக்கொண்டு தன் போக்கில் நடந்திருப்பார்.

★ஹெல்ஸ்பெர்க் கூச்சப்படக்கூடியவராகவோ பயப்படக் கூடியவராகவோ இருந்திருந்தால், அவர் பஃப்ஃபட்டை சென்று காண்பதையும் தன்னை அவருக்கு அறிமுகப் படுத்திக்கொள்வதையும் தவிர்த்திருப்பார். அந்த வாய்ப்பு நழுவிப் போயிருக்கும்.

இப்படி, நமக்குத்தேவையான எல்லா முக்கிய கருவிகளும் (நம் வாழ்வில் வரும் வாய்ப்பு எண்ணிக்கையை *அதிகப்படுத்துவது*, அவற்றுள் மதிப்பு மிக்கவற்றை *அறிந்துகொள்வது*, அவற்றிற்கேற்ப திறமையுடன் *செயல்படுவது*) இரண்டு அடிப்படை வகையில் அடங்கும்.

★நடைமுறை ஒழுங்கு: இது ஏதாவது ஒன்றைப் பற்றியோ அல்லது யாராவது ஒருவரைப்பற்றியோ எண்ணுகிற அல்லது உணர்கிற நம்முடைய முறையைக் குறிக்கிறது. நம்முடைய கடந்தகால வெற்றிகள், தோல்விகள், கலந்துரையாடல்கள், அனுபவங்கள் ஆகியன நம்முடைய நடைமுறை ஒழுங்கில் தாக்கத்தை ஏற்படுத்தி, அதற்கேற்ப சாதகமாகவோ அல்லது பாதகமாகவோ (சில நேரங்களில் தவறாக) உடனடி உணர்வை உருவாக்குகிறது.

★ அணுகுமுறை: ஒரு சூழ்நிலையைக் கையாள்வது அல்லது ஒரு சவாலை அல்லது செயல்பாட்டை சமாளிப்பது என்பதில் ஒருவரின் குறிப்பிட்ட வழியைக் குறிக்கிறது. அணுகுமுறை என்பது நமது கல்வி, வேலை அனுபவம், பயிற்சி, திறமைகள் ஆகியவற்றால் தாக்கத்தை ஏற்படுத்த முயல்கிறது.

நாம் நம்மை அதிர்ஷ்டசாலிகளாகவோ அல்லது துரதிர்ஷ்ட சாலிகளாகவோ ஆவதற்கு அதிகமாகச் செய்யும் எதனையும் நடைமுறை ஒழுங்கு, அணுகுமுறை என்ற இரண்டுக்குள் அடக்கிவிடலாம். நான் இதனை விளக்குகிறேன்:

ரிச்சர்ட் வொய்ஸ்மன் என்ற ஹெர்ட்ஃபோர்டுஷையர் பல்கலைக் கழகத்தைச் சேர்ந்த மனோதத்துவ நிபுணர், 'அதிர்ஷ்ட' மனிதர்களை, வாய்ப்புகளைவிட அவர்களின் அணுகுமுறைதான் அப்படி ஆக்குகிறது என்பதை விளக்குவதற்கு ஒரு மிகவும் ஆர்வம்மிக்க பரிசோதனையை நடத்தினார்.

தங்களை மிகுந்த அதிர்ஷ்டசாலிகளாகவோ அல்லது மிகுந்த துரதிஷ்டசாலிகளாகக் கருதும் மக்களை ஒரு ஆராய்ச்சி நோக்கத்திற்காக தன்னை வந்து சந்திக்குமாறு வேண்டிக்கொண்டு பல்வேறு செய்தித் தாள்களிலும், இதழ்களிலும் விளம்பரம் செய்தார்.

பதினெட்டு வயதுமுதல் 84 வயது வரையுள்ள ஏறக்குறைய நானூறுபேர் இதற்கு முன்வந்தார்கள். இப்படி வந்த ஆண்களும் பெண்களும் எல்லா வகை சமூக மற்றும் பொருளாதார நிலையைச் சேர்ந்த பல்வேறு தொழில் பின்னணியில் இருந்தார்கள். வணிகர்கள், ஆசிரியர்கள், தொழிற்சாலை ஊழியர்கள். செயலாளர்கள், மருத்துவர்கள் என்று இப்படிப் பலவகை

வொய்ஸ்மன் ஒவ்வொரு ஆர்வலரையும்

கொடுக்கப்பட்ட ஒரே மாதிரியான செய்தித்தாளில் உள்ள புகைப்படங்களை எண்ணிக்கூறச் சொன்னார்.

துரதிஷ்டசாலிகள் குழுவினர் அந்த புகைப்படங்களை எண்ணுவதற்கு ஏறக்குறைய இரண்டு நிமிடங்கள் எடுத்துக்கொண்டனர். ஆனால் அதிர்ஷ்டசாலிகள் குழுவினர் சில நொடிகளே எடுத்துக் கொண்டனர். இந்த வேறுபாட்டை எதனால் விளக்கிக்கூற முடியும்?

வொயிஸ்மன் ரகசியமாக செய்தித்தாள்களின் இரண்டாம் பக்கத்தில் பெரிய எழுத்தில் அரைப்பக்க விளம்பரத்தைக் கொடுத்திருந்தார். அதில் 'எண்ணுவதை நிறுத்துங்கள். இந்த செய்தித்தாளில் 43 புகைப்படங்கள் இருக்கின்றன' என்று குறிப்பிட்டிருந்தது.

அந்த செய்தி எல்லோரும் பார்க்கும்படி இருந்தது. ஆனால் தங்களை துரதிஷ்டசாலிகளாக நினைத்த குழுவினர் வேகவேகமாக புகைப்படங்களை எண்ணுவதற்கு முயன்றதில் தங்களுக்கிருந்த வாய்ப்பைத் தவறவிட்டு விட்டார்கள். அவர்கள் இந்த வேலையை தேர்வுத்தாளைப்போல் நினைத்து நேரம் முடிவதற்குள் விடையெழுத வேண்டும் என்பது போல் அணுகினர். இது எண்ணுவதை நிறுத்தச் சொல்லி அவர்களுக்கிருந்த வாய்ப்பைக் காணமுடியாமல் செய்துவிட்டது.

மாறாக, அதிர்ஷ்டசாலிகள் குழுவினர் இந்தப் பணியை குறைவான பரபரப்புடன், அதிகப்படியான நேர்மறை எண்ணத்துடன், மனத்தில் பதட்டமில்லாமல் அணுகினார்கள். முடிக்கவேண்டும் என்ற தேவையை அவர்கள் நினைக்கவில்லை. இந்த சாவகாசமான அணுகுமுறை அவர்களுக்கு உடனடி பணியையும் பார்க்க அனுமதித்தது. இது இந்த விளம்பரத்தைக் கண்டுபிடிக்க வழிசெய்தது.

டேர்னிங் ஃபியர் அண்ட் டௌட் இன் டு ஃயூயல் ஃபார் ப்ரில்லியன்ஸ் என்ற நூலின் ஆசிரியர் ஜோனாதன் ஃபீல்ட்ஸ் 'ஒரு யோசனையில் பிடிப்போடு பிணைந்து இருப்பவர்கள் அந்த யோனையின்பால் மிகவும் சிறப்புடன் செயல்படத் தொடங்குவார்கள். அதனை சிறப்பாகவும் விரைவாகவும் செய்கிறார்கள். ஆனல் அந்த வழியில், அவர்கள் பெரும்பாலும் மிக்கபல நடக்கக்கூடிவைகளையும், வாய்ப்புகளையும், மாற்றுவகைகளையும், நோக்கத்தில் ஒரே கவனமாக இருந்து செயலாற்றுவதிலிருந்து ஏற்றுக்கொள்ளும் வழிகளையும் தவறவிடுகிறார்கள். உருவாக்க தடைகளையும் உறுதியின்மையையும் அவர்களை மீண்டும் பின்னோக்கி கொண்டு செல்கிறது. ஆனால் அளவில் இதைவிட உயர்வான ஏதோசிலவற்றை வழங்குகிறது' என்று கூறுகிறார்.

இந்த பரிசோதனை எதை வெளிப்படுத்துகிறது? அதிர்ஷ்டம் என்பது முழுவதும் வாய்ப்பை மட்டுமே சார்ந்திருக்கவில்லை. இது மனிதர்களின் வாய்ப்புகளை கண்டுகொள்வதில் உள்ள திறமையையும் அவற்றை எப்படி அதிக அளவுக்குப் பயன்படுத்துகிறார்கள் என்பதையும் பொறுத்துள்ளது. வாய்ப்புகளை அதிர்ஷ்டமாக மாற்றும் கருவிகள் நடைமுறை ஒழுங்கு அல்லது அணுகுமுறை ஆகிய இரண்டில் ஒன்றைச் சார்ந்துள்ளது.

எப்படி அதிர்ஷ்டசாலிகள் ***எண்ணி, செயல்பட்டு, உணர்ந்து*** நடக்கிறார்கள் என்பதைப்பற்றி இந்தப் பகுதியில் நாம் பார்க்கலாம். எப்படி அதிர்ஷ்டசாலிகள் மாறுபட்டு செய்கிறார்கள் என்பதைப்பற்றியும் அறிவோம். இப்படி நாம் *நடைமுறை ஒழுங்கு* மற்றும் *அணுகுமுறை* ஆகிய இரண்டைப்பற்றியும் எண்ணிப்பார்க்கலாம். ஆகையால் இந்த இரண்டு சொற்களும் எதை குறித்துக்கொண்டு இருக்கின்றன. நான் இதைப்பற்றி இரண்டு தற்காலத்துக் கதைகள் மூலம் விளக்குகிறேன்.

கிராமப் பஞ்சாயத்தில் சுற்றுவட்டாரத்தில் உள்ள குள்ளநரிகளில் உயிரோடு பிடிக்கும் ஒவ்வொன்றுக்கும் ஆயிரம் ரூபாய் சன்மானம் வழங்கப்பட்டது.

நிலேஷ், சுரேஷ் என்ற இரண்டு நண்பர்கள் தங்கள் அதிர்ஷ்டத்தை முயற்சித்துப் பார்க்க முடிவெடுத்தனர். பலநாட்கள் இரவும் பகலும் அவர்கள் அருகிலுள்ள காடுகளிலும் குன்றுகளிலும் குள்ளநரிகள் கிடைக்கின்றனவா என்று தேடினர். ஆனால் அவர்கள் வெற்றி பெறவில்லை. ஒரு இரவு மேற்கொண்டு போகமுடியாமலும், அனைத்தையும் இழந்துவிட்ட நிலையில் காட்டில் உறங்கிவிட்டனர்.

நடுஇரவில், அவர்கள் திடீரென ஒரு மிருகம் அடித்தொண்டையால் எழுப்பும் மெல்லிய ஒலியைக் கேட்டனர். இரண்டு நண்பர்களும் ஓடத்தொடங்கும் வகையில் எழுந்தார்கள். ஒரு டஜன் எண்ணிக்கையிலான குள்ள நரிகள் அவர்களைச் சூழ்ந்துகொண்டு நிற்பதை உணர்ந்தார்கள்.

நிலேஷ் பயந்துபோய் விட்டான். அவனுடைய மனத்தில் அந்த இரவில் தான் இறந்துபோய்விடுவோம் என்ற எண்ணம் மட்டுமே தோன்றியது. அவன் சுரேஷை லேசாக தள்ளி தடுமாற்றமான குரலில் அவனுடைய செவியில் 'நான் எண்ணிக்கொண்டிருப்பதைத்தான் நீயும் எண்ணிக்கொண்டிருக்கிறாயா?' என்று கேட்டான்.

சுரேஷ் அவனது நண்பனை நோக்கி 'ஆமாம். நமக்கு இப்போது பன்னிரண்டாயிரம் ரூபாய் கிடைக்கப்போகிறது என்று எண்ணுகிறேன்' என்று கூறினான்.

நிலேஷ் மற்றும் சுரேஷுக்கு இடையில் தோன்றிய வித்தியாசம் நடைமுறை ஒழுங்கு, அணுகுமுறையல்ல. அவர்கள் இருந்த சூழ்நிலையில் அவர்கள் மாறுபட்ட முறையில் எண்ணி, செயல்பட்டார்கள். இப்போது இரண்டாவது கதை:

வெளியில் நடந்த மதவிழாவில் கருண், தருண் என்ற இரண்டு நண்பர்கள் கோவில் பிரகாரத்தில் வழிபட்டுக்கொண்டு இருந்தார்கள். கருண் ஆச்சரியத்துடன் இங்கே புகைப்பிடிக்க அனுமதி உண்டா என்றான். 'நீ ஏன் பூசாரியிடம் சென்று அனுமதி கேட்கக் கூடாது?' என்று தருண் ஆலோசனை கூறினான். ஆகவே கருண் அவரிடம் சென்று 'பண்டிட் அவர்களே வழிபடும்போது நான் புகைப்பிடிக்கலாமா?' என்று கேட்டான்.

ஆனால் அவர் அந்த யோசனையை மறுத்துவிட்டார். 'இல்லை மகனே, அப்படி நீங்கள் செய்ய முடியாது. அது கடவுளை அவமதிப்பதுபோல் ஆகிவிடும்' என்றார்.

கருண் தருணை நோக்கித் திரும்பிவந்து பூஜாரி சொல்லிய வார்த்தைகளை அப்படியே கூறினான். தருண் சிரித்துக்கொண்டே, 'இது எதிர்பார்த்ததுதான். நீ தவறான கேள்வியைக் கேட்டு விட்டாய். நான் முயற்சிக்கிறேன்' என்று கூறினான்.

தருண் அவரை நோக்கி நடந்து சென்றான். தன்னுடைய கையில் ஒரு சிகரெட்டைப் பற்றவைத்துக் கொண்டான். அவரிடம், 'பண்டிட் அவர்களே, நான் புகைப்பிடித்துக் கொண்டிருக்கும்போது கடவுளை வணங்குவது தண்டனைக்குரியதா?' என்று கேட்டான்.

அந்த பூஜாரி சிரித்துக் கொண்டே, 'செய்யலாமே. நாம் கடவுளை வணங்குவதற்கு கிடைக்கும் எந்த வாய்ப்பையும் பயன்படுத்திக் கொள்ளவேண்டும்' என்று கூறினார்.

தருண் மற்றும் கருண் இடையே இருந்த வேறுபாடு அவர்கள் அந்த செயலைக் கையாண்ட விதமான அவர்களின் *அணுகுமுறைதான்.*

அணுகுமுறை என்பது நாம் செய்கின்ற முறையாகிய ஒன்றைப்பற்றியது. (அது செயல்முறை ஒழுங்கிலிருந்து

மாறுபட்டு, ஒருவரைப்பற்றியோ, ஒன்றைப்பற்றியோ அல்லது ஒரு சூழ்நிலை பற்றியோ நாம் எவ்வாறு **எண்ணுகிறோம்** அல்லது உணர்கிறோம் என்பதாகும்)

நாம் இப்போது செயல்முறை ஒழுங்கு மற்றும் அணுகுமுறை என்பவற்றிற்கிடையே உள்ள வேறு பாட்டைப் புரிந்துகொண்டோம். வாய்ப்புகளை அறுவடை செய்வதற்கு நமக்கு உதவும் செயல்முறை ஒழுங்கையும் அணுகுமுறைகளையும் அறிவதற்கு நாம் முயல்வோம்.

நகைச்சுவை நடிகர் மில்டன் பெர்லே ஒருமுறை, 'வாய்ப்பு நம் கதவைத் தட்டவில்லை என்றால், ஒரு கதவை உருவாக்கு!' என்றார். அடுத்த பகுதியில் ஒரு கதவுக்குப் பதிலாக அதிர்ஷ்ட வாய்ப்புகளை உருவாக்க நாம் முயற்சிப்போம்.

III

அதிர்ஷ்ட அறுவடையாளர்

இந்த நூலை எழுதும்போது, நான் பல வெற்றியாளர்களின் வாழ்க்கையையும், அவ்வளவுக்கு வெற்றி அடையாதவர்களின் வாழ்க்கையையும், அவர்கள் என்ன செய்தார்கள் என்பதையும் என்ன செய்யவில்லை என்பதையும் நம்மைப்போன்ற சாதாரண அறிவுள்ளவர்களுக்கு உதவும் வகையில் ஆராய்வதற்காக பரிசோதித்தேன்.

ஆரம்ப ஆராய்ச்சிக்குப்பிறகு, நாற்பத்தேழு விஷயங் களைக் கொண்ட ஒரு பட்டியலைப் பெற்றேன். அவற்றுள் பலவும் ஒன்றையொன்று ஒத்திருப்பதுபோல் இருந்ததாக உணர்ந்தேன். (ஆகையால் அவற்றை ஒன்றிணைத்தேன்) அவற்றுள் பல அதிர்ஷ்டத்தைக் கொண்டு வருவதில் நேரடி பங்கில்லாமல் அவை இருப்பதை மேம்படுத்துவதற்கு மட்டுமே உதவுகின்றன என்பதை நான் அதன்பிறகு பகுத்தாய்ந்து உணர்ந்தேன். (ஆகையால் அவற்றை விட்டுவிட்டேன்). இறுதியாக, ஒரு பதின்மூன்று கொண்ட பட்டியல் மட்டுமே என்னிடம் இருந்தது. (ஆகையால் அவற்றை இன்னும் ஆராய்ந்து பார்த்தேன்)

ட்ரைஸ்கைடெகாஃபோபியா என்பதைப்பற்றிக் கேள்விப்பட்டிருக் கிறீர்களா? 'பதின்மூன்று என்ற எண்ணைப்பற்றிய பயம்' என்பதை இந்த கிரேக்க சொல் குறிக்கிறது. காலங்காலமாக, இந்த பதின்மூன்று என்ற எண் அதிர்ஷ்டம் இல்லாத எண்ணாகக் கருதப்பட்டு வந்துள்ளது

என்பதற்கான பல காரணங்கள் உள்ளன. ஹம்முராபி சட்டத்தில் பதின்மூன்றாவது பிரிவு காணப்படவில்லை. ஏனென்றால் கடைசி இரவு சாப்பாட்டுக்கு மேஜையில் அமர்ந்த ஜூடாஸ் பதின்மூன்றாவது ஆள். அத்தோடு அந்த பதின்மூன்றாம் தேதி வெள்ளிக்கிழமை ஒரு அதிர்ஷ்டமில்லாத நாளாக எண்ணப்பட்டுவிட்டது.

இங்கே நான் அந்த கதைகளைப்பற்றிய விளக்கத்தில் இறங்கப்போவதில்லை. ஆனால் நான் இந்த நூலை 'நல்ல அதிர்ஷ்டம் மூடநம்பிக்கைகளால் ஒரு தவறான தாக்குதல் பெறுகிறது' என்று சொல்லிக்கொண்டே தொடங்கினேன். குறிப்பாக இதன்காரணமாகவே நான் நல்ல அதிர்ஷ்டத்துக்கான சரியாகப் பதின்மூன்று கொள்கைகளை மாறுபட்ட வகையில் விளக்கிச் சொல்வதில் மகிழ்ச்சி அடைகிறேன்.

இந்த பதின்மூன்று நடைமுறை ஒழுங்கு மற்றும் அணுகுமுறைகள் 'கவர்ந்திழுக்கும் காந்தங்களாக' அமைந்து அதிர்ஷ்டமானவர்களுக்கு தங்களுடைய வாய்ப்புகள் வந்து நிறைவதை மேம்படுத்துவதற்கு, அவற்றில் மதிப்புமிக்கவற்றை உணர்ந்து கொள்வதற்கு, அவற்றிற்கு சரியாக செயல்படுவதற்கு உதவுகிறது.

இந்த பதின்மூன்று யோசனைகளில் ஒவ்வொன்றின் இடது பக்கத்தில் குறியீடு இடப்பட்டிருக்கும். அது அந்த பரிந்துரை நடைமுறை ஒழுங்கு அல்லது அணுகுமுறையில் (அல்லது இரண்டிலும்) ஒரு மாற்றம் உள்ளது என்பதைக் குறிக்கும்.. கூடுதல் குறியீடு வலது பக்கத்தில் இருப்பது இந்த மாற்றம் எப்படி வாய்ப்புகளை மேம்படுத்துவதற்கு, உணர்ந்து கொள்வதற்கு அல்லது செயல்படுவதற்கு பயன்பட முடியும் என்பதைக் குறிக்கிறது.

இன்னும் அதிகமான பீடிகை இல்லாமல் 'அதிர்ஷ்ட அறுவடையாளர்' பற்றிய சிக்கலான பகுதிகளை அல்லது திறமான அதிர்ஷ்டசாலியாக இருப்பதற்கான பதின்மூன்று வழிகளை நான் வழங்குகிறேன்.

1		தொடர்பிணைப்பு	உயர்ந் தெழு	✓
நடைமுறை ஒழுங்கு		*அதிர்ஷ்ட சாலியானவர்கள் தங்கள் இணைப்பை வளர்த்து வலுவாக்கிக் கொள்கிறார்கள்*	உணர்ந்து கொள்	
அணுகு முறை	✓		செயல்படு	✓

'அதிர்ஷ்டம் தனிமையை வெறுக்கிறது. அதிர்ஷ்டமாக மட்டும் இருப்பது பெரும்பாலும் இயலாது' என்று ஐரோப்பா ஈ எஸ் சி பி அமைப்பியல் நடவடிக்கை மற்றும் மேலாண்மை நிறுவன உளவியல்துறை பேராசிரியரான ஃபிலிப் கேபில்லியட் கூறுகிறார். எந்த மனிதனும் தனித்த தீவு அல்ல. இதனை சிறிது எண்ணிப்பாருங்கள். வெளி உலகத் தொடர்பில்லாமல், ஒரு அறைக்குள் தனித்திருந்தால், வாய்ப்புகள் எப்படி உங்களைத் தேடிவந்தடையும்?

1888 ஆம் ஆண்டு கதை ஒன்று எப்படி ஒருவருடைய தொடர்பிணைப்பு பெரும்பாலும் நல்ல அதிர்ஷ்டத்தைக் கொடுப்பதில் பங்காற்றுகிறது என்பதை விளக்குகிறது:

தன்னுடைய தந்தையின் விருப்பத்திற்கு மிகவும் மாறாக, அசா கேன்டலர் மருத்துவப்பள்ளியில் சேர்வதற்கு பதிலாக அட்லான்டாவில் மருந்தாளுநராகச் சேர்ந்தார்.

அட்லான்டாவில் இருந்த ஜான் பெர்பெர்டன் என்ற அசாவின் போட்டியாளர் சண்டையில் காயமுற்றார். வலியைக் குறைப்பதற்காக அவருக்குக் கொடுக்கப்பட்ட மார்ஃபைனுக்கு அடிமையாக மாறினார்.

பெர்பெர்டன் கோலா விதை மற்றும் டேமியானா இலைகள் கலந்த டானிக் பயன்படுத்திப் பார்த்தார். ஆனால் மார்ஃபைன் பழக்கம் அவருக்கு மிகுந்த பொருளாதாரக் கஷ்டத்தை ஏற்படுத்தியது. இதைப்பற்றிய

சூழ்நிலையை நண்பர்கள் மூலம் தெரிந்து கொண்ட அசா கேன்ட்லர் பெர்பெர்டனை சந்தித்து அவரிடம் பேரம் பேசி அந்த புதிய டானிக்கின் தயாரிப்பு முறையை விலைக்குப் பெற்றுக் கொண்டார்.

வாங்கிய அதுதான் கோகோ கோலா என்று அறியப்பட்ட டானிக்.

பெர்பெர்டனிடம் பெற்ற பானம் அசா கேட்ன்லரை மில்லியனராக்கி விட்டது. என்றாலும், ஏற்பட்ட ‘அதிர்ஷ்டம்’ தான் இதனை ஏற்படுத்தியது. இது கேன்ட்லர் உடைய இணைப்புத்தொடர். இந்த இணைப்புத் தொடர்தான் கேண்ட்லருக்கு பெர்பெர்டனுடைய பொருளாதார கஷ்டத்தை அறிவித்தது. அதுதான் ஒரு புதிய டானிக்குக்கான உருவாக்கத்தில் முயற்சிக்க வைத்தது.

குடும்பம், நண்பர்கள், தெரிந்தவர்கள், உடன் பணியாற்றுவோர் கொண்ட இணைப்புத்தொடரை உருவாக்குவதும் மேம்படுத்துவதும் கடினமானது. சிறு ஆலோசனைகளும் உதவிகளும் இணைப்புத் தொடர்பாளர்கள், போட்டியாளர்கள் போன்றவர்களின் வழியாக நம்மை அடைகிறது.

இந்த கருத்தை நன்கு பாராட்டுவதற்கு அமெரிக்காவில் வசிக்கும் ஒரு ரஷ்ய புலம் பெயர்ந்த இளைஞரின் கதையை எண்ணிப்பார்ப்போம்:

இஸ்ஸுர் டேனியலோவிச் திரைப்படத்துறையில் முயற்சி செய்து நுழைவதற்கு முன்பாக கல்லூரி வழியாக பணியாற்றினார். கிரீன்விச் கிராமத்தில் ஒரு சிறிய அறையில் வசித்துக் கொண்டு பணியாளராக வேலை பார்த்துக் கொண்டே அரங்குகளில் சிறுசிறு வேடங்களைப் பெற்று நடித்து வந்தார்.

இரண்டாம் உலகப்போர் தொடங்கியபோது டேனியலோவிச் அமெரிக்கக் கப்பற்படையில் சேர்க்கப்பட்டு தன்னுடைய நியூயார்க் நட்பு வட்டாரங்களைப் பிரிந்து சென்றார். அவர் பிரியாவிடை கொடுத்துப் பிரிந்து சென்றவர்களில் அப்போது நடிப்பதற்குப் போராடிக்கொண்டிருந்த நடிகை லாரன் பகால் என்பவரும் ஒருவர்.

டேனியலோவிச் பசிஃபிக் கடல்பகுதியில் பணியாற்றிக் கொண்டிருந்தபோது, லாரன் நடிப்பால் உயர்ந்து ஹாலிவுட் நடிகையாகி விட்டார். அவர் படையைவிட்டு சாதாரண வாழ்க்கை நிலைக்கு வந்தபோது, லாரன் அவரை ஒரு நடிப்பு ஒத்திகைக்கு அழைத்துச் சென்று தனக்குத் தெரிந்த தயாரிப்பாளர்களர்களுக்கு அறிமுகப்படுத்த, அது அவருக்குத் திரைப்பட வாய்ப்புகள் கிடைக்கச் செய்தது.

டேனியலோவிச் திரைப்படத்துறைக்கு ஏற்றபடி தன்னுடைய பெயரை அமெரிக்கபாணிக்கு மாற்றினார். அதன்விளைவாய் அமெரிக்க திரைப்பட நிறுவனத்தால் அவர் மிகப்புகழ்பெற்ற நடிகராக வரிசைப்படுத்தப்பட்டு புகழப்பட்டார். அந்த நிறுவனத்தில் கௌரவ விருதுகளை படைப்பாக்கம் மற்றும் நீதிநெறி திரைப்படத்துறையில் உருவாக்கியதற்காக ஐம்பது ஆண்டுகள் பெற்றார்.

அவருடைய திரைப்பட ்ப்பெயர் என்ன தெரியுமா? கிர்க் டௌக்லஸ்.

மேக்ஸ் கந்தரின் நூல் *தி லக் ஃபேக்டர்: ஒய் சம் பீப்பிள் ஆர் லக்கியர் தேன் அதர்ஸ் அண்ட் ஹௌ யூ கேன் பிகம் ஒன் ஆஃப் தெம்,* கிர்க் டௌக்லஸ் தானே கூறிய சொற்களை இவ்வாறு எடுத்துக் கூறுகிறது: ‘எனக்கு ஏதோ ஒரு வகையில் திறமை இருப்பதை அனுமானிக்கிறேன். ஆனால் லாரன் பகால் அதிர்ஷ்டம் இணைந்திருக்கவில்லையென்றால், இந்த திறமை என்னவாகியிருக்கும்? பின்னால் வந்த எத்தனையோ

அஷ்வின் சாங்கி

என்னுடைய திறமை பெற்ற நண்பர்களின் பெயர்கள் இன்று திரைப்படத்துறையில் இல்லை. உங்களுடைய சொந்த அதிர்ஷ்டம்கூட அடுத்தவர்களின் அதிர்ஷ்டத்தைச் சார்ந்திருக்கிறது. இது விந்தைதானே!'

ஆறுவகைப் படித்தரங்களான பிரிவுகளை ஒருவர் எண்ணிப்பார்க்கும் போது இது அவ்வளவுக்கு விந்தையாக இருக்காது. இது ஃப்ரிக்யஸ் காரிந்தி என்பவரால் உருவாக்கப்பட்டு ஜான் கௌரே என்பவரின் நாடகங்கள் மூலம் பிரபலமானது. ஒவ்வொருவரும் ஒவ்வொன்றும் ஆறு அல்லது சில படித்தரங்களை பெற்றுள்ளனர் என்பதுதான் அது.

விளைவில், 'நண்பர்க்குத்தெரிந்த நண்பர்' மூலம் உருவாகும் ஆறு படித்தரங்களை இந்த பிரபஞ்சத்தில் உள்ள ஒவ்வொருவருடனும் என்னால் இணைத்துக் காட்ட முடியும். பணிதொடக்கம், முதலீட்டு வாய்ப்பு, காதலில் ஈடுபடுதல், கூட்டுமுயற்சிகள், விற்பனை வாய்ப்பு, கடன் அனுமதி, அல்லது திருமண ஒப்பந்தம் ஆகிய எல்லாம் ஆறுபடித்தரங்களைக் கொண்டுள்ளன என்பதைத்தான் இது குறிக்கிறது.

இந்த கொள்கை எப்படி செயலாற்றுகிறது என்பதை புகழ்பெற்ற சிதார் இசைமேதை பண்டிட் ரவிசங்கர் அவர்களின் இசைப்பணியிலிருந்து நாம் காணலாம்:

பண்டிட் ரவிசங்கர் அகில இந்திய வானொலியில் இசை அமைப்பாளராக 1949 முதல் 1957 வரை பணியாற்றினார்.

அப்போது நிலைய இயக்குநராக இருந்த வி. கே. நாராயண மேனன் சங்கரை உலகப்புகழ்பெற்ற வயலின் கலைஞர் யெகுதிமெனுஹின் அவர்களிடம் அறிமுகப்படுத்தினார். மெனுஹின் அவரை அமெரிக்காவுக்கு வந்து இசைநிகழ்ச்சி வழங்குமாறு அழைத்தார்.

அவர் அமெரிக்கப்பயணம் சென்று இசைவழங்கியதின் விளைவாக, வேர்ல்டு பசிஃபிக் ரெகார்ட்ஸ் நிறுவனத்தைத் தோற்றுவித்தவரான ரிச்சர்டு போக் அவர்களுடன் சங்கர் நண்பரானார். போக்கின் ஒலிப்பதிவுக் கூடத்தில் சங்கர் பல நிகழ்ச்சிகளை ஒலிப்பதிவு செய்தார்.

அமெரிக்க ராக் இசைக்குழுவான 'தி பைர்ட்ஸ்' அதே ஒலிப்பதிவுக் கூடத்தில்தான் ஒலிப்பதிவு செய்வது வழக்கம். அவர்கள் சங்கரின் இசை ஒலிபதிவுகளைக் கேட்டுள்ளனர். இது அவர்கள் சங்கரின் இசையைத் தங்கள் ஒலிப்பதிவிலும் சேர்த்துக் கொள்ளச் செய்தது.

'தி பைர்ட்ஸ்' இசை ஒலிப்பதிவில் வந்த புதிய இசையொலி பீட்டில்ஸ் குழுவின் ஜார்ஜ் ஹாரிஸன் கவனத்திற்கு வரத்தொடங்கியது. ஹாரிஸன் இந்தியாவுக்கு வந்து ஆறு வாரங்கள் காஷ்மீரில் தங்கி ரவி சங்கரிடம் சிதார் வாசிக்கக் கற்றுக் கொண்டார்.

பீட்டில்ஸ் குழுவினர் தொடர்ந்து சிதார் இசையை 'நார்வேஜியன் உட்' ஒலிப்பதிவில் பயன்படுத்தினர். இதனால் மேற்கத்திய நாடுகளில் 'ராக ராக்' என்ற ஒரு முறை உருவாகியது.

அவரது பீட்டில்ஸ் உடனான தொடர்பு பண்டிட் ரவி சங்கரின் புகழை 1966 ஆம் ஆண்டு வாக்கில் உலகத்தில் புகழ்பெற்ற இந்திய இசைக் கலைஞர் என்ற பெருமையைப் பெற்றுத்தந்தது.

நாம் கற்பனை செய்ததைவிட ஆறு படித்தரங்கள் பிரிவு மிகவும் உண்மையானதாக இருக்கிறது. குழப்பக் கொள்கை என்பதை எப்பொழுதாவது கேள்விப்பட்டிருக்கிறீர்களா? மிகவும் குறிப்பாக வண்ணத்துப்பூச்சி விளைவு? இந்த விளைவின் பெயர் எட்வர்ட் லோரன்ஸ் என்பவரால் வடிவமைக்கப்பட்டது. இது வண்ணத்துப்பூச்சிகள் புயல் வருவதை முன்னரே அறிந்து தன்னுடைய இறக்கைகளை மடக்கிக்கொள்ளுமா இல்லையா என்பதைக் கொண்டு

அறிந்து கொள்ளும் வழக்கத்தைக் கொண்டு ஏற்பட்டது. இதுதான் நாம் வாழும் இந்த உலகம் முற்றிலுமாக ஒன்றோடொன்று தொடர்பு கொண்டுள்ளது என்பதற்கான நிரூபணமாகும்.

நாம் மற்றுமொரு கதைமூலம் இணைப்புத்தொடரின் மதிப்பை வியந்து போற்றலாம்:

இந்தியாவின் இரும்பு மனிதர் என்று போற்றப்பட்ட சர்தார் வல்லபாய் படேல் அவர்கள் தன்னுடைய உறுதியான பேச்சுக்கும் அறிவுப்பூர்வமான அணுகுமுறைக்கும் பெயர்பெற்றவர். 565 தனித்தனி சமஸ்தானங்களை இந்திய யூனியனுடன் இணைப்பதில் பெற்ற வெற்றிக்காக அவர் மிகவும் மதிக்கப்பட்டார்.

இந்தியா சுதந்திரம் பெற்ற சமயத்தில், இந்திய குடியுரிமைப் பணி அதிகாரிகள் விலக்கப்படவேண்டுமா என்ற விவாதம் எழுந்தது, அவர்கள் ஆங்கில அரசாங்கத்திற்கு மட்டுமே விசுவாசமாக இருந்தவர்களாகக் காணப்பட்டனர்.

திறமையுள்ள அரசு அதிகாரிகள் நீக்கப்பட்டுவிட்டால், இந்திய அரசாட்சி மிகவும் மோசமாகப் பாதிக்கப்பட்டுவிடும் என்று படேல் நினைத்தார். அவர் ஆங்கில ஆட்சிப்பணி அதிகாரிகளுக்கும் இந்திய ஆட்சிப்பணி அதிகாரிகளுக்கும் இடையில் உள்ள வேறுபாட்டைப் பட்டியலிட்டார்.

ஆங்கில ஆட்சிப்பணி அதிகாரிகளை வெளியேற்றி விட்டு, அதேவேளையில் இந்திய ஆட்சிப்பணி அதிகாரிகளை பணியாற்றவிட்டு அவர்களிடம் புதிதான சுதந்திர இந்தியாவிற்கு முற்றிலும் விசுவாசமாக இருப்பதாக உறுதிமொழி வாங்கிக் கையொப்பமிடச் செய்துவிட்டார். அந்த உறுதிமொழியின் அடிப்படையில் படேல் இந்தியாவை ஆட்சி செய்வதற்கு இந்திய அதிகாரிகளைத் தொடரச் செய்தார்.

ஆங்கிலேயர்களால் பயிற்சி அளிக்கப்பட்ட ஆடம்பரம் மிக்க இந்திய ஆட்சிப் பணியாளர்கள் வேட்டியணிந்த மண்ணின் மைந்தரான சர்தார் அவர்களிடம் இத்தகையத் திறமையை ஒருபோதும் எதிர்பார்க்கவில்லை. ஆனால் இந்த ஒரு முடிவினால் மட்டுமே படேல் அவர்கள் இந்திய ஆட்சிப்பணியாளர்களிடையே மிகுந்த புகழ்பெற்ற மனிதாராகத் திகழ, அதுவே இந்திய அரசாங்க அதிகாரிகளிடமிருந்து மிகப்பெரிய விசுவாசத்தை ஏற்படுத்தியது. இந்த ஒரே நடவடிக்கையால் தன்னைச்சுற்றி மிகப்பெரிய திறமைமிக்க நிர்வாகிகளான இணைப்புத்தொடரை உருவாக்கி வைத்துக்கொள்ள முடிந்தது.

இந்தியாவின் கடைசி வைஸ்ராயாக இருந்த மௌன்பேட்டன் பிரபு அவர்களிடம் அரசியல் ஆலோசகராக இருந்த வி. பி. மேனன் என்ற ஒரு இந்திய ஆட்சிப்பணி அதிகாரி படேல் அவர்களின் வலதுகரமாகத் திகழ்ந்தார்.

சுதந்திரத்திற்குப் பிறகு, படேல் அவர்கள் தலைமையில் இயங்கிய உள்துறை அமைச்சகத்தில் செயலாளராக மேனன் நியமிக்கப்பட்டார். இந்திய யூனியனுடன் தனிப்பட்ட சமஸ்தானங்களை ஒன்றிணைக்கும் இமாலய முயற்சியில் படேல் அவர்கள் தலைமையில் மேனன் ஓய்வு ஒழிவின்றி உழைத்தார். ஒருங்கிணைப்பு சமயத்தில் சட்டம் ஒழுங்கு பிரச்சனை தோன்றியபோது ஹைதராபாத் மற்றும் காஷ்மீரில் மேனன் அவர்களுடைய பங்கு இன்றியமையாததாக இருந்தது.

மௌன்பேட்டன் பிரபுவுக்கும் ஜோத்பூர் மகாராஜா ஹனவந்த் சிங்குக்கும் இடையில் நடைபெற்ற புகழ்பெற்ற சந்திப்பின்போதும் கூட மேனன் அங்கே இருந்தார். இந்தியாவுடன் இணைவதற்கான ஒப்பந்தத்தில் மகாராஜா தயக்கத்துடன் கையெழுத்துப் போட்டபின், மௌன் பேட்டன் அவ்விடத்தை விட்டுச் சென்றபின் மகாராஜா

மேனன் அவர்களை 0. 22 திறனுள்ள துப்பாக்கியால் மிரட்டினார்.

இவைகள் சர்தார் அவர்களின் திட்டங்களை நிறைவேற்றுவதில் மேனன் எதிர்கொண்ட பிரச்சனைகளில் சிலவாகும்.

தன்னுடைய மிக முக்கிய கொள்கையான இந்திய ஒருங்கிணைப்பில் வியர்வை சிந்தி உழைக்கக்கூடிய மேனன் அவர்களை அருகில் வைத்திருப்பதற்கு சர்தார் படேல் அவர்கள் 'அதிர்ஷ்டம்' பெற்றிருந்தார். அவர் இணைப்புத்தொடர்பாக இருக்க வேண்டிய இந்திய ஆட்சிப்பணியாளர்களை அப்போது பாதுகாத்திராவிட்டால், அவருடைய 'அதிர்ஷ்டம்' உருவாகியிருக்காது.

இன்று பல உண்மையான உறவுகள் சமூக ஊடகங்கள் ஏற்படுத்தும் அங்கீகாரமில்லா உறவுகளால் நீக்கப்படுகின்றன. உங்களுடைய இணைப்புத் தொடர்புகள் உண்மையானவையாகவோ, அங்கீகாரமற்றவையாகவோ அல்லது இரண்டும் இணைந்ததாகவோ இருப்பதால் ஒன்றும் ஆகிவிடாது. வாய்ப்புகள் வந்து குவிவதற்கு ஒரு இணைப்புத்தொடரில் அங்கமாக இருப்பது அத்யாவசியமாகிறது. ஒருவர் ட்விட்டரில் அதிக ஆர்வம் உள்ளவராக இருந்தால், உடனடியான நேரடி தொடர்பு சல்மான்கான், நரேந்திரமோதி, சச்சின் டெண்டுல்கர், சாருக்ஹான் போன்ற பலரோடு கிடைப்பதற்கு வாய்ப்பு உள்ளது. இது பத்து ஆண்டுகளுக்குமுன் நினைத்துக்கூடப் பார்க்க முடியாதது.

வளர்கின்ற நிலையில் உள்ள நூலாசிரியர்கள் ஒவ்வொரு நாளும் என்னை ட்விட்டரில் தொடர்பு கொண்டு தங்கள் படைப்புகளைப் படிக்கவும், விமர்சிக்கவும், பரிந்துரைக்கவும் வேண்டுகிறார்கள். நான் கால அவகாச மின்மையால் எல்லோருடைய வேண்டு கோளையும் பொதுவாக ஏற்க முடிவதில்லை. என்றாலும் எப்போதாவது

எந்த விதக்கேள்வியும் இன்றி ஏற்றுக் கொள்கிறேன். குறிப்பாக 'தொடர்ந்து' என்னுடைய சமூக வலைத்தளத்தில் வேண்டுகோள் விடுப்பவர்களுடையவற்றை மட்டும் ஏற்கிறேன். இதனை ஒருவர் வலைத்தள விளைவு என்று அழைக்கலாம்!

என்னுடைய பதிப்புலக வாழ்க்கைப் பயணத்தைப் பின்னோக்கிப் பார்த்தால், நான் இன்று கூட என்னுடைய தொடர்பு இணைப்பு விளைவு எப்படி என் முதல் அதிர்ஷ்ட வாய்ப்பை ஏற்படுத்தியது என்று வியந்து போகிறேன்.

பல பதிப்பாளர்களால் மறுக்கப்பட்ட பிறகு, நான் என்னுடைய முதல் நாவலை அமெரிக்க அடிப்படை கொண்ட ஒரு தன்பதிப்புதளம் வழியாக நானே வெளியிட்டேன். அந்த நிறுவனம் என்னுடைய நூல்களை அமெரிக்க வலைத்தளவழி சில்லறை விற்பனைமூலம் விற்கிறது என்பதை விரைவிலேயே தெரிந்து கொண்டேன். என்னுடைய நூல்கள் இந்தியாவில் கிடைப்பதாக இல்லை. வழக்கமான வழியில் இந்தியாவில் வெளியிட வேண்டும் என்ற என்னுடைய முயற்சிகள் முற்றிலும் தோல்வியைத் தழுவின. நான் அழிவின் விளிம்பில் இருந்தேன்.

என்னுடைய அம்மாவுக்கு பதிப்பிக்கும் சிலரை வெளியில் தெரிந்திருந்தது. எங்களை அறிமுகப்படுத்து வதில் அவர் மகிழ்ச்சி அடைந்தார். அந்த நபர் துரதிஷ்ட வசமாக என்னுடைய படைப்பை (மற்றவர்களைப் போலவே) மறுத்து விட்டார். ஆனால், அவர் என்னை இந்தியாவில் உள்ள மிகப்பெரிய ஒரு புத்தக விநியோக நிறுவனத்தில் பதினெட்டு ஆண்டுகள் பணியாற்றிய விவேக் அஹூஜா என்பவரிடம் அறிமுகப்படுத்தினார். மிகமிக உதவிகரமாக இருந்த விவேக், என்னுடைய நூல்களை அமெரிக்காவிலிருந்து இறக்குமதி செய்து தவணைமுறை அடிப்படையில் சில இந்திய விநியோகஸ்தர்களுக்கு வழங்குமாறு அறிவுரை கூறினார். சில முக்கிய

விநியோகஸ்தர்களின் முகவரிகளைக் கொடுத்து, என்னுடைய நூலில் ஒரு படியை இணைத்து அவர்கள் ஒவ்வொருவருக்கும் தனித்தனியே கடிதம் எழுதுமாறு அறிவுறுத்தினார். அத்தகைய விநியோகஸ்தர்களான நிறுவனங்களில் ஒன்று ஈஸ்ட் வெஸ்ட் புக்ஸ் ஆகும்.

ஒருநாள், தன்னை ஹேமு ராமையா என்று அறிமுகப்படுத்திக்கொண்ட பெண்ணிடமிருந்து ஒரு அழைப்பைப் பெற்றேன். அந்த சமயத்தில் எனக்கு இந்த விஷயம் தெரியாது. ஆனால் அவள் லேண்ட்மார்க் புக் ஸ்டோர்ஸ் நிறுவனத்தைத் தொடங்கினாள். அவளுடைய ஈஸ்ட் வெஸ்ட் புக்ஸுடன் அந்த கம்பெனி கூட்டு முயற்சியில் வெஸ்ட்லேண்ட் என்று அப்போதுதான் தொடங்கியிருந்தது.

ஹேமு *தி ரோஸபல் லைன்* என்ற நூலைத் தான் விரும்புவதாகக் கூறினாள். ஆனால் அந்த நூலை அமெரிக்காவிலிருந்து இறக்குமதி செய்வதும் நியாயமான விலைக்கு விற்பதும் இயலவில்லை. இதை நான் இந்தியாவில் வெளியிட விருப்பமா? அவளுடைய கேள்வியில் நான் மகிழ்ச்சியில் துள்ளிக்குதித்தேன். அந்த சூழ்நிலையில் உலகத்தில் உள்ள ஒவ்வொரு பதிப்பாளராலும் மறுக்கப்பட்டிருந்தேன்.

பிறகு ஹேமு என்னை வெஸ்ட்லேண்ட் தலைமை நிர்வாக அதிகாரி கௌதம் பத்மநாபனிடம் அறிமுகம் செய்து வைத்தார். (எனது தற்போதைய பதிப்பாளரும் இவர்தான்) இரண்டு வாரங்களுக்குபிறகு, நாங்கள் ஒரு ஒப்பந்தத்தில் கையெழுத்திட்டோம்.

இப்படித்தான் என்னுடைய முதல் நாவல் பதிப்பிக்கப் பட்டது. என்னுடைய அம்மா பதிப்புக் கம்பெனியில் உள்ள ஒருவரைத் தெரிந்து வைத்திருக்காவிட்டால், அந்த நபர் விவேக்கை அறிந்திருக்காவிட்டால், விவேக் எனக்கு ஈஸ்ட் வெஸ்ட் பெயர்கொண்ட பட்டியலைக் கொடுக்காதிருந்தால், ஈஸ்ட் வெஸ்ட் நிறுவனத்தோடு ஹேமு கூட்டு முயற்சியில்

இணையாமலிருந்தால், கௌதம் ஈஸ்ட் வெஸ்ட நிறுவனத்தில் பங்கெடுக்காதிருந்திருந்தால்... என்றெல்லாம் சிலவேளைகளில் நான் வியந்து போவதுண்டு. என்னுடைய போக்கு உங்களுக்குப் புரிகிறதா? நாம் கற்பனை செய்து பார்ப்பதற்கும் மேலாக, வாய்ப்புகள் இணைப்புத் தொடர் மூலம் வருகிறது என்பதும் ஒன்றுக்கொன்று அதிகமாகத் தொடர்பு கொண்டிருக்கிறது என்பதும் தெரியும்.

நமக்கு முறையாகவே பல இணைப்புத்தொடர்புகள் கிடைக்கின்றன: குடும்பம், பள்ளி நண்பர்கள், கல்லூரி பழைய மாணவர்கள், உடன் பணியாற்றுவோர். அதிர்ஷ்டமுள்ளவர்களைப் பற்றிக் குறிப்பிட வேண்டிய முக்கியமான அம்சம்: அவர்கள் தங்களுக்குள் தற்போது இருக்கும் இணைப்புகளை *வலுப்படுத்திக்* கொள்வது மட்டுமல்லாமல் புதியவற்றையும் கூட *வளர்த்துக்* கொள்கின்றார்கள்.

ஒருவருடைய தற்போதிருக்கும் இணைப்புத் தொடர்புகளை வலுப்படுத்திக் கொள்வது உறவுகளில் நாம் முதலீடு செய்வதைப் பொறுத்துள்ளது. ஒரு நண்பர் நம்மோடு ஒருவருக்கொருவர் அறிமுகம் செய்து கொள்ள விரும்பினால், நீங்கள் ஏற்றுக் கொள்கிறீர்களா? உடன் பணியாற்றுகிற ஒருவருக்கு ஒரு திட்டத்தில் உதவி தேவைப்பட்டால், நீங்கள் உதவி செய்கிறீர்களா? ஒரு உறவினரின் பிறந்தநாள் என்றால் அவர்களுக்கு வாழ்த்து தெரிவிக்க வேண்டும் என்று நினைவுப் படுத்திக் கொள்கிறீர்களா?

டாடா குழுமத்தின் தற்போதைய தலைவர் சைரஸ் மிஸ்ட்ரி கதீட்ரல் பள்ளியில் என்னுடைய வகுப்புத் தோழர். பள்ளியில் குறும்புத்தனம் மிக்க மாணவர்களில் ஒருவராக இருந்தார். ஆனால் ஆசிரியர்கள், மாணவர்கள் உள்ளிட்ட ஒவ்வொருவரும் அவரை விரும்பினார்கள். நாங்கள் உட்கார முயற்சிக்கும்போதே அந்த நாற்காலியைப் பிடித்து இழுத்துவிடுவார். ஆனால் உங்களிடம் இனிமையான புன்சிரிப்பைக் காட்டுவார். உங்களுக்கு உதவி செய்ய

விரைந்து முன்வருவார். சில ஆண்டுகளுக்கு முன் இருபத்தைந்தாவது ஆண்டு பழைய மாணவர்கள் ஒன்று கூடுவதற்கு ஏற்பாடு செய்து கொண்டாடினோம். கடைசி நேரத்தில் நிகழ்ச்சி நடத்த வேண்டிய இடம் கிடைக்காமல் போய்விட்டது. வழக்கம்போலவே, சைரஸ் உடனே மாற்று ஏற்பாடாகத் தன்னுடைய இல்லத்தையே விழா நடத்தக் கொடுத்தார். இந்த சிறிய பண்பு, இருக்கும் இணைப்புத் தொடர்பை வலுப்படுத்துவதற்கு மிகச்சரியான உதாரணமாகும்.

இணைப்புத் தொடர்பை வளர்ப்பதற்கான சாத்தியம் எளிதானது என்றாலும் முக்கியமானது. ஏனெனில் அது மனித உளவியலை உள்ளடக்கியதாகும்.

புதிய இணைப்புத் தொடர்பை வளர்ப்பது பெரும்பாலும் கலந்துரையாடலை ஊக்கப்படுத்து வதாகும். விமானத்தில் பக்கத்தில் ஒரு முன்பின் தெரியாதவர் அமர்ந்திருந்தால், நீங்களாகவே உங்களை அறிமுகப்படுத்திக் கொண்டு உரையாடத் தொடங்கு வீர்களா? நீங்கள் உங்கள் நண்பர் வீட்டுக்கு விருந்துக்கு அழைக்கப்பட்டிருந்தால், அங்கு உங்களுக்கு முன்பே தெரிந்தவர்களோடு மட்டும் பழகுவீர்களா? அல்லது புதிய மனிதர்களை நட்பாக்கிப் பழகுவீர்களா? சந்திப்புகள் தானாக வந்து வளர்வதே எப்போதும் வாய்ப்புகளை வெளிப்படுத்தும். என்னுடைய கருத்தைப் பின்வரும் கதை நிரூபித்துக் காட்டும்:

திலிப் குமார் 1966 ஆம் ஆண்டில் பிறந்தார். துரதிஷ்டவசமாக திலிப் ஒன்பது வயதாயிருக்கும்போதே அவரது தந்தை இறந்து விட்டார்.

இசையில் மிகுந்த நாட்டம் கொண்டிருந்த திலிப் பல்வேறு இசைக் குழுவினருடன் வாசித்து தன் குடும்பத்திற்கு உதவினார். தன்னுடைய படிப்பை முடித்த

பிறகு, அவர் விளம்பரத்துறையில் நுழைந்து விளம்பரப் படங்களுக்கு இசையமைக்கத் தொடங்கினார்.

அப்படி அவர் இசையமைத்தது லியோ காஃபி விளம்பரம். அதற்கு ஒரு விருது கிடைத்தது.

விளம்பரப் படத்தயாரிப்பாளர் சாரதா திரிலோக் கொடுத்த விருந்தில் புகழ்பெற்ற திரைப்பட இயக்குநர் மணிரத்னத்திடம் திலிப் அறிமுகம் செய்து வைக்கப்பட்டார். மணிரத்னம் சாரதாவின் உறவினர்.

சிலமாதங்களுக்குப் பிறகு, திலிப்பை சாரதா அழைத்து மணிரத்னம் அவரைச் சந்திக்க விரும்புவதாகக் கூறினார். மணிரத்னம் திலிப்பின் இசை அமைப்புப் பதிவுகளைக் கேட்டார். அவற்றால் மிகவும் கவரப்பட்டு, அவருக்கு ஒரு திரைப்பட வாய்ப்பை வழங்க முன்வந்தார். அதிலிருந்து திலிப் குமார் ஏ. ஆர். ரகுமான் என்று அழைக்கப்படலானார். அவருடைய முதல் படம் **ரோஜா.**

என்னுடைய தந்தை மகேந்திர சாங்கி முறையாக எப்போதும் விருந்துகள் கொடுத்தும், பல்வேறு வகை நிகழ்ச்சிகளில் கலந்து கொண்டும் மிகவும் சமூகச் சிந்தனையுள்ளவராக இருந்தார். அவருடைய அலுவலகத்திலும் அவர் நன்றி தெரிவிக்கும் செய்திகள், இரங்கல் செய்திகள், வாழ்த்துக் கடிதங்கள், பிறந்த நாள், மற்றும் ஆண்டு தினம் ஆகியவற்றிற்கு பாராட்டுகள் ஆகியவற்றையே எழுதுவதற்கு சொல்லிக்கொண்டிருப்பதை எப்போதும் பார்த்துள்ளேன். அவருடைய செயலாளர்கள் அவருடைய செயல்முறைத் திட்டத்தால் திணறிப் போவார்கள். பல ஆண்டுகளுக்குப்பிறகு, ஒரு வர்த்தகராக அவருடைய புகழைக்கொண்டு, அதன்மூலம் எனக்குத் தெரிந்த பல மனிதர்கள் இணைப்புத் தொடர்பை கொடுத்தது. அவருக்கு தெரியாதவர் என்று யாருமே இல்லை!

இணைப்புத் தொடர்புகள் வாய்ப்புகளை உருவாக்கு வதற்கு மட்டுமல்லாமல், பெரும்பாலும் அவற்றிற்கேற்பச் செயல்படுவதற்கும் முக்கியமானவையாக உள்ளன. இன்ஃபோஸிஸ் நிறுவனர் என். ஆர். நாராயணமூர்த்தியை நாம் இதற்கு உதாரணமாக் கொள்ளலாம்:

‘மூர்த்தி எப்போதும் எனக்குப் பணம் கொடுக்க வேண்டியவராகக் கடன் பட்டிருப்பார். நாங்கள் வழக்கமாக உணவருந்தச் செல்வோம். அவர், ‘என்னிடம் பணம் இல்லை. என்னுடைய பங்கையும் நீ கொடுத்துவிடு. பிறகு நான் திருப்பிக் கொடுக்கிறேன்’ என்று கூறுவார். மூன்று வருடங்கள் நான் மூர்த்தி எனக்குக் கொடுக்க வேண்டிய பணத்தைக்குறித்து வைத்தேன். அவர் ஒருபோதும் திருப்பித் தரவில்லை. எங்கள் திருமணத்திற்குப்பிறகு, நான் அதைக் கிழித்துப் போட்டு விட்டேன்’ என்று என். ஆர். நாராயணமூர்த்தியின் மனைவி சுதா மூர்த்தி கூறுகிறார்.

மூர்த்தி பாட்னி கம்ப்யூட்டர்ஸில் வேலை பாரத்தபோது 1978 ஆம் ஆண்டில் சுதாவைத் திருமணம் செய்து கொண்டார். மூன்று ஆண்டுகளுக்குபிறகு, அவர் தன்னோடு பணியாற்றும் ஆறுபேருடன் சேர்ந்து இன்ஃபோஸிஸ் நிறுவனத்தைத் தொடங்க முடிவெடுத்தார்.

மூர்த்தி கொள்கைத் திட்டம் வைத்திருந்தார். ஆனால் அவரிடம் முதலீடு செய்யப் பணம் இல்லை. அவருக்குத் தெரியாமலே சுதா சேர்த்து வைத்த தொகை பத்தாயிரம் ரூபாயை அவருக்குத் தேவைப்பட்டபோது தொடக்க முதலாக சுதா வழங்கினார்.

இன்ஃபோஸிஸ் தொடக்கத்தில் புனேயில் தொடங்கப் பட்டது. (கூட்டுக் கடனில் வாங்கப்பட்ட) சுதா மற்றும் மூர்த்தியின் இல்லம் கம்பெனியின் முதல் அலுவலகமாக இருந்தது.

மூர்த்தி இன்ஃபோஸிஸை நடத்திக்கொண்டிருக்கும் போது, சுதா வால்சந்த் குழுமத்தில் 'சிஸ்டம் அனலிஸ்ட்' டாகப் பணிபுரிந்து தன் குடும்பச் செலவுகளைக் கவனித்தார். உண்மையில், சுதா மூர்த்தி இல்லாமல் இன்ஃபோஸிஸ் ஒருபோதும் தொடங்கப்பட்டிருக்க முடியாது!

பத்திரிகையாளரும் எழுத்தாளருமான மேக்ஸ் குந்தர் இதனை அழகாகத்தொகுத்துரைக்கின்றார்: 'உங்கள் நட்பு வட்டாரத் தொடர்புகள் எவ்வளவுக்குப் பெரிதாக இருக்கிறதோ அந்த அளவுக்கு சாத்தியக்கூறுகள் உங்களுக்குச் சாதகமாக இருக்கும். எங்கோ ஒரு தொலைதூரத்தில் விதி என்ற இயந்திரம் உங்களுக்கான நல்ல அதிர்ஷ்டம் என்ற வெளிச்சக் கீற்றை தயாரித்துக் கொண்டிருப்பதை நீங்கள் அறிய முடியாது. மனித உறவுகளின் எந்த சிக்கலான வெளித்தொடர்புகள் ஆகிய வெளிச்சக்கீற்று உங்கள் திசைநோக்கி அனுப்பும் என்பதை நீங்கள் தெரிந்து கொள்ள முடியாது. ஆனால், வெற்றி கிட்டும் சாத்தியக்கூறு உங்கள் பெயரை எத்தனைபேர் தெரிந்து வைத்திருக்கிறார்கள் என்ற எண்ணிக்கையுடன் நேரடித் தொடர்பு கொண்டது.

2		உள்ளுணர்வு	உயர்ந்தெழு	✓
நடைமுறை ஒழுங்கு	✓	*அதிர்ஷ்ட நபர்கள் தங்கள் உள்ளுணர்வை அறிந்த அதனை மேம்படுத்துவார்கள்*	உணர்ந்து கொள்	✓
அணுகு முறை			செயல்படு	✓

நாம் எல்லோரும் நமக்குள்ளே இரண்டு குரல்கள் ஒலிப்பதைக் கேட்கிறோம். முதலாவது 'உள்ளுணர்வு' ஆகிய நம்முடைய 'உள்வழிகாட்டி' அது ஒருபோதும் சத்தமிடாது. ஆனால் மெல்லிய குரலில் கிசுகிசுக்கும். அது நாம் என்ன செய்துகொண்டிருக்கிறோம் என்பதையும், எது நமக்கு நன்மைதரும் என்பதையும் சொல்ல முயற்சிக்கிறது.

நம்முள்ளே இருக்கும் இரண்டாவது குரல் 'உள் விமர்சகர்'. அது மெல்லியதாகப் பேசாமல் சத்தமிடும். நம்மை நோக்கியும் மற்றவர்களை நோக்கியும் தொடர்ந்து அழிவுச் சிந்தனைகளை அனுப்பிக் கொண்டே இருக்கும். நாம் நமக்கு நலம் தரும் வகையில் செயலாற்றுவதை ஊக்குவிக்காது.

துரதிஷ்டவசமாக நாம் உள்ளுணர்வுக் குரலுக்குப் பதிலாக உள்விமர்சனக் குரலைக் கேட்பதோடு நிறுத்திக் கொள்கிறோம். உள்விமர்சனக்குரலை ஒதுக்கிவிட்டு, உள் உணர்வுக்குரலைக் கேட்பதற்கு ஒருவன் பயிற்சி கொள்வது, நமக்காக இருக்கும் வாய்ப்புகளை அறிந்து கொள்ள நமக்கு வழிசெய்யும்.

எப்போதும் ஒருவர் தனது உள்ளுணர்வுக்குரலைக் கேட்பதால் வாழ்க்கையைப் பாதுகாக்க முடியும். டாம் ஜஸ்டின் என்ற அமெரிக்கப் பயிற்சியாளர், பேச்சாளர் ஒருமுறை தன்னுடைய தனிப்பட்ட வாழ்வில் நிகழ்ந்ததை எடுத்துரைத்தார்.

நான் அடிக்கடி விமானத்தில் பயணம் செய்துகொண்டு இருந்தேன். சிலசமயங்கள் ஒரு மாதத்தில் மூன்று முதல் நான்கு தடவை லாஸ்ஏஞ்செல்ஸ் - சாண்டியாகோ இடையில் பயணம் செய்தேன். நான் காலை விமானத்தில் வழக்கமாக ஒரே விமானத்தில் திங்கட்கிழமைகளில் பயணம் செய்வேன். நான் காரில் செல்வதைவிட விமானத்தில் செல்வதை அதிகம் விரும்பினேன்.

ஒரு ஞாயிற்றுக்கிழமை, என்னுடைய அந்த நாள் முழுவதும் நண்பர்களோடு காலை உணவை மதிய உணவாக சேர்த்து உண்ணும் வகையில் இருப்பதற்கும், வாரங்களுக்கு அது முதல் தேதி என்ற நிலையிலும், நிறைய சிறுசிறு பணிகள் முடிக்கவேண்டியதாகவும் இருந்த போதிலும் நான் விரைவாக எழுந்து காரில் சாண்டியாகோ செல்ல வேண்டிய கட்டாயத்துக்கு ஆளானேன்.

அந்த திட்டத்தைப்பற்றி மனத்தளவில் விவாதித்தேன். குறிப்பாக என்னுடைய உணவை எந்த நாளில், எங்கே என்பதை முடிவெடுப்பது கடினமாக இருந்தது. நான் என்னுடைய நாள், தேதி, விமான முன்பதிவு ஆகிய அனைத்தையும் ரத்து செய்துவிட்டு சாண்டியாகோவுக்கு ஞாயிற்றக்கிழமை காரில் சென்றேன்.

அடுத்தநாள் காலை, என்னுடைய வழக்கமான விமானம் பசிஃபிக் செளத் வெஸ்ட் ஏர்லைன்ஸ் 182 நடுவானில் வெடித்துச்சிதறி விபத்துக்குள்ளானதில் விமானத்தில் பயணம் செய்தவர்களோடு தரையில் இருந்த சிலரையும் பலிவாங்கி விட்டது. இந்த செய்தியை தொலைக்காட்சியில் பார்த்ததும், அது எனக்கே நிகழ்ந்தது போல பதற்றமடைந்தேன்.

ஜஸ்டின் அந்த விமானத்தில் இல்லாதது நல்ல அதிர்ஷ்டமல்லவா? நிச்சயமாக. ஆனால், அவர் தன் உள்ளுணர்வுக்குரலைக் கவனித்ததால்தான் இந்த அதிர்ஷ்டம் ஏற்பட்டதல்லவா?

உள்ளுணர்வைக் கொண்டிருப்பது அறிக்கைகள், தகவல் பகுப்பாய்வு அல்லது பிற தொடர்புடைய செய்திகள் ஆகியவற்றை ஒதுக்கிவிடுவது என்று பொருள் அல்ல. ஒருவர் உள்வாங்கி இவை எல்லாவற்றின் மூலமும் *சிந்தித்துப்* பார்க்க வேண்டும். எனினும் நம்மில் பலர் எண்ணிப்பார்ப்பதைத் தாண்டிச் செல்லாததே பிரச்சனை. அதை *உணர்வதற்கு* நாம் நேரம் ஒதுக்குவதில்லை. உள்ளுணர்வோடு இருத்தல் என்பது சிந்தித்தல் மற்றும் *உணர்தல்* என்பதைப் பொறுத்ததே.

குறிப்பிடத்தக்க உலகப்புகழ்பெற்ற நிபுணரும் முன்னாள் பர்கர் கிங் தலைமை நிர்வாக அதிகாரியுமான ஜேம்ஸ் ஆடம்சன் ஒருமுறை ஒரு பேட்டியின்போது ஒரு செய்திக் குறிப்பை வெளியிட்டார்:

என் வேலையின் ஆரம்ப நாட்களில், நான் ஜிஏபி யில் வேலை செய்துகொண்டிருந்தபோது, தூரக்கிழக்கு

நாடுகளுக்கு சரக்குகள் வாங்குவதற்காகச் சென்றேன். இறக்குமதி ஜீன்ஸ்களைத் தேவைக்கு அதிகமாகவே வாங்கினேன்.

ஒரு பெரிய கதையை சுருக்கமாகச் சொல்வதென்றால், வந்த முப்பது நாட்களுக்குள்ளாகவே அவை விற்றுத் தீர்ந்து விட்டன. நான் நான்கு மாதங்களுக்குத் தேவையானவற்றை வாங்கி வந்ததாக நினைத்தேன்.

நான் வடிவமைப்பு அழகில் கவர்ந்து ஒரு நல்ல முடிவெடுத்து என் உள்ளுணர்வு கூறியபடி அதிகப் படியாகவே வாங்கினேன். என்னுடைய உள்ளுணர்வு எவ்வளவு தூரத்திற்கு நல்லது என்பது எனக்குத் தெரியாது.

ஹில்டன் ஹோட்டல்களின் புகழ்மிக்க நிறுவனர் கான்ரட் ஹில்டன் கூட ஹோட்டல் உரிமையாளராக தன்னுடைய மதிப்புறு வெற்றி பெரும்பாலும் அதிர்ஷ்டத்தின் வெளியீடுகளால்தான் ஏற்பட்டது என்று தெரிவிக்கிறார்:

நஷ்டத்தில் இயங்கிவந்த சிகாகோ ஹோட்டலை மூடி முத்திரையிட்ட உறைவழியாக நடந்த பேரத்தில் ஹில்டன் 1,65,000 டாலர் குறிப்பிட்டு மூடிய உறையைச் சமர்ப்பித்து விட்டார்.

அடுத்த நாள் காலை, அவ்வாறு செய்தது சரியல்ல என்று தோன்றியது. எனவே, தன் உள்ளுணர்வு கூறியபடி செயல்பட்டு, 1,80,000 டாலர் குறிப்பிட்ட வேறு ஒரு உறையைச் சமர்ப்பித்தார்.

உறையிலிருந்த பேரத்தொகையினை ஆராய்ந்து பார்த்தபோது, ஹில்டனுடையதே வெற்றி பெற்றது. அடுத்த அதிகப்படியான பேரத்தொகை எவ்வளவு தெரியுமா? 1,79,800 டாலர்.

அமெரிக்க கலந்துரையாடல் நிகழ்ச்சி நடத்துபவரும், நடிகரும், தயாரிப்பாளரும் மனிதநேயம் மிக்கவருமான ஓப்ரா வின்ஃப்ரே இதனை அழகாக எடுத்துக் கூறுகிறார்:

உங்கள் உள்ளுணர்வை நம்பக் கற்றுக்கொள்வதும், உங்களுக்குத் தேவையான மிகச்சிறந்ததை உள்ளுணர்வைப் பயன்படுத்தி அறிவதும் எந்த நிலையான வெற்றிக்கும் உச்சநிலையாகும். என்னுடைய வாழ்க்கை முழுவதும் என் உள்ளுணர்வு அறிவித்த சிறுசிறு விஷயங்களைக்கூட நான் நம்பினேன். நான் அதைக் கூர்ந்து கவனிக்காத நேரத்தில் மட்டுமே தவறு செய்துள்ளேன். இது ஒரு குரல் என்பதைவிட உண்மையில் அதிகமான உணர்வுதான் - உள்மனத்தின் அடித்தளத்தில் எழும் மெல்லிய ஒலியின் உணர்வுதான். எல்லா விலங்குகளுக்கும் இந்த உணர்வு உள்ளது. அதனை மறுத்து ஒதுக்கும் ஒரே ஜீவன் நாம் மட்டும்தான்.

இயற்கையான ஓட்டத்தில் உங்களுக்கு வெற்றிகள் கிட்டுவதற்காக உங்கள் உள்மனத்திற்கு எதிராக எத்தனை முறை செயல்பட்டிருக்கிறீர்கள்? இப்படிச் செய்வதில் நாம் எல்லோரும் பீடிக்கப்பட்டிருக்கிறோம். சிலவேளைகளில் அந்த ஓட்டத்தில் நம்முடைய இடத்தை இழக்கிறோம். ஆனால் நாம் எவ்வளவு அதிகமாக உள்ளுணர்வுக்கு ஆட்படுகிறோமோ அந்த அளவுக்கு நமக்கு நன்மை கிடைக்கும்.

என்னுடைய வாழ்வில் நிகழ்ச்சி நடத்தவும் முடித்து வைக்கவும் பால்டிமோர், சிகாகோ ஆகிய இடங்களுக்குச் சென்று நிகழ்த்திய சாதனைகளில் என்னுடைய உள்ளுணர்வை நம்பிச் செயல்பட்டேன். நான் சேகரிக்க முடிந்த செய்திகளையெல்லாம் சேகரித்து உள்வாங்கினேன். கிடைத்த முன்னிறுத்தல், யோசனைகள், அறிவுரைகள் ஆகியவற்றை நான் உற்றுக் கவனித்தேன். பிறகு என் உள்மனம் சொல்லியபடி, எது சரியெனப்படுகிறதோ அதன்படி உறுதியாக நடந்தேன்.

நான் நண்பர்களுக்கு அடிக்கடி சொல்வேன்: 'என்ன செய்வதென்று தெரியாதபோது எதுவும் செய்யாதீர்கள். அமைதியாக இருந்து உள்மனத்தின் ஒலியைக் கேளுங்கள். உங்கள் உள்மன வழிகாட்டி உங்களை சரியான திசைக்கு அழைத்துச் செல்லும்'

ஏ. எம். முர்ரே தன்னுடைய **பெஸ்ட் ஆஃப் லக்** என்ற கட்டுரையில், உள் உணர்வு என்பதை கண்டுபிடிக்காத அனுமானம், விருப்பமான எண்ணம் அல்லது பயம் ஆகியவற்றோடு குழப்பிக் கொள்ளக்கூடாது என்று கூறுகிறார். அடிக்கடி, ஒரு நல்ல உள்ளுணர்வு என்பது உங்கள் கவனத்தில் வரவில்லை என்றால்கூட உண்மைத்தகவல்கள், உங்கள் மனத்தால் நோக்கிய மற்றும் சிந்தித்துப்பார்த்த உண்மைகள் ஆகியவற்றின் முடிந்த முடிவை அடிப்படையாகக் கொண்டது. இந்த உதாரணத்தை எண்ணிப்பார்க்கலாம்:

யாராவது ஒருவர் என்னை தொலைப்பேசியில் அழைத்து 'ஹலோ?' என்று மட்டும் சொல்லும்போது, நான் உடனடியாக அவளுடைய குரலை புரிந்துகொண்டு பெயரைச் சொல்லி வாழ்த்து தெரிவிக்கிறேன். நான் அவளுடைய குரலை விவரிப்பதற்கு பலமணி நேரம் செலவிட முடியும். ஆனால் அது பயனற்றது. முடியாதது.

உண்மை என்னவென்றால் அந்த நபரைப்பற்றி பாலினம், பொதுவாக உரையாடப்பயன்படுத்தும் மொழி, வழக்கமாக வாழ்த்துக்கு பயன்படுத்தும் முறை, அதன் ஆழம், அலைவரிசை, ஒலி அளவு, குரலின் ஒலித்தன்மை, கூப்பிடுகின்ற நேரம், குறிப்பிட்ட சொல்லை உச்சரிக்கும் முறை. . போன்ற அந்த நபரைப்பற்றிய ஆயிரக்கணக்கான தகவல்கள் என்னுடைய மனத்தில் சேமிக்கப்பட்டிருக்கும்.

இந்த ஒவ்வொரு தனித்தனி அம்சங்களையும் மனத்தளவிலோ அல்லது வெளிப்படையாகவோ

ஆராயாமலேயே உடனடியாகவே யார் அழைக்கிறார் என்பதை நான் 'அறிகிறேன்'. நான் விரும்பினால்கூட, நான் அறிந்துகொள்வதற்குப் பயன்பட்ட தகவல் துளியைக்கூட என்னால் விவரிக்க இயலாது.

ஆனால் *உள்மனத்தளவில் அறியவில்லை* என்பது தெரியாது என்பது அல்ல!

இப்படி ஒரு நிகழ்வு நடக்கும்போது, அதைத்தான் நாம் உள்ளுணர்வு என்று அழைக்கிறோமா? இல்லை. ஆகையால் நாம் நம் வாழ்வில் அறியும் பிறவற்றை (அதே முறைகளை அடிப்படையாகக் கொண்டு இருப்பவை) ஏன் உள்ளுணர்வு என்று அழைக்கிறோம்? இதனை ஐன்ஸ்டீன் 'ஒரு புதிய யோசனை திடீரென்று வருகிறது, சொல்லப்போனால் உள்ளுணர்வு வழியாக, ஆனால் உள்ளுணர்வு என்பது முன்னரே உள்ள அறிவார்ந்த அனுபவத்தின் வெளிப்பாடுதான்' என்று சரியாகக் கூறினார்.

ஒருவர் தன்னுடைய உள்ளுணர்வைக் கவனிக்க வேண்டியதன் தேவையை இசையமைப்பாளர் உல்ஃப்கங் மொசாரத் வாழ்வில் நிகழ்ந்த ஒரு நிகழ்ச்சி மூலம் சிறப்பாகத் தொகுத்துக்கூறலாம்:

ஒரு இளம் இசைக்கலைஞர் மொசாரத்திடம், 'ஹெர் மொசாரத், நான் ஒரு இசைக்குழுவிற்கான பாடல் எழுத யோசனை கூறப்பட்டுள்ளேன். அதை எப்படி எழுதுவது என்பதைப்பற்றி தயவுசெய்து கூறமுடியுமா?' என்று கேட்டார்.

மொசாரத் ஒரு சிறிதுநேரம் சிந்தித்து விட்டு, 'குழுஇசைப்பாடல் எழுதுவதற்கு இன்னும் வயதாக வில்லை. ஏன் நீங்கள் சிறிய கதைப்பாடல் எழுதக்கூடாது?' என்று பொறுமையாக பதில் கூறினார்.

> 'நீங்கள் பத்து வயதாயிருக்கும்போதே குழுஇசைப் பாடல்கள் எழுதியுள்ளீர்கள்?' என்று அந்த இளைஞர் இங்கிதமின்றி வாதாடினார்.
>
> 'ஆமாம், சரிதான். ஆனால் நான் எப்படி எழுதுவதென்று கேட்கவில்லையே' என்று மொசாரத் பதிலளித்தார்.

நிச்சயமாக. மொசாரத் எப்படி என்று கேட்கவில்லை. ஏனென்றால் அவருடைய உள்ளுணர்வுக்குரல் எப்படி செய்வதென்று அவருக்குக் கூறியது. மொசாரத் அதனை வெளியில் கேட்டு உறுதி செய்வதற்கு பதிலாக முழுமையாக நம்புவதற்கு விருப்பமாயிருந்தார்.

மனிதர்களுக்கு ஐந்து உணர்வுகள் உள்ளன: பார்வை, நுகர்தல், சுவையறிதல், தொட்டு உணர்தல், கேட்டல். ஆனால் நாம் அனைவருமே ஆறாவது அறிவையும் பெற்றுள்ளோம். சிலர் இதனை பொது அறிவு என்று கூறுகிறார்கள். உள்ளுணர்வு என்று மற்றவர்கள் கூறுகிறார்கள். இது எல்லோரின் உள்ளும் இருக்கிறது. ஆனால் சிலரே அதனை கட்டுப்படுத்துவதில் வெற்றி பெற்றுள்ளார்கள்.

எனவே ஒருவர் உள்ளுணர்வை எப்படி மேம்படுத்துகிறார்? நல்லது, குழந்தை அடியெடுத்து வைப்பதுபோல் உள்ளுணர்வுக் குரலை நம்புவதற்கு கற்றுக்கொள்ளும் வழியைக் கண்டுணரவேண்டும். சின்னச்சின்ன முடிவுகளில் உங்கள் உள்ளுணர்வுக் குரலை சார்ந்திருக்கத் தொடங்குங்கள். பிறகு பெரிய விஷயங்களுக்கு முன்னேறுங்கள். எட்டு ஆண்டுகளிலேயே இந்தியாவின் சிறப்பான பத்து கம்பெனிகளைக் கையகப்படுத்திய இந்தியாவின் தொழில்மன்னர் ஆர். பி. கோயங்கா 'என்னுடைய உள்ளுணர்வுதான் எனக்கு ஒரே வழிகாட்டி' என்று தெளிவுபடுத்துகிறார்.

மிகப்பெரிய விஞ்ஞான மேதைகளில் ஒருவரான ஆல்பர்ட் ஐன்ஸ்டீன், ‘உள்ளுணர் மனம்தான் ஒருவருக்கு மிகப்பெரிய புனிதமான பரிசு. பகுத்தறியும் மனம் ஒரு பணிவுள்ள பணியாள். பணியாளை மதித்து பரிசினை மறந்து விட்ட ஒரு சமுதாயத்தை நாம் உருவாக்கி இருக்கிறோம்’ என்று கூறினார்.

3		பரிசோதனை *அதிர்ஷ்டசாலிகள் புதியவற்றை முயற்சிப்பதற்கு விருப்ப மாயிருக்கிறார்கள்*	உயர்ந்தெழு	✓
நடைமுறை ஒழுங்கு	✓		உணர்ந்துகொள்	
அணுகுமுறை			செயல்படு	

தொலைக்காட்சி நடிகை லூசில்லி பால் ஒருமுறை, ‘நான் செய்யாத செயல்களைவிட செய்த செயல்களுக்காக வருத்தப்படுவேன்’ என்று குறிப்பிட்டார். இது மிகவும் சிறப்பாக அதிர்ஷ்டசாலிகளின் நடைமுறையை எடுத்துக் கூறுகிறது. அவர்களின் ஒட்டுமொத்த விருப்பமானது வாழ்வில் வரக்கூடிய வாய்ப்புகளின் எண்ணிக்கையை அதிகப்படுத்துகிறது.

சத்யநாராயணா நாடெல்லா ஹைதராபாத்தில் ஒரு இந்திய ஆட்சிப்பணி அதிகாரியின் மகனாகப்பிறந்து தன்னுடைய அடிப்படைக்கல்வியை ஹைதராபாத் பப்ளிக் பள்ளி மற்றும் மணிபால் தொழில்நுட்பக் கலவி நிறுவனம் ஆகியவற்றில் பெற்றார். 2014 ஆம் ஆண்டு அவர் மைக்ரோசாஃப்ட் நிறுவனத் தலைமை நிர்வாகியாக அறிவிக்கப்பட்டார். மைக்ரோசாஃப்ட் ஊழியர் அனைவருக்கும் எழுதிய கடிதத்தில், ‘என்னை அறிந்தவர்கள் நான் என்னுடைய ஆரவத்தினாலும் படிப்பதில் கொண்டுள்ள தீராத தாகத்தாலும் இப்படி இருப்பதாகக் கூறுகிறார்கள். நான் படித்து முடிக்க முடிகிற அளவுக்குமேல் புத்தகங்கள் வாங்குகிறேன். நான் முடித்துவிட முடிகிற அளவுக்குமேல் இணையதள

அஷ்வின் சாங்கி 49

படிப்புகளில் சேர்கிறேன். புதிய விஷயங்களை நீங்கள் அறிந்து கொள்ளவில்லை என்றால், மிகப்பெரிய செயல்களையும் பயனுள்ளவற்றையும் செய்வதை நிறுத்துகிறீர்கள் என்பதை நான் அடிப்படையாக நம்புகிறேன்' என்று கூறினார்.

பேராசிரியர் ஒய்ஸ்மன் (முன்பே விவரிக்கப்பட்ட செய்தித்தாள் பரிசோதனை நடத்தியவர்) தன்னுடைய பயிற்சியாளர்களிடம் பேசினார். அவர்களில் பல அதிர்ஷ்டசாலிகளான தனிநபர்கள் தங்கள் வாழ்க்கை நடைமுறைகளில் பல்வேறுபட்ட புதுமைகளைப் புகுத்திச் செய்து உயர்ந்துள்ளார்கள்.

ஒய்ஸ்மன் பயிற்சியாளர்களில் ஒருவர் மனம் விரும்பி ஒவ்வொரு நாளும் கடைபிடிப்பதற்கென்று மாறுபட்ட வழியை மேற்கொண்டார். மற்றுமொருவர் (அவர் பங்கேற்கும் விருந்துகளில் ஒரே மாதிரியான நேயர்களை சந்தித்து உரையாற்றும் வழக்கமுடையவர்) தனக்குள்ளே ஒரு 'வண்ண விதிமுறையை' அமல்படுத்தினார். ஒரு குறிப்பிட்ட நிகழ்ச்சிக்குத் தம்மை சந்திக்க வருபவர்கள் ஒரு குறிப்பிட்ட வண்ண உடையணிந்து வரவேண்டுமென்று வலியுறுத்தினார். அது ஒரு நிகழ்ச்சிக்கு கருப்பாக இருக்கலாம். மற்றவற்றிற்கு வெள்ளை, நீலம், சிவப்பு என்று இருக்கும். இப்படி இல்லாமல் இருந்த நிகழ்ச்சி களைவிடவும் வண்ண உடையணிந்து செய்யப்படும் கலந்துரையாடல்கள் சிறப்பாக அமைந்திட வழிவகுத்தது.

தன்னுடைய தந்தை திருபாய் தன் குழந்தைகளுக்கு புதிய அனுபவங்கள், நடவடிக்கைகள் யோசனைகள் ஏற்படுவதற்காக தனியாக செலவுத்தொகை வைத்திருந்ததை தன்பள்ளிநாட்களை நினைவு கூர்ந்து முகேஷ் அம்பானி வெளிப்படுத்தினார்:

என்னுடைய தந்தை ஒருபோதும் எங்கள் பள்ளிக்கு வரவில்லை என்பதை நினைத்துப் பார்க்கிறேன்.

அதேநேரத்தில், எங்களுடைய பல்துறை ஒட்டுமொத்த முன்னேற்றத்திற்காக பல வியக்கத்தக்க விஷயங்களை செய்துவந்தார். இதை எண்ணிப்பாருங்கள். அறுபதுகளின் இடைக்காலத்தில், ஒரு ஆசிரியர் தேவையென்று செய்தித்தாளில் விளம்பரம் கொடுத்தார். ஆனால் அந்த ஆசிரியரின் பணி பள்ளிக்கல்வி சார்ந்தது இல்லையெனக் குறிப்பிட்டுச் சொல்லியிருந்தார். அவர் பொது அறிவைக் கற்பிக்க வேண்டும்.

அவர்பலரை நேர்காணல் செய்தார். அவர்களுக்குள் நியூ எரா பள்ளியில் பணியாற்றிவந்த மகேந்திரபாய் வ்யாஸ் என்பவரைத் தேர்ந்தெடுத்தார். மகேந்திரபாய் ஒவ்வொருநாள் மாலையிலும் வந்து எங்களோடு 6.30 அல்லது 7.00 மணிவரை இருப்பார். அவருடைய பணி எங்கள் ஒட்டுமொத்த எல்லாவகை முன்னேற்றம்தான். நாங்கள் ஹாக்கி, கால்பந்து மற்றும் பல்வேறுபட்ட விளையாட்டுகள் விளையாடினோம். விளையாட்டுப் போட்டிகளைப் பார்த்தோம். பஸ்ஸிலும் ரயிலிலும் பயணம் செய்து பம்பாயின் மாறுபட்ட பகுதிகளைக் கண்டு கொண்டோம். ஒவ்வொரு ஆண்டும் கிராமத்திற்குச் சென்று அங்கே 10 -15 நாட்கள் தங்கியிருந்தோம்.

இந்த அனுபவங்கள் எங்களுக்கு மிகவும் உதவிகரமாக இருந்தன. ஆனால் அந்த நேரத்தில் இப்படி நாங்கள் பலவற்றைக் கற்றுக்கொண்டிருக்கிறோம் என்பதை அறியவில்லை.

அலுப்பாய் இருக்கிறதே என்பதற்காக ரியல் எஸ்டேட் தொழில்புரியும் என்னுடைய நண்பர் கோல்ஃப் விளையாடத்தொடங்கினார். இரண்டொரு மாதங்களுக்குப்பிறகு அவர் வெளி நாட்டிலிருந்து வந்திருக்கும் ஒருவருடன் சேர்ந்து விளையாடிக் கொண்டிருந்தார். அவர் ஒரு பன்னாட்டு நிறுவனத்திற்காக அலுவலகத்திற்கு இடம் பார்த்துக் கொண்டிருந்தார். என்னுடைய நண்பர் கடந்த இரண்டு வாரத்திற்கு

முன்புதான் அந்த வணிகத்தை முடித்தார். ஒரு புதிய செயலைத் தொடங்குவதன் மூலமே புதிய ஒரு வாய்ப்புக்கு வழியேற்படுகிறது. இதனை ஹென்றி மார்டிஸ் என்ற வண்ணந்தீட்டுபவரின் வாழ்க்கைக் கதையிலிருந்து மிக எளிதாக நிரூபிக்கலாம்:

மார்ட்டிஸ் சட்டம் படிப்பதற்காக பாரிஸுக்குச் சென்றார். படித்துத் தகுதி பெற்றவுடன் லீ கேடியூ கேம்ப்ரெஸிஸில் நீதிமன்ற நிர்வாகியாகப் பணியாற்றிக் கொண்டிருந்தார்.

1889 ஆம் ஆண்டில் கடுமையான குடல்வால் நோயால் தாக்கப்பட்டு ஓய்வெடுக்க வேண்டியதாயிற்று. அதுவரை ஓவியம் தீட்டிப் பழக்கமில்லாதிருந்த அவரிடம், அதில் கவனம் செலுத்தட்டுமே என்று எண்ணி சில ஓவிய உபகரணங்களைக் கொண்டு வந்து அவருடைய தாய் கொடுத்தார்.

என்னுள்ளே 'ஒருவகை சொர்க்கத்தைக்' காணப் போகிறேன் என்பது அவளுக்குத் தெரிந்திருக்காது என்று பின்னர் தன்னுடைய அனுபவத்தை அவர் விரித்தார்.

தன்னுடைய தந்தையின் விருப்பத்தை முற்றிலும் ஏமாற்றமாக்கிவிட்டு அவர் ஒரு ஓவியராவதற்கு முடிவெடுத்தார்.

இந்தியாவின் மிக அதிக விற்பனை நூல்களின் நாவலாசிரியரான சேட்டன் பகத், ஒரு ஐ ஐ டி மற்றும் ஐ ஐ எம் பட்டம் பெற்றவர். ஹாங்காங்கில் பெரிக்ரைன் மற்றும் கோல்ட்மேன் சாச்ஸில் பணியாற்றிக் கொண்டிருக்கும்போது அவர் தன்னுடைய ***ஃபைவ் பாயின்ட் சம்ஒன்*** என்ற முதல் நூலை எழுதினார். அவர் தன்னுடைய முதல் நூலை எழுதாமலிருந்தால், அவரால் முடிந்த மில்லியன் கணக்கான நூல்களை விற்றிருக்க ஒருபோதும் முடியாது என்பதைக் கற்பனை செய்து பாருங்கள்.

ஏர் டெக்கான் விமான நிறுவனத்தைத் தொடங்கிய வரும் இந்திய குறைந்த செலவு விமானப் பயணத்தின் தந்தையுமான கேப்டன் கோபிநாத், தன்னுடைய வாழ்க்கை வரலாறான *சிம்ப்ளி ஃப்லை* என்பதில் இவ்வாறு எழுதுகிறார்:

பால் விற்பதற்காக நான் கால்நடை வளர்த்து, கோழி வளர்ப்பில் ஈடுபட்டு, பட்டு வளர்ப்பதில் ஈடுபட்டு, பிறகு மோட்டார் சைக்கிள் விற்பனையாளராகி, உடுப்பி ஹோட்டல் உரிமையாளராகி, பங்கு சந்தை முகவராகி, நீர்ப்பாசனக் கருவிகள் விற்பனையாளராகி, விவசாய ஆலோசகராக இருந்து, ஒரு அரசியல் வாதியாகி, இறுதியாக விமானப்போக்குவரத்து துறையில் நுழைந்தேன். போராடிக்கொண்டு, விழுந்து, எழுந்து மீண்டும் விழுந்து பிறகு எழுந்தபின் பறக்கத்தொடங்கினேன்.

விளைவாக, 'அதிர்ஷ்ட'சாலிகள் எப்படி அதிர்ஷ்ட சாலிகளாக இருக்கின்றனர் என்றால் புதியவற்றைச் செய்தும், புதியவர்களை சந்தித்தும், அல்லது புதிய இடங்களுக்குச் சென்றும் அதிக வாய்ப்புகளுக்குத் தங்களை ஆட்படுத்திக் கொள்வதால்தான். தங்கள் வசதியான இடங்களைவிட்டு வெளிவந்தும் வெளியே பணியாற்றுவதற்குத் தயாராக இருக்கிறார்கள். பின்வரும் இந்திய வர்த்தகக் கதை ஒருவரது புதியனவற்றில் ஏற்படுத்தும் முயற்சி எப்படி ஒருவருக்கு சாதகமாக அமையும் என்பதை விளக்குகிறது:

1894 ஆம் ஆண்டு சட்டப்பள்ளியை விட்டு புதிதாக வெளிவந்த ஒரு இளம் பார்ஸி வழக்கறிஞர், ஒரு கட்சிக்காரருக்கு ஒரு வழக்கில் வாதாடுவதற்காக சான்ஸிபார் சென்றார். துரதிஷ்டவசமாக அந்த வழக்கில் தன்னுடைய கட்சிக்காரருக்காக உண்மைகளைத்திரித்து

சொல்லவேண்டிய நிலை ஏற்பட்டது. அந்த இளைஞர் அவ்வாறு செய்வதற்கு விரும்பவில்லை. அவர் இந்தியாவிற்கு வந்து வக்கீல் தொழிலை விட்டுவிட்டார்.

இந்தியாவில் ஒரு மருந்துக்கடையில் மருந்தாளுநருக்கு உதவியாளராக வேலை பார்த்துக் கொண்டிருந்தபோது, மிகவும் சுற்றிக்கொண்டு கஷ்டமான வழிகளில் மருத்துவ சாதனங்கள் இங்கிலாந்திலிருந்து இறக்குமதி செய்யப்பட்டுவருவதைக் கவனித்தார்.

குடும்ப நண்பர் ஒருவரிடமிருந்து மூவாயிரம் ரூபாய் கடனாகப் பெற்று, அவர் சிறிய மருத்துவக்கத்தி, இடுக்கி, சிறு கைக்கருவி, கத்தரிக்கோல் மற்றும் பிற மருத்துவ கருவிகளை தயாரிக்கத் தொடங்கினார்.

துரதிஷ்டவசமாக 'மேட் இன் இங்க்லேண்ட்' என்று பொறிக்கப்பட்ட பொருள்களையே சந்தையில் வாங்கவிரும்பினர், இந்தியப் பொருள்களை அல்ல. அவர் இந்த வேலையை விட்டுவிடுவதற்கு நிர்பந்திக்கப்பட்டார். இருப்பினும, இந்த நிலையில் அவர் உலோகங்களுடனும் இயந்திரங்களுடனும் எப்படி வேலை செய்வது என்ற சூட்சுமத்தைப் புரிந்து கொண்டார்.

தனக்கு உதவி செய்தவர்களிடமே மீண்டும் சென்று மற்றுமொரு முறை கடன் பெற்றார். இந்த முறை அது பூட்டுகள் தயாரிப்பதற்காக.

அவருடைய பெயர் அர்தெஷிர் கோத்ரஜ். இதன்விளைவாக அவர் தோற்றுவித்த கம்பெனி கோத்ரஜ் - பாய்ஸி என்று அழைக்கப்படலாயிற்று. அது பாதுகாப்பு பெட்டகங்கள், வீட்டு உபயோகப்பொருள்கள், தட்டச்சுக் கருவிகள், அதுபோன்ற மற்ற உபயோகப்பொருள்கள் பலவற்றை தயாரிக்கத்தொடங்கியது.

வாட் ஐ விஷ் ஐ நியூ வென் ஐ வாஸ் 20 என்று நூலின் ஆசிரியர் டினா சீலிங் இப்படித் தொகுத்துக்

கூறுகிறார்: 'அதிர்ஷ்டசாலிகள் புதுமை வாய்ப்புகளுக்குத் தங்களை உட்படுத்துகிறார்கள். தங்கள் வழக்கமான அனுபவங்களைத் தாண்டி புதியவற்றை முயற்சிக்க விரும்புகிறார்கள். தங்களுக்குப் பழக்கமில்லாத பொருளில் அமைந்த நூல்களை எடுப்பதற்கும், குறைந்த புகழுடைய இடங்களுக்குப் பயணம் செல்வதற்கும், தங்களிடமிருந்து வேறுபட்டிருப்பவர்களோடு கலந்துரையாடுவதற்கும் ஆர்வம் காட்டுகிறார்கள்'

யூதர்கள், மார்வாடிகள், சிந்திகள், குஜராத்திகள் ஆகியோர் வெளி இடங்களுக்குச் சென்று வணிகத்தில் எப்படி வெற்றிபெற்று சரித்திரம் படைக்கிறார்கள் என்ற விவரத்தை சற்று பாருங்கள். தங்களுக்கு வசதிகள் இல்லாத இடங்களிலும் வேலைசெய்து வருமானத்தைக் கொண்டுவர முடியும் என்பதற்கான தெளிவான சான்று இது.

ஒரு ஆய்வுக்கான சான்றாக என்னுடைய சொந்த உதாரணத்தை எடுத்துக் கொள்ளலாம்:

என்னுடைய முப்பத்தைந்தாவது வயதில், என்னுடைய குடும்பத்திற்காக பல்வேறு வணிகங்களை இருபது ஆண்டுகளுக்குமேல் செய்தபின், என்னுடைய முதல் நாவலை எழுதத்தீர்மானித்தேன். அதுவரை இரண்டொரு பக்கங்களுக்குமேல் நான் எப்போதும் எழுதியதில்லை. நூறாயிரம் வார்த்தைகளை எழுதுவதற்கு தெரியாத்தனமாய் முயற்சித்துக் கொண்டிருந்தேன்.

குறிப்பாக என்னுடைய தந்தை நான் என்னுடைய வணிக அவதாரத்தை மாற்றிவிட்டு முழுநேர எழுத்தாளனாக மாறிவிடுவேனோ என்று வருத்தப்பட்டார். தன்னுடைய எம்பிஏ படித்தமகன் *கதர் குர்தா* அணிந்து கொண்டு குடும்ப வணிக அலுவலகத்தை விட்டு தோளில் ஒரு *சணல் ஜோல்னா* பையை மாட்டிக்கொண்டு தன்னுடைய விருப்பத்திற்காக இந்த உலகத்தையே துறந்து

வெளியேறத் தயாராக இருப்பதைப் பார்த்து பயங்கரமான கனவு கண்டதுபோல் ஒருவேளை நினைத்திருப்பார்.

இதைச் செய்வதற்கு நான் மிகமிகவும் உண்மையான நிலையில் இருந்தேன். பதிப்பாவதற்கு கிடைக்கும் வாய்ப்புகள் குறைவு, ராயல்டி வருமானத்தில் என்னுடைய வாழ்க்கையை நடத்துவது அநேகமாக இயலாது என்றே தோன்றியது. என்னுடைய வாழ்க்கைத்தேவைகளுக்கு வணிகத்தைத் தொடரவேண்டும் என்று தோன்றியது. எழுத்தாளர் லியோ ரோஸ்டன் கூறிய புகழ்பெற்ற முரண்வாசகத்தைக் குறிப்பிட்டார்: 'மகிழ்ச்சியை பணத்தால் வாங்க முடியாது. ஆனால் வறுமையையும் வாங்க முடியாது' வணிகத்திற்கும் எழுத்துக்குமிடையில் உள்ள இழுபறிப் போராட்டம் அல்லது செல்வத்திற்கும் வறுமைக்கும் இடையில் உள்ள போராட்டம் என்னுடைய எஞ்சிய வாழ்க்கை முழவதும் தொடர்ந்து துன்புறுத்தும்.

ஒருநாள் மாலையில் குடித்துக் கொண்டிருக்கும்போது, என்னுடைய நெருக்கமான நண்பர் சுனில் தலாலிடத்தில் என்னுடைய இக்கட்டான இந்த நிலையைப் பற்றிக் கலந்தாலோசித்தேன். சுனில் வெற்றிகரமாகத் தொடங்கி, வளர்த்து, பல பெரிய நிறுவனங்களை விற்றிருக்கும் வணிகர்.

என்னைப்பார்த்துக்கொண்டே, அவர் 'என்னுடைய வர்த்தக வாழ்வில் நான் ஒரு முக்கியமான பாடத்தைக் கற்றுக் கொண்டுள்ளேன்' என்றார்.

'என்ன?' என்று நான் கேட்டேன்.

'எலியின் ஓட்டப்பந்தயத்தில் வெற்றி பெற்றாலும் அது எலிதான் என்பதை நான் உணர்ந்து கொண்டேன். நீயும் வாழ்க்கை முழுவதும் ஒரு எலியாகவே இருந்துவிடப் போகிறாயா?'

அவருடைய அந்த வெளிப்பாடு என்னுள்ளே மிகுந்த தாக்கத்தை ஏற்படுத்தி மற்றுமொரு பார்வைக்கு இட்டுச்

சென்றது: சிலசமயங்களில் நாம் பந்தயத்தில் வெற்றி பெறுவதையே குறிக்கோளாகக் கொண்டிருக்கிறோம். நாம் தவறான ஒரு போட்டியில் பங்கேற்பதற்கும் வாய்ப்பிருக்கிறது. என்னுடைய நண்பரின் சிந்தனை என்னை எழுத்து முயற்சியில் தீவிரமாக ஈடுபடத் தொடங்கவேண்டும் என்பதை ஊக்கப்படுத்தியது.

ஆக்ஸ்ஃபோர்டில் படித்த என்னுடைய மாமா ஒருவர் ஒருமுறை அவருடைய வணிகப் பங்குதாரரிடம் கோபத்தில் 'அய்யா, நீங்கள் ஒரு பசுத்தோல் போர்த்திய புலி!' என்று கூறியதைக் கேட்டேன். என்னுள்ளே நான் பார்க்கும்போது, நானும் வணிகரின் போர்வையில் இருக்கும் ஒரு எழுத்தாளர் என்ற வேடதாரிதான் என்பதை உணர்ந்தேன். இந்த போர்வையிலிருந்து நான் சாதாரணமாக வெளிப்பட்டுவரவேண்டும். நான் ஓடிக்கொண்டிருக்கும் பந்தயத்தை மாற்ற வேண்டியது அவசியம்.

வெற்றிபெற்ற பந்தயமாற்ற முறை நன்மை விளைக்கிறது என்பதை நிரூபிக்க பல உதாரணங்கள் உள்ளன:

ஆப்பிள் கம்பெனி நிறுவனரான ஸ்டீவ் ஜோப்ஸ் கம்ப்யூட்டர்களோடு மட்டுமே தொடங்கினார். ஆனால் உலகத்தின் மிகுந்த வெற்றிகரமான அனிமேஷன் கம்பெனியான பிக்சர் என்பதைத் தொடர்ந்து உருவாக்கத் தொடங்கினார். பல ஆண்டுகள் கழித்து ஆப்பிள் கம்பெனிக்கு வந்தபோது, ஐ போட், ஐ ட்யூன்ஸ் இசை தொகுப்பு, ஐ ஃபோன், ஐ பேட் போன்றவற்றின் உருவாக்கத்தை மேற்பார்வையிட்டார். அவர் பணியாற்ற வேண்டிய எல்லைகளை வரையறுப்பதற்காக பொதுவாக ஒத்துக்கொள்ளப்பட்ட கம்ப்யூட்டர் ஹார்ட்வேர்களின் தயாரிப்பை அனுமதிக்கவில்லை. ஒரு உயிரோட்ட விளைவுக்காக அடிக்கடி தன்னுடைய பந்தயத்தை மாற்றினார்.

அமேசான் கம்பெனியைத் தொடங்கியவரான ஜெஃப் பெசோஸ் இணையதள வழி சில்லறை விற்பனையில் புத்தகங்கள் விற்பதில்தான் தொடங்கினார். ஆனால் பிறகு அமேசானை எல்லாவற்றிற்குமான இணையவிற்பனை வழியான பெரிய நிறுவனமாக ஆக்குவதற்காக பட்டப்படிப்பு படித்தார். அத்தோடு திருப்தி அடையாமல், தானே பதிப்புத் தளத்தோடு இணைந்த கிண்டில் என்பதை அறிமுகப் படுத்தினார். நிலைத்திருக்குமாறு பதிப்புத்துறையின் தன்மையை முழுவதுமாக மாற்றினார்.

விப்ரோ லிமிடெட்டின் தலைவரான அஸிம் ப்ரேம்ஜி ஹைட்ரஜன் ஊட்டப்பட்ட தாவர எண்ணெய் உற்பத்தி கம்பெனி ஒன்றை பாரம்பரியமாகப் பெற்றிருந்தார். பதின்மூன்று ஆண்டுகளுக்குப்பிறகு, கம்ப்யூட்டர் ஹார்ட்வேர் தயாரிப்புத் தொழிலுக்கு மாறி தன் பந்தயத்தை மாற்றினார். சில ஆண்டுகளுக்குப் பிறகு, ஹார்ட்வேரிலிருந்து சாஃப்ட்வேருக்கு மாறித் தன் பந்தயத்தை மீண்டும் ஒருமுறை மாற்றினார்.

ஜெர்ரி ராவ் என்று பிரபலமாக அழைக்கப்பட்ட ஜெய்தீர்த் ராவ் தன்னுடைய பாதையை 1998ல் மாற்றி எம்ஃபசிஸ் என்ற சாஃப்ட்வேர் கம்பெனியைத் தொடங்குவதற்கு முன், இருபது ஆண்டுகள் சிட்டிபேங்கில் பணியாற்றினார். 2000 ஆவது ஆண்டில் எம்ஃபசிஸ் உயர்நிலை பத்து இந்திய ஐடி\பி பி ஓ கம்பெனிகளில் ஒன்றாக உயர்ந்துவிட்டது. எட்டு ஆண்டுகளுக்குப் பிறகு, ஈடிஎஸ் நிறுவனம் எம்ஃபசிஸை ஏற்றுக்கொண்டது. இரண்டு ஆண்டுகளுக்குப் பிறகு, ஜெர்ரி மீண்டும் தன்னுடைய பந்தயத்தை மாற்றினார். அவர் குறைந்த விலை வீடு வழங்கும் முயற்சியில் மாற்றம் கொண்டுவர ஒரு கட்டுப்படியாகும் வீட்டு விற்பனைத் திட்டமான வேல்யூ அண்ட் பட்ஜெட் ஹௌசிங் கார்ப்பரேஷன் என்பதை நிறுவினார்.

பொதுவாக பில் தள்ளுபடி வழியாக வணிகத்திற்கு நிதிவழங்கும் ஒரு பஞ்சு வணிகர் குடும்பத்தில்

உதய் கோடக் பிறந்தார். குடும்பத்தின் வழக்கமான வணிகமுறையை உதய் எளிதாக ஏற்று நடத்தியிருக்கலாம். ஆனால் வணிகர் - கடன்பெறுபவர் என்று இருப்பதை விடவும், நிதிக்கடன் வழங்குபவர் என்றிருந்தால் என்ன என்று அவர் வியந்தார். இதுவே கோடக் மஹிந்த்ரா நிதிநிறுவனத்தின் தோற்றத்திற்கு இட்டுச் சென்று அதனைத் தொடர்ந்து கோடக் மஹிந்த்ரா வங்கி தோன்றியது.

ஜெயலலிதா (முன்னாள் தமிழ்நாடு முதலமைச்சர்), மறைந்த என். டி. ராமாராவ் (முன்னாள் ஆந்திரப்பிரதேச முதலமைச்சர்), மறைந்த சுனில் தத் (காங்கிரஸ் நாடாளுமன்ற உறுப்பினர்), மறைந்த எம்.ஜி.இராமச்சந்திரன் (மூன்று முறை தமிழ்நாடு முதலமைச்சராக இருந்தவர்), ஸ்ம்ருதி இராணி (தொலைக்காட்சி நடிகை மற்றும் அரசியல்வாதி) உள்ளிட்ட பல திரைப்பட நட்சத்திரங்கள் மற்றும் பல எண்ணில்லாதவர்கள் சினிமா மற்றும் பொழுதுபோக்கு துறையிலிருந்து அரசியலுக்குச் சென்று வெற்றிகரமாக இருந்துள்ளனர்.

நாம் நடத்திக்கொண்டிருக்கும் பந்தயத்தில் மாற்றத்தை ஏற்படுத்துவது என்ற சிறிய செயல் அடிக்கடி நல்ல முடிவுகளை ஏற்படுத்துகிறது. ஆனால் இதற்கு புதியவற்றை முயற்சித்துப் பார்ப்பதில் வெளிப்படையான தன்மையைப் பெற்றிருப்பது அவசியம். இன்றைய நிலையில், நான் வரலாறு மற்றும் புராண வியப்பூட்டும் நாவல்களை எழுதும் எழுத்தாளர் என்று புகழ்பெற்றிருக்கிறேன். இந்த புனைகதையல்லாத சுயமுன்னேற்ற நூலை எழுதுவதில் சவாலை எதிர்கொள்கிறேனா? பார்க்கப்போனால் இது என்னுடைய மைய வலிமை இல்லை என்பது சரியா?

தவறு! விளையாட்டை மாற்றிக் கொண்டிருப்பது உள்ளுறையாக இருப்பினும் நம்முடைய உள்ளத்தில் இருக்கும் வலிமைகளை ஊக்குவிக்க முடியும். இப்படியாக புதிய வாய்ப்புகள் வாழ்வில் வரும்போது

அவற்றைக்கையாள நம்மை நன்றாக திறன்ஊட்டி உயர்வாக்குகிறது. இந்தியாவில் உள்ள மதிப்புமிக்க ஆனால் உண்மையான கதையை பார்ப்போம்: .

அபாஸ் கங்குலி என்ற வங்காளத்தைச் சேர்ந்த இளைஞர் தன்னுடைய சகோதரரான நடிகருடன் தன்னுடைய அதிர்ஷ்டத்தை பம்பாய் திரைப்பட உலகில் முயற்சித்துப் பார்ப்பதற்காகச் சென்றார்.

தன்னுடைய சகோதரரின் தொடர்புகளால் உந்தப்பட்டு சில வேடங்களை திரைப்படங்களில் பெற முடிந்தது.

நான்கு ஆண்டுகளுக்குப் பிறகு, புகழ்பெற்ற இசையமைப்பாளர் ஒருவர் இவரைக் கவனித்து இவருடைய குரல் ஒரு புகழ்பெற்ற பாடகரின் குரல்போல் இருப்பதாகவும் அவர் ஏன் சினிமாவில் பின்னணி பாடுவதற்கு முயற்சிக்கக் கூடாது என்று யோசனை கூறினார்.

அபாஸ் கங்குலியின் திரைப்பட உலகப் பெயர் என்ன தெரியுமா? கிஷோர் குமார்.

மேக்ஸ் குந்தர் இப்படிக் கூறுகிறார்: 'எனக்குத் தெரிந்த மிகுந்த அதிர்ஷ்டசாலிகள் தங்கள் வாழ்க்கையை நேர்க்கோடுபோல் வாழவில்லை, ஆனால் வளைவுநெளிவுகளோடுதான் வாழ்ந்தார்கள். ஒரே நேர்க்கோட்டுப்பாதையில் இணைந்திருப்பது தவறானது. ஏதாவது ஒன்றை நன்மையானதாகக் கண்டால் அந்த பாதைக்குத் தாவிச்செல்லத் தயாராக நீங்கள் இருக்க வேண்டும்'

ஒரு நாடக ஒத்திகையின்போது சர் ஆர்தர் கோனன் டோயலுடன் நகைச்சுவையாகப் பேசிக் கொண்டிருக்கும்

போது, மெலிந்த, அளவில் எலும்பும் சதையுமான நடிகர் சார்லி ஒரு யோசனை சொன்னார். இருவருக்கும் வருகின்ற வருவாயை ஒன்றுகூட்டி அதில் ஆளுக்குப்பாதியாக எஞ்சிய வாழ்நாள் முழுவதும் எடுத்துக்கொள்ளலாம் என்றார்.

இந்த முன்வைப்பை எண்ணிச் சிரித்தாலும், சர் ஆர்தர் கோனன் டோயல் இதை மறுத்து விட்டார். புதியதான ஒன்றை முயற்சித்துப் பார்க்கும் இந்த ஒப்பந்தத்தை ஏற்றுக் கொண்டிருந்தால், விரைவிலேயே புகழ்பெறப்போகும் சார்லி சாப்ளினின் பங்குதாரராக தொடர்ந்து நன்மை அடைந்திருக்க முடியும்.

4		சவால்கள் *அதிர்ஷ்டசாலிகள் கணக்கீடுள்ள சவால்களை ஏற்று, இழப்புகளை தடுத்து, செய்த தவறுகளிலிருந்து கற்றுக் கொள்கிறார்கள்.*	உயர்ந் தெழு	
நடைமுறை ஒழுங்கு	✓		உணர்ந்து கொள்	✓
அணுகு முறை	✓		செயல்படு	✓

'ரேட்சட்' என்பது சக்கரம் பின்னோக்கிச் சுழலாமல் முன்னோக்கி மட்டுமே சுழல்வதற்காக உள்ள தடுக்கும் பற்சக்கரத்தடை என்று கூறப்படுகிறது. எளிமையாகச் சொல்வதெனில் இது ஒருதிசை நோக்கி மட்டுமே சுழலச்செய்யும். அந்த சக்கரம் செய்தவற்றைப் பாதுகாக்கும்.

அதிர்ஷ்டசாலிகள் இந்த ராட்சட் போலவே தங்கள் வாழ்க்கையை அமைத்துக் கொள்கிறார்கள். ஏதாவது சவாலை ஏற்றுக்கொள்வது இழப்புக்கோ அல்லது இலாபத்திற்கோ இட்டுச்செல்லக்கூடியது என்பதை அவர்கள் தெரிந்து வைத்திருக்கிறார்கள். ஆனால் இழப்பு ஏற்பட்டால், அவர்கள் தங்கள் தவறுகளை ஒத்துக் கொள்வதற்கு வெட்கபடுவதில்லை. இது தக்க நேரத்தில்

இழப்புகளைத் தவிர்க்க உதவுகிறது. ஒரு எதிர்மறை முறையை தடுப்பதற்கான சூழ்நிலையைக்கூட இது உருவாக்குகிறது.

வர்ஜினைத் தோற்றுவித்தவரான ரிச்சர்ட் ப்ரேன்சன் இவ்வாறு கூறுகிறார்:

'காலப்போக்கில், என்னுடன் பணியாற்றுகிறவர்களும் நானும் சவாலை ஏற்பதற்கு பெருமைப்படுவதைப் பழக்கப்படுத்திக்கொண்டோம். நிபுணர்கள் என்று அழைக்கப்படுபவர்கள் நாங்கள் செய்வது என்னவென்று நாங்கள் அறிவதில்லை என்று கூறியபிறகும் புதிய வணிகத்தை ஏற்பதற்கும் புதிய துறையை மற்றும் சவால்களை ஏற்பதற்கும் பயப்படவில்லை என்பதுதான் உண்மை'

ஆனால் எல்லா தோற்றத்தின்போது, நாங்கள் அதிக அளவு சவாலை நோக்கிய பொறுமை கொண்டிருந்தோம். எங்கள் நடவடிக்கைகள் எல்லாம் வேறு ஒரு கொள்கையிலிருந்து உந்துதல் பெற்றது: எப்போதும் கீழ்ப்பட்ட நிலையைப் பாதுகாத்துக்கொள்ள வேண்டும். இது எல்லா தொழில் முனைவோர்களுக்கும் அல்லது வணிகத்தில் ஈடுபடும் எவருக்கும் வழிகாட்டுதலாயிருக்கும் என்று நான் நினைக்கிறேன்.

உதாரணமாக, நாங்கள் துணிச்சலுடன் இசைத்துறை யிலிருந்து விமானப்போக்குவரத்துக்கு மாறும்போது நான் எனக்குள்ளே ஒரு நிபந்தனையை விதித்துக்கொண்டேன். போயிங்கோடு நாங்கள் ஒப்பந்தம் செய்துகொண்டபோது, எங்கள் இந்த வணிகத்தை மக்கள் விரும்பவில்லை என்றால் முதல் பன்னிரெண்டு மாத முடிவில் விமானங்களைத் திருப்பிக் கொடுத்து விடுவோம் என்ற நிபந்தனை விதித்திருந்தேன். அதன்பொருள் மக்கள் விரும்புகிறார்களா என்று பார்த்து, ஆனால் அவர்கள்

அப்படி விரும்பவில்லை என்றால் மற்ற எல்லாவற்றையும் அழித்துக்கொண்டு விடும் என்பதுதான்.

'தொழில் முனைவோர் சவாலை எதிர்கொண்டு ஏற்பவர்கள் அல்ல. அவர்கள் *கணக்கிட்டு* அதனை ஏற்பவர்கள்' என்று பாப்சன் கல்லூரியின் தொழில் முனைவுத் துறைபேராசிரியர் லியோனார்ட் கிரீன் கூறுகிறார். அவர்கள் சவாலை ஏற்றுக் கொண்டாலும் நிறுவனத்தை அதற்குப் பிணையாக்குவதில்லை. கணக்கிட்ட சவால்களை ஏற்பதில் தங்களுடைய திறமைகள் மற்றும் எல்லைகளை புரிந்து கொள்வதுதான் முக்கியமான பங்கு என்று புரிந்துகொள்கிறார்கள். உங்களிடம் முதல் இருக்கலாம், ஆனால் உங்களுடைய உடல்நிலை ஏற்றதாக இல்லாமல் இருக்கலாம். அடுத்த மூன்று ஆண்டுகளுக்கு உங்கள் கவனமான மேற்பார்வை இருபத்து நான்கு மணிநேரமும் தேவைப்படும் திட்டத்தை, அது வியக்கத்தக்க வாய்ப்புகளை வழங்கும் என்றபோதும் நீங்கள் நிறைவேற்றுவீர்களா?

மஹிந்த்ரா குழுமத்தின் தலைவர் சில தோல்வி கண்ட முயற்சிகள் அருகில் இருந்தாலும், தொடர்ந்து வணிகங்களை மதிப்பிட்டு, பாதுகாத்து வளர்த்து, அளந்து பார்க்கக்கூடிய ஒரு நிறுவனத்தை உருவாக்க முயற்சித்துக் கொண்டிருந்தார். 'அளவிட்டு சவால்களை ஏற்றுக் கொள்ளுதல் தொழில்முனைவர் உள்ளத்தின் அடித்தளத்தில் இருக்கிறது' என்று அவர்கூறுகிறார். 'என்தொழில் பணிகளில் மகிழ்ச்சியில்லாமல் இருந்த போதெல்லாம் நான் போதுமான அளவுக்கும் அளவீடு செய்தும் சவால்களை ஏற்காமல் இருந்துள்ளேன்'

மஹிந்த்ராவினால் சத்யம் வாங்கப்பட்டபோது அதே அணுகுமுறையை அது விளக்கியது. ஆனந்த் மஹிந்ராவும் சத்யலிங்க ராஜுவும் இந்திய வணிகவியல் கல்லூரியின்

இயக்குநர்கள். மஹிந்த்ரா இரண்டு சம்பந்தப்பட்ட தொழில்நுட்ப கம்பெனிகளையும் ஒன்றிணைக்கும் யோசனையை வெளியிட்டார். ஆனால் ராஜு ஒருபோதும் பின்வாங்கியதில்லை. இது ஒரு அதிர்ஷ்டமான ஒன்றாக அமைந்தது. ஏனென்றால் அத்தகைய ஒரு முடிவு மஹிந்த்ரா குழுமத்திற்கு மிகவும் அதிக செலவாக அமைந்த ஒன்றாக இருக்கலாம்.

சில ஆண்டுகளுக்குப்பின் 2009 ஆம் ஆண்டில், ராஜு கம்பெனியின் நிதிநிலைமைகளைச் சீர்செய்து வருவதாக பங்குச்சந்தைகளுக்குத் தெரிவித்தார். மற்றவர்கள் இதைக்கண்டு விரைவாக விலகியபோது, மஹிந்த்ரா இதனை நோக்கிச் செயல்படுவதை ஒரு வாய்ப்பாகக் கருதினார். அவர் சத்யத்தின் பன்னாட்டு வாடிக்கையாளர்களான மைக்ரோசாஃப்ட், எஸ் ஏ பி, ஜி ஈ போன்றவர்களிடம் பேசினார். அதன்காரணமாகக் கிடைத்த விளைவு சத்யத்தின் வாடிக்கையாளர்கள் அதன் சேவைகளில் திருப்தியடைந்திருப்பதாகத் தெரிவித்தனர்.

2012 - 13 ஆம் நிதியாண்டில், அதன்பிறகு முடிவெடுப்பது சுலபமானது. வினித் நாயக்கிடமிருந்து (டெக் மஹிந்த்ரா தலைமை செயல் அதிகாரி) அடுத்த சில ஆண்டுகளுக்கு சத்தியத்தின் பணிகளில் அர்ப்பணிப்போடு இருப்பதாக உறுதி பெற்றபின் மஹிந்த்ரா அதனை வாங்க முடிவெடுத்தார். எல் - டி யின் கடுமையான போட்டியை வெற்றி கொண்டார். மஹிந்த்ரா, சத்யம் ıகிந்த்ரா குழுமத்திற்கு ரூ 7,693 கோடிக்கு இலாபத்தொகையாக 1,164 கோடி வழங்கியது. இப்படியாக ஆனந்தின் முடிவு சரியான ஒன்றுதான் என்பதை எல்லா சந்தேகங்களையும் நீக்கிவிட்டு உண்மை என்று நிரூபித்தது.

இந்தியப் பங்குச் சந்தையின் வழிகாட்டியும் கணக்கிட்ட சவாலை ஏற்பதற்குச் சரியான உதாரணமானவருமான ராகேஷ் ஜுன்ஜுன்வாலா ஒருமுறை பேட்டியின்போது இப்படி வெளிப்படுத்தினார்:

என்னுடைய தந்தை பங்குச்சந்தையில் மிகுந்த ஆர்வம் உடையவராக இருந்தார். நான் சிறுவனாக இருந்தபோது, மாலை வேளைகளில் மதுவருந்திக்கொண்டே பங்குச் சந்தை பற்றிப் பேசிக் கொண்டிருப்பார்கள். இது எனக்குச் சுவாரசியமாகத் தோன்றியது. நான் பங்குச் சந்தையில் ஆர்வம் பெற்றேன். எனக்கு நானே கற்பித்துக் கொண்டேன்.

'என்னுடைய தந்தை என்னிடம் நான் விரும்பிய எதை வேண்டுமானாலும் செய்யலாம் என்றும் ஆனால் அதற்கான தொழில்திறமையைப் பெற்றுக்கொள்ள வேண்டும் என்றும் கூறினார். நான் மிகவும் சிறந்த மாணவனாகவே இருந்தேன். ஆகையால் சார்ட்டர்டு அக்கவுண்டன்ட் படிப்பில் சேர்ந்தேன். 1985 ஆம் ஆண்டு ஜனவரியில் நான் அதனை முடித்தேன்'

'அதன்பிறகு என் தந்தையிடம் நான் பங்குச் சந்தையில் ஈடுபட விரும்புவதாகத் தெரிவித்தேன். என்னுடைய தந்தை இதற்கு பதிலளிக்கும் விதமாக, அவரிடமோ அவரது நண்பர்களிடமோ பணம் எதுவும் பெறக்கூடாது என்றும் கூறினார். என்றாலும், அவர் என்னிடம் நான் மும்பையில் உள்ள வீட்டில் வசித்துக் கொள்ளலாம் என்றும், பங்குச்சந்தையில் சரியாக சம்பாதிக்கவில்லை என்றால் சார்ட்டர்டு அக்கவுண்டன்ட் தொழில்செய்து என் வாழ்க்கைக்கான பணத்தை நான் சம்பாதித்துக் கொள்ளவேண்டும் என்று கூறினார். இத்தகைய பாதுகாப்பு தான் என்னை வாழ்க்கையில் செயல்பட வைத்தது'

வேறுவகையில் சொல்வதென்றால், கீழ்நிலையான தன்மை பாதுகாக்கப்பட்டது. இதில் எல்லாம் தோற்றால் கூட, ஒருபின்னோட்ட திட்டம் இருந்தது. இந்த அறிவுதான் ஜுன்ஜுன்வாலாவை பங்குச்சந்தையை அவர் போக்கில் நடத்த அனுமதித்தது.

இந்தியாவின் உயர்நிலை டென்னிஸ் வீராங்கனையான சானியா மிர்சா ஒருமுறை இப்படிக் கூறினார்:‘பல்வேறு முறைகளை என் விளையாட்டில் நான் கையாள முடியும். ஆனால் நான் விளையாட்டில் வெற்றி பெறுவது அந்த வெற்றியாளர்களை வீழ்த்தும்போதுதான். எவ்வளவு கடினமாக முடியுமோ அவ்வளவு கடினமாக நான் பந்தை அடிக்கிறேன். நான் சவால்களை எதிர்கொள்வதில் மகிழ்கிறேன். எப்போதும் நீங்களும் அப்படி இருக்க வேண்டும் என்று விரும்புகிறேன்’

மிகச்சிறந்த எழுத்தாளரும் நாடக ஆசிரியருமான டி. எஸ். எலியட் ஒருமுறை இவ்வாறு கூறினார்: ‘சவால்களை ஏற்கக்கூடிவர்களால்தான் தங்களால் எவ்வளவு அதிகமாகச் செயல்பட முடியும் என்பதைத் தெரிந்து கொள்ள முடியும்.’ எலியட்டைப் பின்பற்றும் சிலர் சவால்களை எதிர்கொள்ள சுறுசுறுப்பாய் இருக்கிறார்கள். எதையும் பிரகாசமான வாய்ப்பாக எண்ணுகிறார்கள். சவால்களை ஏற்க விரும்பாதவர்கள் அதற்கு விருப்பம் இல்லாதவர்களாக இருக்கிறார்கள். இந்த இரண்டு பேருமே மிகவும் ஆபத்தானவர்கள்.

தன்னம்பிக்கைப் பேச்சாளரும் நூலாசிரியருமான சிவ் கேரா இவ்வாறு கூறுகிறார்: ‘பொறுப்புகளை ஏற்றுக்கொள்வது என்பது சவால்களை ஏற்றுக்கொள்வதும் பொறுப்பாளியாக ஆவதும் என்பதில் அடங்கியுள்ளது. அது சில சமயங்களில் வசதியற்றதாக இருக்கும். பெரும்பாலானவர்கள் வசதியான பகுதிகளிலேயே இருக்க விரும்புவார்கள். எந்த பொறுப்புகளையும் ஏற்றுக் கொள்ளாமல் நேர்மறைப் பகுதிகளில் மட்டும் வாழ்ந்து வருவார்கள். பொறுப்புகளை ஏற்றுக் கொள்வது கணக்கிடப்பட்ட - முட்டாள்தனமானதல்ல - சவால்களை ஏற்றுக்கொள்வதில் அடங்கியுள்ளது. எல்லா நன்மை தீமைகளை எடையிட்டுப்பார்த்து பிறகு மிகப்பொருத்தமான முடிவை அல்லது செயல்பாட்டை எடுப்பது என்பது இதன் பொருள்’

கணக்கிட்ட சவால்களை ஏற்றுக்கொள்வதுடன், எப்பொழுது இழப்புகளை குறைப்பது மற்றும் எப்போது விலகுவது என்பது அதிர்ஷ்டசாலிகளின் மற்றுமொரு வெளிப்படையான தன்மை ஆகும். *தி டிப் : எ லிட்டில் புக் தட் டீச்சஸ் வென் டு க்விட் (அன்ட் வென் டு ஸ்டிக்)* என்ற நூலில் அதன் நூலாசிரியர் சேத் கோடின் வெற்றியாளர்கள் விட்டுச் செல்வார்கள், விட்டுச் செல்பவர்கள் வெற்றி பெறுவார்கள் என்று கூறுகின்றார்.

ஒவ்வொரு புதிய திட்டம், வேலை, பொழுதுபோக்கு, அல்லது தொடக்கம் வியப்போடும் சிரிப்போடும் தொடங்குகிறது. அது தாழ்வான எல்லையைத் தொடும்வரை பின்னர் அதிகமான துன்பத்தையும் குறைவானசிரிப்பையும்கொடுப்பதற்குமுயல்கிறது. இந்த முயற்சி எடுக்கின்ற உழைப்புக்கு மதிப்புடையதுதானா என்று உங்களுக்குள் நீங்கள் கேட்டுக்கொள்வதை அடிக்கடி உணரலாம்.

கோடின் கூற்றின்படி, நீங்கள் இந்த இரண்டில் ஒன்றான நிலையில்தான் இருக்க முடியும்: *ஒரு குறைவு அல்லது கடைசி விளிம்பு*. குறைவு என்பதை தற்காலிகமான குறைவு என்றுகூறலாம். அதனை நீங்கள் முயன்று கொண்டே இருந்தால் வென்று விட முடியும். ஆனால் அது உண்மையில் கடைசி விளிம்பு என்றிருந்தால் அது ஒருபோதும் நீங்கள் எவ்வளவுதான் முயன்றாலும் சரியாக வராது. அதிர்ஷ்டசாலிகளை மற்றவர்களிடமிருந்து வேறுபடுத்தி வைத்திருப்பது எது? அவர்கள் குறைவு மற்றும் கடைசி விளிம்பு என்பவற்றை வேறுபடுத்திப் பார்க்கும் திறமையை வளர்த்துக் கொண்டுள்ளார்கள். அதிலிருந்து எப்படி கடைசி விளிம்பு நிலைவிட்டு விரைவாக விலகுவது என்பதை செயல்படுத்த அது உண்மையில் தோன்றும்போதே அதைப்பற்றி கவனம் கொண்டு ஊக்கம் பெற்று விடுகிறார்கள்.

வெற்றியாளர்கள் வேகமாக விலகுகிறார்கள், அடிக்கடி விலகுகிறார்கள். குற்ற உணர்வு இல்லாமலும் விலகுகிறார்கள். இதனை சரியான காரணத்திற்காக,

குறைவை சரியான முறையில் வெற்றிகொள்வதற்காக தங்களை கடமைப்படுத்திக் கொள்ளும் வரை செய்கிறார்கள். அவர்கள் அது குறைவு நிலைதான் கடைசி விளிம்பு நிலையல்ல என்று உணர்ந்த உடனேயே அதனை முறியடிக்க பேரார்வம் கொண்டு விடுகிறார்கள்.

இருப்பினும், பல்சக்கர விளைவானது கணக்கிட்ட சவால்களை ஏற்றுக்கொள்வதற்கு மட்டுமன்றி எதிர் காலத்தில் துரதிஷ்டத்தை வராமல் தடுக்கும் உறுதியான நடவடிக்கை எடுப்பதற்கும் பயனுள்ளதாக இருக்கிறது. நம்மில் பலர் அத்தகு முறைகளை 'தவறுகளிலிருந்து பாடம் கற்றுக் கொள்ளுதல்' என்று அழைக்கிறார்கள்.

தவறுகளிலிருந்து பாடம் கற்றுக் கொள்ளுதல் என்ற வழக்கமான எண்ணத்தில் உள்ள பிரச்சனை என்னவென்றால் நம்மில் பலர் நம்முடைய நடைமுறை ஒழுங்கு அல்லது அணுகுமுறையில் எந்த அம்சம் தவறு என்பதை புரிந்து கொள்வதற்குப் பதிலாக வெறுமனே ஒரு எதிர்மறை நிலையை உருவாக்கிக் கொள்கிறோம். லூவிஸ் கரோல் எழுதிய *அலைஸ் இன் வொன்டர் லேன்ட்* என்ற நூலைப் படித்தவர்கள் அலைஸ் மற்றும் மட் ஹட்டர் இருவரும் நடத்தும் உரையாடல் நான் குறிப்பிட விரும்புவதை எடுத்துக்காட்டும் என்பதை உணர்வார்கள்:

அலைஸ்: நான் எங்கிருந்து வந்தேனோ அங்கே, மக்கள் எதில் திறமை பெற்றிருக்கிறார்களோ அதனைச்செய்வதற்கு வசதியாக தாங்கள் திறமை பெற்றிராதவற்றைப் படிக்கிறார்கள்.

மட் ஹட்டர்: வொன்டர் லேண்டில் நாம் வட்டவடிவமாகத்தான் செல்கிறோம். ஆனால் எப்போதும் தொடங்கிய இடத்திலேயே முடிக்கிறோம். உங்களைப்பற்றி சொல்வதில் உங்களுக்கு தயக்கமில்லை அல்லவா?

அலைஸ்: நல்லது, பெரியவர்கள் நம்மிடம் நாம் எதைத் தவறாகச் செய்தோம் என்று கண்டுபிடிக்கச் சொல்கிறார்கள். அதை மறுபடி ஒருபோதும் செய்யாதீர்கள்.

மட் ஹட்டர்: அது வியப்பானது! எதையாவது ஒன்றைப்பற்றி அறியவேண்டுமென்றால், அதை நீங்கள் ஆய்ந்து பார்க்கவேண்டும். அதைப்பற்றி நன்கு அறிந்த கொள்ள வேண்டும். எதைப்பற்றியாவது நன்கு தெரிந்து கொண்டபிறகு அதை மீண்டும் செய்யாமலிருப்பது ஏன்?

உண்மையில் இது ஏன்? அதிர்ஷ்டசாலிகள் எப்படி குறைபாடு மற்றும் விளிம்புநிலை அழிவு என்பதற்கு மிடையில் உள்ள வேற்றுமையைப் புரிந்து கொண்டு எப்படி தங்கள் எதிர்காலத் தவறுகளை தடுக்கிறார்கள் என்பதைப்பற்றி விளக்குவதற்காக தற்போதைய வணிக உதாரணத்தைக் கூறுகிறேன்:

டாடா மோட்டார்ஸ் மேற்கு வங்காளத்தில் உள்ள சிங்குரில் ஒரு கார் உற்பத்திப்பிரிவைத் தொடங்க முடிவெடுத்தார்கள். மாநில அரசு 997 ஏக்கர் நிலத்தைக் கையகப்படுத்தி டாடா தொழிற்சாலை அங்கே கட்டுவதற்கு வழங்கியது. பின்னர் ஏற்பட்ட அந்தபகுதி மற்றும் அரசியல் எதிர்ப்பினால் இந்த திட்டம் ஊசலாட்டம் கண்டது.

அந்த பிரச்சனைகள் ஓயும்வரை அங்கே காத்திருப்பதா அல்லது மேற்கு வங்காளத்தை விட்டு வெளியேறுவதா என்று முடிவெடுக்க வேண்டிய நிலையில் ரத்தன் டாடா இருந்தார். சிங்குர் பிரச்சனை உண்மையில் குறைபாடா அழிவின் விளிம்பு நிலையா என்பதை அவர் முடிவெடுக்க வேண்டும்.

2008 ஆம் ஆண்டில் (அந்த பொழிற்சாலையிலிருந்து முதல் கார் வெளிவந்திருக்கவேண்டிய ஆண்டு) டாடா நிறுவனம் சிங்குர் விட்டு வெளியேறும் முடிவை அறிவித்தது. இப்படியாக அழிவின் விளிம்புநிலையை

சரிசெய்ய முடியாத இக்கட்டான நிலையை குறிப்பிட்டுக் காட்டியது. இதைத்தொடர்ந்து குஜராத் மாநில் சனந்தில் ஒரு புதிய தொழிற்சாலை தொடங்கப்போகும் அறிவிப்பை வெளியிட்டனர்.

மேற்கு வங்காளத்தில் எடுத்துக் கொண்ட 28 மாதங்களுக்குப் பதிலாக 14 மாதங்களில் குஜராத்தில் புதிய தொழிற்சாலை உருவானது.

மேற்கு வங்காளத்தில் டாடா நிறுவனம் தவறுகளிலிருந்து பாடம்கூடக் கற்றுக்கொண்டது. மேற்கு வங்காளத்தில், அரசு 1894 ஆம் ஆண்டு நில ஆர்ஜிதச் சட்டத்தைப் பயன்படுத்தி மிகவும் வளமான விளைநிலங்களை எடுத்து விட்டது. எனவே அந்த பகுதி மக்களின் எதிர்ப்பு புரிந்துகொள்ளக்கூடியதே. துரதிஷ்டவசமாக குஜராத்திலும் கூட ஆரம்பத்தில் சங்கடங்கள் இருந்தன.

குஜராத் தொழிற்சாலைக்கான முடிவு அறிவிக்கப்பட்ட வுடன் குஜராத் தொழில் வளர்ச்சிக் கழகம் ஆறு கிராமங்களைத் தொழிற்சாலைக்காக சனந்தில் எடுத்துக் கொள்ளப் போவதாக அறிவித்தது. அரசு இலவசமாக எடுத்துக்கொள்ளப் போவதாக எண்ணிய கிராம மக்கள் இதற்கு எதிர்ப்புத் தெரிவித்தார்கள். ஏறக்குறைய 3000 பேர் எதிர்ப்பு போராட்டம் நடத்தினர்.

சிங்குர் தவறை மீண்டும் செய்யாதிருக்க குஜராத் அரசு போராடுகின்ற மக்களைப் பேச்சுவார்த்தைக்கு அழைத்தது. அவர்களுடைய நிலங்களை இலவசமாக எடுத்துக்கொள்ளாமல் விலைக்கு எடுத்துக் கொள்ளப் போவதாக விளக்கியது. ஆர்ஜித விலை சந்தை மதிப்பை விட பலமடங்கு அதிகம் என்பதையும் அறிவித்தது.

எதிர்ப்பு விலகியது. எல்லா விவசாயிகளும் விருப்பத்தோடு அரசாங்கத்தின் நில ஆர்ஜிதத்திற்கு ஒத்துழைப்பு வழங்கினார்கள்.

மேற்கு வங்காளத்திலிருந்து விலகிவந்த டாடாவின் முடிவைப்பற்றி ஒருவர் கேள்வி எழுப்பலாம். ஆனால் இந்த கதை குறைவுநிலை மற்றும் விளிம்பு மூழ்குநிலை இவற்றுக்கிடையே உள்ள வேறுபாட்டை அறிந்து கொள்வதை முக்கியமாக வலியுறுத்துகிறது. டாடா மேற்கு வங்காளத்திலிருந்து வெளியேறாதிருந்தால், பின்னர் உடனடியாக குஜராத்தில் ஏற்பட்ட வெற்றி ஒருபோதும் நிகழ்ந்திருக்காது. அத்தோடுகூட, சிங்குர் நிகழ்வு நடந்திராவிட்டால், சனந்தில் நில ஆர்ஜிதத்தை இப்போது செய்ததுபோல இவ்வளவு திறமையாக்க் கையாண்டிருக்கமுடியாது.

சிங்குரில் டாடா கணக்கிட்ட சவாலை எடுத்துக் கொண்டார். பிறகு சிங்குரை விட்டு வெளியேறி வரக்கூடிய இழப்பைத் தவிர்த்தார். சிங்குரில் செய்த தவறுகளைக் கொண்டு சனந்தில் அதே தவறுகள் நிகழாவண்ணம் தடுத்தார்.

5		நேர்மறைத்தன்மை *அதிர்ஷ்டசாலிகள் நேர்மறை தன்மையுடன் இருக்கிறார்கள். எதையும் தாங்கும் உணர்வை ஏற்படுத்திப் பழக்கப்படுத்துகிறார்கள்*	உயர்ந்தெழு	✓
நடைமுறை ஒழுங்கு	✓		உணர்ந்து கொள்	
அணுகு முறை			செயல்படு	✓

ரோண்டா பைர்ன் எழுதிய *தி சீக்ரட்* மனித எண்ணங்களின் அளவற்ற வலிமையை வலியுறுத்திக் கூறுகிறது. ‘எண்ணங்கள் செயல்களாகின்றன’ என்ற கொள்கை தி சீக்ரட் கூறும் மையக்கருத்தாகும். ஏதாவது ஒன்றை நீங்கள் வலிமையான எண்ணத்துடன் நினைத்தீர் களானால் இந்த பிரபஞ்சம் அதை நடத்தி வைக்கிறது.

நம்முடைய மனங்கள் பிரபஞ்சத்திலிருந்து சக்தியைப் பெற்று வெளிவிடுகின்றன என்ற உடற்கூறு நம்பிக்கையை அடிப்படையாகக் கொண்டது. பைர்ன் மூளையை ஒரு ஒலிபரப்புக் கோபுரத்திற்கு ஒப்பிடுகிறார்.

ஒரே மாதிரிமுனைகள் எதிர்க்கின்ற ஒரு திட காந்தத்தைப் போலன்றி, உங்கள் மனம் ஒரே அலைவரிசைகொண்ட கதிர்களால் கவர்தல் விதியின்படி இழுக்கிறது. ஆகையால், நீங்கள் உங்கள் எண்ணங்களால் எந்தமாதிரியான சமிக்ஞையை பிரபஞ்சத்திற்கு அனுப்பினாலும் அதையே நீங்கள் திரும்பப் பெறுவீர்கள்.

அடிப்படை நிலையில், *தி சீக்ரட்* நூலிலிருந்து நான் எடுத்துக் கொண்டது வாழ்க்கையில் நேர்மறை எண்ணம் தேவை என்பதுதான். இந்த கருத்தை வலுப்படுத்தும் பல நிகழ்வுகள் உள்ளன:

பதினைந்து ஆண்டுகள் அளவுக்கு இந்திரா காந்தி இந்தியாவின் பிரதமராக இருந்தார். மிகவும் வசதிவாய்ப்புள்ள நிறைந்த தொடர்புகள் கொண்ட குடும்பத்தில் பிறந்திருந்தபோதும் அவரது தந்தை எப்போதும் பணக்குறைவை சந்தித்தே வாழ்ந்தார்.

அவருடைய தாய் உடல்நலனின்றி இருந்ததால் அவருடைய கல்வி பாதிக்கப்பட்டது. சுதந்திரப் போராட்டத்தின்போது அவருடைய பெற்றோர் பலமுறை சிறை சென்றனர்.

இந்திராகாந்தியின் அரசியல் கொள்கை எவரும் ஒத்துக் கொள்ளலாம் அல்லது ஒத்துக்கொள்ளாமலும் போகலாம். ஆனால் வாழ்க்கையின் பிரச்சனைகளை அவர் அணுகிய விதத்தில் இருந்த அவருடைய நேர்மறைச் சிந்தனையை எவருமே ஒதுக்கிவிட முடியாது.

அவரை ஒரு *பேசாத பொம்மையைப்*போல் தூக்கி எறிந்த காங்கிரஸ் கட்சிக்குள்ளிருந்த அதிகார மையங்களால் ஏற்பட்ட பிரச்சனைகளுக்கு தொடக்கத்தில், சவால்களை ஏற்க வேண்டி வந்தது. தொடந்து பின்னர் அவர் தன்னை காங்கிரஸ் கட்சியின் உட்கருவான மையம் என்று நிரூபித்து வெற்றிகொண்டார்.

அமெரிக்க நாடே இந்திய தலையீட்டை உறுதியாக எதிர்த்தபோதிலும் வங்கதேசப் போரில் அவர் தன்னுடைய பலத்தையும் மன உறுதியையும் காட்டினார்.

நெருக்கடிநிலை அறிவித்து அவர் எடுத்த முடிவு, பிறகு நடந்த பொதுத்தேர்தல்களில் கட்சிக்கு தோல்வியைக் கொடுத்தது. ஆனால் இரண்டொரு ஆண்டுகளில் மீண்டும் புத்துயிர்பெற்று புது சக்தியுடன் உயர்ந்து வந்தார். ஜனதா கட்சி தானே அழிந்துவிடும் என்பதை அவர் முன்கூட்டியே எதிர்பார்த்தார்.

இந்திராகாந்தி இப்படி நகைச்சுவையோடு கூறியதாக்த் தெரிகிறது: ‘நான் ஜோன் ஆஃப் ஆர்க்கைப்போல முற்றிலுமாக அழிக்கப்பட்டு விட்டேன்’

சாதாரண மனிதர்களாயிருந்தால் இதில் நசுங்கிப் போயிருப்பார்கள். ஆனால் அவர் அப்படி ஆகவில்லை. அதிர்ஷ்டம் ஒருமுறைதான் வந்து தட்டும், ஆனால் துரதிஷ்டம் பொறுமையோடு பலமுறை தட்டும் என்று கூறப்படுகிறது. நாம் நேர்மறை எண்ணத்துடன் பொறுமையாக இருந்தால் நம்முடைய வழியில் பிரபஞ்சமே அதிர்ஷ்டத்தை அனுப்பும்.

ஹயரிங் ஃபார் *ஆட்டிடியூட்* நூலின் ஆசிரியரான மார்க் மர்ஃபி 20,000 புதிதாக வேலைக்கு அமர்த்தப்பட்ட ஊழியர்களை உள்ளடக்கிய ஒரு ஆராய்ச்சித் திட்டத்தை மேற்கொண்டார். அவர்களில் நாற்பத்தெட்டு சதவீதத்தினர் பதினெட்டு மாதங்களுக்குள்ளாகவே தோல்வியடைந்தனர். ஆனால் இந்த தோல்வி சதவீதத்தை விட மிகவும் ஆச்சரியப்படத்தக்கது தோல்வி யடைந்தவர்களில் எண்பத்தொன்பது சதவீதத்தினர் நடைமுறை ஒழுங்கு குறித்தவற்றால் தோல்வியடைந் துள்ளனர் என்ற உண்மைதான். திறமையின்மையால் தோல்வியடைந்தவர்கள் பதினோறு சதவீதத்தினர் மட்டுமே! நேர்மறை நடவடிக்கை எவ்வளவு முக்கியம் என்பதை கற்பனை செய்து பாருங்கள்.

அஷ்வின் சாங்கி

நேர்மறை நடவடிக்கை ஒழுங்கினை ஏற்பதற்கு அடிக்கடி நாம் எதிர்மறை நடவடிக்கை கொண்டவர்களோடு தொடர்பு வைத்துக் கொள்வதை நிறுத்திவிட வேண்டும். பலியானவர்களாக ஆவதை நிரம்ப செய்பவர்களின் உருவாக்கத்தை செய்பவர்கள் இருக்கிறார்கள். உண்மையில், அவர்கள் பெரும்பாலும் தோல்வியையே பெறுகிறார்கள். காரணம் என்னவென்றால் அவர்களுடைய தற்போதைய தோல்விகளை எண்ணியே அவர்கள் புலம்பிக் கொண்டிருக்கிறார்கள். ஒருவர் எவ்வளவு சீக்கிரத்தில் எதிர்மறை கொண்டவரின் தொடர்பை விட்டு விலகி வருகிறாரோ அவ்வளவுக்கு ஒருவருடைய நேர்மறைத்தன்மை சிறப்பாகிறது.

நேர்மறை நடவடிக்கை என்பதை தொடர்ந்து பின்பற்றவில்லையானால் அதனால் பயனில்லை என்பதை மனதிற்கொள்ளவேண்டும். மின்சார பல்பைக் கண்டு பிடித்தவரான தாமஸ் ஆல்வா எடிசன் 'நான் தோல்வி அடையவில்லை. செயல்படாதவை எவை என்பதனை அறிய பத்தாயிரம் வழிகளைக் கண்டேன்' என்று கூறியதாக அறியப்படுகிறது. நல்ல அதிர்ஷ்டத்தைக் கவர்வதற்கு தொடர்ந்து முயலுதல் என்பதுதான் முக்கியமான அம்சம் என்பதை இப்படியாக பார்க்கிறோம்.

இந்திய வர்த்தக உலகில், எப்போதும் மரியாதை யோடு அமைதியாகக் குறிப்பிடப்படும் பெயர்கள் என்று இருவருடைய பெயர்கள் எப்போதும் குறிப்பிடப் படுகின்றன. அவர்கள்தான் டாடாவும் பிர்லாவும் ஆவர். ஆனால் நாம் சிந்தித்துப் பார்ப்பதற்கு அவர்களைப்பற்றிச் சில செய்திகள் உள்ளன:

மும்பையில் தாஜ்மகால் ஹோட்டல் கட்டப்பட்டதில் முன்னோடியாகவும் இந்தியாவுக்காக இரும்பு ஆலையையும் நீர்மின் திட்டத்தையும் முன்னோக்கி

உருவாக்கிய வருமாக ஜாம் செட்ஜி டாடா இன்று கருதப்படுகிறார். ஆனால் 1863 ஆம் ஆண்டில் ஒரு இந்திய வங்கியை இங்கிலாந்தில் தொடங்க முயற்சி செய்து ஒரு டாடா கம்பெனியை அமைத்து அதை திவாலாகும் நிலைக்குச் சென்றதை சிலர் நினைவில் கொண்டிருக்கிறார்கள். அவருடைய நேர்மையும் உறுதிப்பாடும் இங்கிலாந்தில் அவருக்குப் பல நண்பர்களை உருவாக்கியிருந்தது. அவர்கள் அவரை ஒரு குறிப்பிட்ட சம்பளத்தில் அதிகாரம் பெற்ற சொத்து கணக்கீட்டாளராக (லிக்யூடேடர்) நியமிப்பதில் மகிழ்ச்சியடைந்தனர். இந்த வருவாய்தான் அவருக்கு வாழ்வாதாரமாக அமைந்தது. அதிர்ஷ்டவசமாக, தொடர்ந்து ஏற்பட்ட அபிசீனியப் போர் இந்திய பருத்திக்குத் தேவையை அதிகப்படுத்தியது. ஜாம்செட்ஜி சின்ச்போக்லியில் ஒரு நலிவுற்ற ஆலையை ஏற்று நடத்தத் தொடங்கி டாடாவின் அதிர்ஷ்டத்தில் ஒரு திருப்பு முனையை உருவாக்கினார்.

இதேபோலவே, கன்சியாம்தாஸ் பிர்லாவும் கூட 1919 ஆம் ஆண்டில் ஒரு மிகப்பெரிய துன்பத்தில் ஆழ்ந்திருந்தார். ஒரு சணல் தொழிற்சாலைத் தொடங்குவதில் தன்னுடைய குடும்பத்தினரோடும் ஆங்கில அதிகாரிகளோடும் அவர் போராடினார். அவர் கொடுத்திருந்த இயந்திரங்களுக்கான உத்தரவு செயல்படுவதற்குமுன் முதலாம் உலகப்போர் ஆரம்பித்துவிட்டது. ஒவ்வொரு தறிக்கும் ஆறாயிரம் ரூபாய் செலவிட முடியுமென்று திட்டமிட்டார். உலகப்போரின் விளைவாக, ஏறக்குறைய மூன்று மடங்கு அதிகரித்து ஒரு தறியின் விலை பதினாறு ஆயிரம் ரூபாய்க்கு உயர்ந்து விட்டது. இருப்பினும் அவர் அதை முன்னெடுத்துத் தொடங்கினார். அதன்பிறகு ஏற்பட்ட பிர்லாவின் அதிர்ஷ்டம் சரியாகப் பதிவாகியிருக்கிறது.

டாடா, பிர்லா இருவரின் கதைகளுமே நேர்மறை எண்ணத்துக்கும் அதனைத் தொடர்ந்து கடைப் பிடிப்பதற்கும் மிகச்சரியான உதாரணங்களாகும்.

மன்ஹாட்டன் தீவை ப்ருக்ளினுடன் இணைக்கும் ப்ரூக்ளின் பாலம் அமைப்பது வழக்கமாக ஒரு துரதிஷ்டக் கதையாகக் கருதப்படுகிறது. ஏனென்றால் அங்கு செய்தவை ஒவ்வொன்றும் தவறாகப்போய் முடிந்தது. நீங்களே இதனை அதிர்ஷ்டமா அல்லது துரதிஷ்டமா என்பதைத் தீர்மானிக்க முடியும்.

1863 ஆம் ஆண்டில், ஜோன் ரோயப்ளிங் என்ற பொறியாளர் மன்ஹாட்டனை ப்ரூக்ளினுடன் இணைக்கும் பாலத்தை அமைப்பது இயலும் என்று நினைத்தார். உலகம் முழுவதிலுமுள்ள பாலம் கட்டுபவர்கள், அவரிடம் இதைக் கட்டுவது இயலாது என்று கூறினார்கள்.

ரோயப்ளிங் தன்னுடைய மகனும் பொறியாளருமான வாஷிங்டனை சமாதானம் செய்தார். மகன் தந்தை கூட்டில் அதற்கான வடிவமைப்பை உருவாக்கி கட்டுமான முறைகளை தயாரித்தார்கள். விரைவில், ஒரு தொழிலாளர்குழு பால வேலைகளைத் தொடங்கியது.

கட்டுமானப் பணிகள் முன்னேற்றத்தில் சில மாதங்களே இருந்த நிலையில் பணியிடத்தில் ஒரு மோசமான விபத்து ஒன்று நிகழ அதில் ஜோன் ரோயப்ளிங் இறந்துவிட நேர்ந்தது. மிகவும் அதிகமாக காயமுற்ற வாஷிங்டன், மூளை பாதிப்பினால் நடக்க முடியாமலும் பேச முடியாமலும் பக்கவாதத்தில் விழுந்துவிட்டார்.

தந்தையும் மகனும் மட்டுமே பாலத்தின் வடிவமைப்பு, செயல்திட்டம் ஆகியவற்றைத் தெரிந்தவர்கள் என்பதால், இந்த திட்டம் முடக்கப்பட்டுவிடுமென்று கருதப்பட்டது.

இருப்பினும் வாஷிங்டன் இதனை நிறைவுசெய்துவிட வேண்டுமென்று விரும்பினார். மருத்துவ மனையில் படுக்கையில் கிடந்தபோது அவருக்கு ஒரு யோசனை தோன்றியது. அவரால் முடிந்ததெல்லாம் அவருடைய

ஒரே ஒரு விரலை மட்டும் அசைக்க முடிந்ததுதான். ஆகையால் அவர் தன் அசைக்கமுடிந்த ஒரே விரலால் மனைவியின் கையைத்தொட்டு மெல்லத்தட்டித்தட்டி அவளுடன் தன்கருத்தைப் பகிர்ந்து கொண்டார்.

முடிக்கவே முடியாது என்று நினைக்கப்பட்ட பாலம் கட்டி முடிக்கப்படும் வரை பதின்மூன்று ஆண்டுகள் இப்படியே தட்டித் தட்டியே தன் கருத்தை வெளிப்படுத்தினார். இதுதான் தொடர்முயற்சியின் சக்தி.

தொடர்ந்த முயற்சி எப்படி அதிர்ஷ்டத்தைக் கொண்டு வருகிறது என்பதை யாராவது ஒருவர் உண்மையிலேயே விரும்பினால், ஒரு அமெரிக்க அரசியல்வாதியின் வாழ்க்கையில் நடந்த முக்கிய நிகழ்வுகளின் பட்டியல் இதோ.

1831 - அவரது வேலை இழப்பு

1832 - இல்லியனாஸ் மாநில சட்டசபைக்கு நடந்த தேர்தலில் தோற்கடிக்கப்பட்டார்

1833 - வணிகத்தில் தோல்வி கண்டார்

1835 - மனைவி இறந்தார்

1836 - நரம்புத் தளர்ச்சியில் துன்புற்றார்

1838 - இல்லியனாஸ் சட்டசபை சபாநாயகர் தேர்தலில் தோற்கடிக்கப்பட்டார்

1843 - அமெரிக்க காங்கிரஸுக்கு நியமனத்தேர்தலில் தோற்கடிக்கப்பட்டார்

1848 - மறுநியமனத்திலும் இழந்தார்

1849 - நல அதிகாரி பதவிக்கு மறுக்கப்பட்டார்

1854 - அமெரிக்க செனட் தேர்தலில் தோற்கடிக்கப்பட்டார்

1856 - துணை ஜனாதிபதி நியமனத் தேர்தலில் தோற்கடிக்கப்பட்டார்

1858 - மறுபடியும் அமெரிக்க செனட்டர் தேர்தலில் தோற்கடிக்கப்பட்டார்

1860 -அமெரிக்க ஜனாதிபதியாகத் தேர்ந்தெடுக்கப் பட்டார்

இது அமெரிக்க நாட்டின் பதினாறாவது ஜனாதிபதியான ஆப்ரஹாம் லிங்கனின் கதை.

இந்த கருத்து உங்களுக்குப் புரிகிறதா? நம்முடைய மிகப்பெரிய பலவீனம், நாம் எதனையும் இடையில் விட்டுவிடுவதுதான் என்று தாமஸ் ஆல்வா எடிசன் சரியாகச் சொல்லியுள்ளார். ‘ஒரு முயற்சியை விட்டுவிடும்போது வெற்றிக்கு எவ்வளவு மிக அருகில் நாம் இருக்கிறோம் என்பதை உணராததே பலரது வாழ்க்கையின் தோல்விகளுக்குக்காரணமாகிறது. வெற்றிக்கு மிக நிச்சயமான உறுதியான வழி எப்போதும் இன்னும் ஒரேஒருமுறை முயற்சிக்க வேண்டும் என்பதுதான்’ என்று எடிசன் கூறினார். உண்மை நிகழ்வில், நல்ல அதிர்ஷ்டம் என்பது மற்றவர்கள் விட்டுவிடுவதற்கு சற்று அருகில் நிலைகொண்டிருக்கிறது என்று தெரிகிறது.

நம்முடைய காலத்தில் அதிக விற்பனை நூல்களின் ஆசிரியர்கள் சிறந்த எழுத்தாளர்கள் என்று கூறத்தேவையில்லை என்பது எப்போதும் என்னுடைய கருத்தாக உள்ளது. அவர்கள் மற்ற எழுத்தாளர்கள் (ஒருவேளை மிகமிக அதிகமான திறமையுள்ள) விட்டுவிட்ட நிலையிலும் இவர்கள் விடாப்பிடியாக தொடர்ந்து எழுதிக்கொண்டிருக்கிறார்கள்.

ஒரு நாணயத்தை சுண்டிவிடும்போது பூ மற்றும் தலை விழுவதற்கான வாய்ப்புகள் 50 : 50 என்பதை

நாம் எல்லோரும் அறிவோம். இது ஒரு கொள்கை மாதிரிதான். ஆனால் நடைமுறையில், ஒரு ஆயிரம் முறை சுண்டிவிடும் ஒருவர் நூறுமுறை சுண்டும் ஒருவரைக் காட்டிலும் அதிகமாகத் தலை (பூவும்) விழுவதைக் காணலாம். ஜார்ஜ் பெர்னாட்ஷா மிகவும் புத்திக்கூர்மையுடன், 'நான் இளமையாயிருக்கும்போது, நான் செய்யும் பத்து செயல்களில் ஒன்பது தோல்வியில் முடிவதைக் கண்டேன். எனவே நான் பத்துமுறை கூடுதலாக வேலை செய்தேன்' என்று கூறினார்.

2013 ஆம் ஆண்டில் கொல்கத்தாவில் உள்ள ஒரு கல்லூரிக்கு சொற்பொழிவாற்றுவதற்காக அழைக்கப்பட்டிருந்தேன். அந்த நிகழ்ச்சி முடிந்தபிறகு, டாக்ஸி ஓட்டுநரிடம் நகரிலுள்ள சில ஆர்வம்தரும் இடங்களைக் காட்டுமாறு கேட்டேன். அவர் ஸ்ரீதர் ராய் சாலையிலுள்ள போண்டல்கேட் பகுதிக்கு அழைத்துச் சென்றார்.

'அய்யா உள்ளே ஒரு சிறப்புமிக்க கோவில் இருக்கிறது' என்று கூறி ஒரு சாதாரணக் கட்டிடத்தின் விசேஷமில்லாத ஒரு வாயிலைக் காட்டிக் கூறினார். உள்ளே நுழைந்ததும் ஒரு சாதாரண அறையில் ஒரு பெரிய பச்சை இருக்கையில் பாலிவுட் சூப்பர் ஸ்டார் நடிகர் அமிதாப் பச்சனின் உருவம் சிறப்புடன் (ஒரு ஜோடி காலணிகளுடன்) வைக்கப்பட்டு இருந்ததைப் பார்த்தேன். ஒரு பிராமணர் ஆரத்தி எடுத்துக் கொண்டு ஒரு சிறு துதிப்பாடல் புத்தகத்திலிருந்து (*அமிதாப் சஸீலா* என்று அழைக்கப்பட்ட) பாடல்களை ஒலித்துக் கொண்டிருந்தார். அந்த நூல் வெளியிலும் கூட விற்கப்பட்டது.

இந்த கோயிலைக் கண்டு மகிழ்ந்தவாறு, கிருஷ்ணர் அல்லது ராமர் போன்ற இப்போதைய புராண உருவங்கள் கூட இப்படித்தான் முதலில் சிறந்த மனிதர்களாக அவர்களின் சிறந்த செயல்களுக்காக வணங்கப்பட்டு இப்படி வந்திருக்கும் என்று எண்ணத்தொடங்கினேன். பிறகு வேறு ஒரு எண்ணம் என்னுள்ளே எழுந்தது:

அமிதாப்பின் ஆரம்பகால படங்களில் பல சரியாக ஓடவில்லை. அவர் பின்னர் 'கோபக்கார இளைஞன்' என்ற பெயரோடுஇணைந்து தனக்கு அதிக வாய்ப்புகள் பெறும் காலத்தைப் பெற்றார்.

எண்பதுகளின் ஆரம்பத்தில், ஒரு திரைப்படப் படப்பிடிப்பு தளத்தில் காயமுற்று அடிக்கடி சாவின் விளிம்பில் நின்று மருத்துவமனையில் பல மாதங்கள் இருந்தார்.

பிறகு அவர் அரசியலில் இறங்கினார். ஆனால் மூன்று ஆண்டுகளுக்குப்பிறகு துரதிஷ்டவசமாக போஃபர்ஸ் ஊழல்காரணமாக பல ஆண்டுகள் தலைநிமிர முடியாமல் இருந்தார்.

அவர் மீண்டும் திரைத்துறைக்குத் திரும்பினார். ஆனால் அவருடைய அனைத்துப் படங்களும் வசூலில் தோல்வி அடைந்தன. அவர் ஏ பி சி எல் என்ற ஒரு வணிகக் கம்பெனியில் சென்று சேர்ந்தார் அது ஒரு அளவுக்கு வருவாய் தந்தது.

2000 ஆம் ஆண்டு அவருக்குத் திருப்புமுனையாக அமைந்தது. அப்போது அவர் தொலைக்காட்சியில் *கோன் பனேகா கரோர்பதி* என்ற தொடரை நடத்தினார். அது மிகவும் வரவேற்பை மக்களிடம் பெற்றது. அதன்பிறகு பல வெற்றிப்படங்களும் தொடர்ந்தன.

இன்று, பாலிவுட் தோற்றுவித்த வெற்றிகரமான நடிகர்களில் மிகவும் மதிக்கத்தக்கவராக விளங்குகிறார்.

மலையேறி பள்ளத்தாக்கில் இறங்கி மாறிமாறிவரும் விளையாட்டு ரயில்பயணம்போல் ஒரு வாழ்க்கை அமைந்திருக்கும் என்றால் அது அமிதாப் பச்சன் வாழ்க்கைதான். அவர் வெற்றிகளையும் தோல்விகளையும் ஏராளமாக அடிக்கடி சந்தித்துள்ளார். ஆனால் ஒவ்வொரு தோல்வியிலிருந்தும் விரைந்து வெளிவந்து விடுவார்.

எல்லா துரதிஷ்டமும் அதிர்ஷ்டத்தின் படிக்கற்கள் என்ற தோரோவின் கருத்திற்கு அவர் மிகச்சிறந்த உதாரணமாக இருக்கிறார்.

இரண்டாவது உலகப் போரின்போது அமெரிக்கப் படைகளை மத்தியத்தரைக்கடல் பகுதிக்கு தலைமையேற்றுச் சென்ற ஜார்ஜ் பட்டன் ‘வெற்றி என்பது நீங்கள் தரையில் வீழும்போது எப்படி எழுந்து உயர்கிறீர்கள் என்பதே’ என்று மிகச்சரியாகக் குறிப்பிட்டுள்ளார்.

ஜப்பானியர்கள் அதிர்ஷ்டம்தரும் புனித அடையாளமான *தருமா பொம்மையில்* நம்பிக்கை கொள்கிறார்கள்: தருமா என்ற ஒரு முனிவர் நிஷ்டையில் அமர்ந்து நெடுநாட்கள் தியானம் செய்ததால் அவருடைய கைகால்கள் மறைந்து விட்டன என்று ஒரு புராணக்கதை உண்டு. இப்படியாக தருமா பொம்மை முட்டை வடிவத்தில் வட்டமான அடிப்பாகம் மிகவும் பெருத்து இருக்கும். இந்த தருமா பொம்மையின் குறிப்பிடத்தக்க அம்சம்தான் என்ன? நீங்கள் அதனை கீழ்நோக்கித் தள்ளினால் அது தானே எழுந்து நேராக நின்றுவிடும். நீங்கள் எவ்வளவு வேகமாகத் தள்ளினாலும், எத்தனைமுறைத் தள்ளினாலும் சரிதான் அது பொருட்டல்ல. அது மீண்டும் எப்படியாவது உயர்ந்து எழுந்துவிடும். அமிதாப்பச்சன் அத்தகைய தருமா பொம்மையைப் போன்றவர்தான்.

துன்பத்தில் கூட ஆர்வத்தோடு இருப்பதற்கு திரு. பச்சன் (மற்றும் ஏராளமான பலரும்) பெற்றிருந்த உள்ளிருந்த தன்மைதான் என்ன? முயற்சி நிறைந்த கடினமான வேளைகளில் தங்கள் தொடர்ந்த தேடுதல் உணர்வைப்பெற்றிருக்க காரணமாயிருந்த அவர்களுடைய அதிர்ஷ்டம் அல்லவா? சாதாரண மக்கள் விட்டுவிலகும் வேளைகளில் வாய்ப்புகளை உணர்ந்து கொள்ளக் காராணமாயிருக்கும் அவர்களின் அதிர்ஷ்டம் அல்லவா?

‘தோல்வி என்பது மீண்டும் தொடர்வதற்கான, இந்தமுறை மிகவும் அறிவுத்திறமையுடன் மீண்டும் தொடர்வதற்கான வாய்ப்பு’ என்று ஹென்றி ஃபோர்டு

கூறினார். மேலே குறிப்பிட்ட உதாரணங்கள் எல்லாம் ஃபோர்டின் கருத்தை உறுதி செய்கின்றன.

ராபர்ட் ஸ்யூலர் என்ற அமெரிக்க தொலைக்காட்சி மதபோதகர் இதனை அற்புதமாக விளக்கியுள்ளார். 'தோல்வி என்பதற்கு நீங்கள் தோல்வி அடைந்து விட்டீர்கள் என்று பொருளல்ல. நீங்கள் இன்னும் வெற்றியை எட்டவில்லை என்பதைத்தான் இது உணர்த்துகிறது.' சில அதிர்ஷ்ட சாலிகள் அவர்களுக்கு விதிக்கப்பட்டிருப்பதால் வெற்றி பெறும்போது, மிக அதிகமானவர்கள் தங்களுக்கான உறுதியினால் வெற்றி பெறுகிறார்கள். ஒருவர் தொடர்ந்து செயல்படுபவரானால், அதிர்ஷ்டதேவதைக்கு இறுதியாக அவரிடம் வந்து சேர்வதைத்தவிர வேறு வழியில்லை.

அடிக்கடி, போராட்டம்தான் சிறந்த ஆசிரியராக இருந்து எதிர்கால வெற்றிக்கு வழிவகுக்கிறது. இந்த கருத்தை வண்ணத்துப்பூச்சியின் கூடான போர்வையின் கதை சரியாக விவரிக்கிறது:

ஒருநாள் ஒரு சிறுவன் தன் தோட்டத்தில் ஒரு வண்ணத்துப்பூச்சியின் கூடு இருப்பதைப் பார்த்தான். அடுத்த நாள் அதில் சிறிய ஓட்டை இருப்பதைப் பார்த்தான். பல மணி நேரம், பொறுமையாக கவனித்துக் கொண்டிருந்தான். வண்ணத்துப்பூச்சி அதிலிருந்து தானே வெளிவர தன் சக்தியைப் பயன்படுத்திப் போராடிக் கொண்டிருந்தது. பிறகு அது தன்போராட்டத்தை நிறுத்தியது. மேற்கொண்டு போக முடியாது என்பதுபோல் தோன்றியது.

அந்த வண்ணத்துப்பூச்சிக்கு உதவி செய்வதாகத் தீர்மானித்துக்கொண்டு, அந்தப் பையன் ஒரு கத்தரிக் கோலைப் பயன்படுத்தி கூட்டின் ஒருபகுதியை கத்தரித்து விட்டான். வண்ணத்துப்பூச்சி எளிதாக வெளியில் வந்து விட்டது.

இருந்தபோதிலும் ஏதோ விநோதமாக இருந்தது. வண்ணத்துப்பூச்சி பருத்த உடலும் காய்ந்துவரண்ட இறகுகளும் கொண்டிருந்தது. அந்த சிறுவன் தொடர்ந்து வண்ணத்துப்பூச்சி எந்த நேரத்திலும் வெளிவந்து இறகை விரிக்கும் என்று எதிர்பார்த்துக் காத்துக் கொண்டிருந்தான். சிறகு விரிந்து உடல் சுருங்கிவிடும் என்று நினைத்தான்.

அந்த இரண்டில் எதுவும் நிகழவில்லை. உண்மையில், அந்த வண்ணத்துப்பூச்சி அதன் எஞ்சிய வாழ்நாளை கழிக்க பருத்த உடலோடும் சிதைந்த இறக்கைகளோடும் துடித்துக்கொண்டு பறக்க முடியாமல் கிடந்தது.

இரக்கத்தோடும் அவசரத்தோடும் அந்த சிறுவன் தெரிந்து கொள்ளாமல் என்ன செய்து விட்டான் என்றால், தடுப்பு சக்தியாக இருந்து இயற்கையாக வண்ணத்துப் பூச்சிக்கு போராடிவெளிவரும் சக்தியைக் கொடுக்கும் திரவம் அதன் இறகுகளுக்குச் செல்ல இயலாமல் செய்துவிட்டான். அதுவாக போராடி கூட்டைவிட்டு வெளிவந்திருந்தால் அதன் இறகுகள் வெளிவந்த உடனேயே பறக்கும் சக்தியைப் பெற்றிருக்கும்.

சில நேரங்களில் போராட்டங்கள் நம்முடைய வாழ்க்கையில் அவசியம் தேவை.

அமெரிக்க கட்டுரை எழுத்தாளரான ரால்ஃப் வால்டோ எமர்சன், ‘நம்முடைய சிறப்பு ஒருபோதும் தோல்வி அடையாமல் இருப்பதில் இல்லை, ஆனால் நாம் தோல்வியடையும் போதெல்லாம் எழுந்து செயல்படுவதில் உள்ளது’ என்று எழுதினார். அவர் ‘ஒரு வீரன் சாதாரண மனிதனைவிட துணிச்சலானவன் அல்ல, ஆனால் அவன் ஐந்து நிமிடங்கள் கூடுதலான துணிச்சல் உள்ளவன்’ என்றும் கூறினார்.

நேர்மறையாக இருப்பதும் தொடர்ந்து முயற்சிப்பதும் அடிக்கடி எதையும் தாங்கிக்கொள்ளும் தன்மையை வளர்த்துக் கொள்வதிலும் இருக்கிறது. விமர்சனமும்

அஷ்வின் சாங்கி

எதிர்மறை கருத்துகளும் நம்மை கீழ்நோக்கி இழுப்பதை இது தடுக்கிறது:

ஆங்கில விமர்சகர், கவிஞர், கட்டுரையாளராகிய சாமுவேல் ஜான்சன் ஒரு இளம் எழுத்தாளரிடம், 'உங்கள் படைப்பு நன்றாகவும் சுயமானதாகவும் இருக்கிறது. ஆனால் நன்றாக இருக்கும் பகுதிகளில் சுயத்தன்மை இல்லை, சுயமாக இருக்கும் பகுதிகள் சிறப்பாக இல்லை' என்று கூறியதாக நம்பப்படுகிறது. அய்யோ!

நாம் அனைவருமே புண்படுத்தும் சூழ்நிலைகளை சந்தித்திருக்கிறோம், இனியும் சந்திப்போம். என்னுடைய (தானே பதிப்பித்த) முதல் நாவலை தொழில்முறை நூல் விமர்சகர் ஒருவருக்கு அனுப்பினேன். ஏனென்றால் செய்தித்தாள்கள் மற்றும் இதழ்களில் இருப்பவர்கள் தானே பதிப்பித்த நூல்களை விமர்சிக்க விரும்புவதில்லை. 'ஒரு அலுப்புத்தரக்கூடிய சுற்றி வளைத்துச் சொல்லப்பட்ட கதை அதன் எட்டாவது பக்கத்துடனேயே நிறுத்தியிருக்கலாம்!' என்று அந்த விமர்சகர் கொடுத்திருந்த விமர்சனத்தின் கடைசி வரி என்னை சாகடிக்கச் செய்வதாக இருந்தது. அய்யோ! அய்யய்யோ!

என்னுடைய தற்போதைய பதிப்பாளரால் என்னுடைய நாவல் அடுத்த ஆண்டில் இந்தியாவில் அறிமுகப்படுத்தப் பட்டது. *தி ஹிந்து லிட்டரரி ரிவ்யூ* பகுதியில் வெளிவந்ததுதான் நான் பெற்ற முதல் விமர்சனம். என்னுடைய பதிப்பாளர் மர்மநாவல் அதிகமாக மிகப்பெரிய விமர்சனங்களை பத்திரிகைகளால் பெறுவதில்லை என்று எச்சரித்திருந்ததால், நான் மிகவும் உணர்ச்சி வசப்பட்டேன்.

'ஒரு தூண்டுதல் தரக்கூடிய, அறிவார்ந்த, பிரகாசமான சமய ஆய்வில், இந்திய பெண்களின் புனிதமான மும்முறை வழிவகையில் மேரி மக்டலின் வாழ்க்கைமுறை தரும் உண்மையான உத்வேகத்தை சாங்கி எடுத்துக்கூறுகிறார். அதன்மூலம் டான் ப்ரௌனை எண்ணத்திலும் அதை

நிறைவேற்றுவதிலும் விஞ்சிவிட்டார்' என்பதுதான் ஹிந்து எழுதியதாகும்.

இதை ஏன் நான் உங்களுக்குச் சொல்கிறேன்? நான் எனக்குக் கிடைத்த முதல் விமர்சனத்தால் பாதிக்கப்பட்டிருந்தால் இரண்டாவதான விமர்சனத்திற்கு அனுப்பியிருக்க மாட்டேன் என்பதை எடுத்துக் காட்டுவதற்காக மட்டும்தான்.

ரிலையன்ஸ் என்பது இறுதியாக வெடித்துப்போகும் நீர்க்குமிழி என்று பல ஆண்டுகளாக ஆய்ந்தவர்கள் ஆருடம் கூறிவந்தபிறகும் அதன் நிறுவனரான திருபாய் அம்பானி தன்னுடைய முகத்தில் புன்சிரிப்பைத் தேக்கிக் கொண்டே ஒரு இதழுக்கு 'நான் உடைந்த நீர்க்குமிழி!' என்று கூறினார். இதுதான் எதையும் தாங்கும் சக்திக்குச் சரியான உதாரணம்.

ஒரு புகழ்பெற்ற செய்தி வாசிப்பாளர், 'வெற்றியாளர் என்பவர்கள் தங்கள் மீது வீசப்படும் கற்களாலேயே அஸ்திவாரம் அமைப்பவர்கள்தான்' என்று கூறினார். மற்றவர்களின் பார்வைக்கும் கருத்துக்கும் ஏற்ப மட்டுமே ஒருவர் தன் வாழ்க்கையை வாழ முடியாது. பொருள்நிறைந்த எதைச் செய்கின்றபோதெல்லாம் ஒருவர் விமர்சனத்திற்கோ பாராட்டுதலுக்கோ சமமான அளவில் தயாராக இருத்தல் வேண்டும். 'முதலில் பாராட்டுகளை ஒதுக்கத் தயாராக இருப்பவர்கள் விமர்சனத்தை ஒதுக்கக் கற்றுக் கொள்கிறார்கள்' என்று ராபர்ட் ப்ரால்ட் மிகச்சரியாகக் கூறினார்.

6		எச்சரிக்கைத்தயார்நிலை *அதிர்ஷ்டசாலிகள் அமைதியாக இருக்கும் வழிகளைக் கண்டு எச்சரிக்கைத் தயார்நிலையில் இருக்கிறார்கள்*	உயர்ந்தெழு	
நடைமுறை ஒழுங்கு			உணர்ந்து கொள்	✓
அணுகு முறை	✓		செயல்படு	✓

அஷ்வின் சாங்கி

இந்தப் பகுதியை சர் ஐசக் நியூட்டனைப் பற்றிய ஒரு சிறிய ஆனால் நகைச்சுவையுள்ள கதையுடன் தொடங்குகிறேன்:

நியூட்டன் ஒருமுறை ஒரு நண்பரை இரவு விருந்துக்கு அழைத்து விட்டு, பிறகு அதனை மறந்து விட்டார். அவருடைய நண்பர் வந்து பார்த்தபோது அந்த விஞ்ஞானி தியானத்தில் மூழ்கியிருந்தார்.

அவர் ஆழ்ந்த நிலையில் இருக்கும்போது அவரைத் தொந்தரவு செய்யக்கூடாது என்பதை அறிந்து, அந்த நண்பர் அமைதியாக உட்கார்ந்து காத்திருந்தார்.

சிறிது நேரத்திற்குப் பிறகு, ஒரு தட்டில் வைத்து ஒருவருக்கான உணவு மட்டுமே கொண்டு வரப்பட்டது. நியூட்டன் தொடர்ந்து தியானத்திலேயே இருந்தார். நியூட்டனுக்குத் தொந்தரவு இல்லாமல் ஒரு நாற்காலியை இழுத்துப் போட்டுக்கொண்டு அவர் அமைதியாக அந்த உணவை உண்டு முடித்தார்.

பிறகு நியூட்டன் தியானத்திலிருந்து விடுபட்டு குழப்பத்துடன் அருகில் இருந்த பாத்திரங்களைப் பார்த்தார். 'இவையெல்லாம் என் கண்ணெதிரே சாட்சிகளாக இல்லாவிட்டால், நான் இன்னும் உணவருந்தவில்லையோ என்று நினைத்திருப்பேன்' என்று கூறினார்.

அதிகமான அதிர்ஷ்டசாலிகள் மனத்தை அமைதிப் படுத்தி வைத்தல், எச்சரிக்கைத் தயார்நிலையை அதிகப்படுத்துவதற்கு முக்கியமான வழியாகும் என்பதை புரிந்து கொண்டுள்ளார்கள். பல ஆண்டுகளுக்குமுன் நான் (நாசிக் அருகில் உள்ள) இகத்புரிக்கு ஒரு *விபஸ்ஸன* தியான முகாமில் பங்கேற்பதற்காகச் சென்றிருந்தேன். இந்த வகுப்பில் பங்கேற்பவர்கள் பத்து மணிநேரத்திற்கும் மேலாக ஒவ்வொரு நாளும் தியானம்

செய்ய வேண்டியிருந்தது. அங்கு தங்கிய பத்து நாளும் முழுமையான மௌனத்தில் இருக்க வேண்டியிருந்தது. மாலை வேளைகளில் அந்த இயக்கத்தைத் தோற்றுவித்தவரான திரு. எஸ். என். கோயங்காவின் உரைகளை ஒளிஒலியாகப் பார்த்தும் கேட்டும் இருந்தோம். நாங்கள் தங்கியிருந்த நாட்கள் முழுமையிலும் கேட்ட மனிதக்குரல் இது ஒன்று மட்டுமாகவே இருக்க முடியும். அவருடைய உரைகளில் ஒன்று கொடூரமான யானையை அமைதிப்படுத்திப் பழக்குவது பற்றியதாகும்:

காட்டு யானைகளை அமைதியான சாதுவானதாக்கு வதற்கு பண்டைய நாட்களில் பிடிபட்ட மிருகத்தை உறுதியான கம்பத்தில் வலுவான கயிற்றால் கட்டும் முறையைப் பின்பற்றுவார்கள்.

மகிழ்ச்சியில்லாத அந்த மிருகம் பிளிரிக் கொண்டும், கால்களைத் தரையில் அடித்துக் கொண்டும், கோபத்தில் வீசிக்கொண்டும் வழக்கமாகப் பலநாட்களுக்கு அப்படி இருக்கும்.

கடைசியாக அந்த யானை தான் தப்பிக்க முடியாது என்பதைப் புரிந்து கொள்ளும். இந்த நேரத்தில் அது அமைதியாகிவிடும். இந்த நேரத்தில் யானைப்பாகன் அதற்கு எச்சரிக்கையான பாதுகாப்புடன் உணவு கொடுக்கத் தொடங்குவார்.

சில காலத்திற்குப்பிறகு கம்பத்தையும் கயிறையும் முற்றிலுமாக அகற்றிவிட்டு அதனோடு பழக முடியும். *விபஸ்ஸனா* பின்பற்றுகிறவர்கள் கருத்துப்படி, மனித மனமானது காட்டு யானையைப் போன்றதாக இருக்கிறது. கவனமாயிருத்தல் கயிறாகவும் தியானம் உறுதியான கம்பத்தைப் போன்றும் அமைகிறது.

கயிறும் கம்பமும் அந்த மிருகத்தை பழக்கப்படுத்தியது போல, தியானமும் கவனமாயிருத்தலும் மனத்தை அமைதிப்படுத்த முடியும்.

அதிர்ஷ்டசாலிகள் தங்கள் மனங்களை சாந்தப்படுத்துவதற்கு தங்களுக்கே உரித்தான தனிவழிகளைப் பெற்றிருக்கிறார்கள். அதனால் தங்கள் வாழ்க்கையில் ஏற்படும் சூழ்நிலைகளை மிகவும் சிறப்பாகக் கையாள்கிறார்கள். நீங்கள் யாராலாவது அவமதிக்கப்பட்டுக் கோபமடைந்தால், அதன்விளைவு அவமதிப்பவர்களின் தவறல்ல என்பதை *விபஸ்ஸனா* பயிற்சியாளர்கள் எப்போதும் வலியுறுத்துகிறார்கள். நீங்கள் அதற்கு செயல்படத்தொடங்கியதால் அது உங்களுடைய தவறுதான். சுய உதவி எழுத்தாளரான வய்ன் டையர் 'மக்கள் உங்களை எப்படி நடத்துகிறார்கள் என்பது அவர்களது கர்மா, அதற்கு நீங்கள் எப்படி செயல்படுகிறீர்கள் என்பது உங்களது கர்மா' என்று இதே கருத்தில் கூறினர்.

வாழ்க்கையில் இன்னல்களை சந்திக்கும்போது, எப்படி நடு நிலைமையோடு, முழுவதுமாக தியானத்தோடு இருக்க வேண்டும் என்பதன் முக்கியத்துவத்தைப் பற்றிய ஒரு சிறு கதையை நான் குறிப்பிட்டுக் கூறுகிறேன்:

சீனாவில் ஒரு விவசாயி தன்னுடைய வயல்களை உழுவதற்கு வழக்கமாக ஒரு வயதான குதிரையைப் பயன்படுத்தினார். ஒருநாள், அந்த குதிரை தப்பித்து, குன்றுகளுக்குடையில் சென்று மறைந்துவிட்டது. அருகில் உள்ளவர்கள் இவரது துரதிஷ்டத்தைக் குறிப்பிட்டு வருத்தப்பட்டபோது, அந்த விவசாயி, 'துரதிஷ்டமா? அதிர்ஷ்டமா? யார் அறிவார்?' என்று பதில் கூறினார்.

ஒரு வாரத்திற்குப்பின், அந்த குதிரை ஒரு காட்டுக் குதிரைக் கூட்டத்துடன் திரும்ப வந்தது. இந்த சமயம், அருகில் உள்ளவர்கள் அவரது அதிர்ஷ்டத்துக்காக அவருக்கு வாழ்த்துத் தெரிவித்தார்கள். அதற்கு அவருடைய பதில்: 'அதிர்ஷ்டமா? துரதிஷ்டமா? யார் அறிவார்?' என்பதுதான்.

பிறகு, அந்த காட்டுக் குதிரைகளில் ஒன்றை விவசாயியின் மகன் பழக்கப்படுத்த முயன்று கொண்டிருக்கும்போது, அவன் குதிரை மீதிருந்து கீழே விழுந்து கால் முறிந்து விட்டது. ஒவ்வொருவரும் இதனை துரதிஷ்டம் என்று நினைத்தார்கள். அந்த விவசாயி மட்டும் அவ்வாறு நினைக்காமல். அவருடைய செயல்பாடு, 'துரதிஷ்டமா? அதிர்ஷ்டமா? யார் அறிவார்?' என்று கூறுவதாகவே இருந்தது.

சில வாரங்களுக்குப் பிறகு, இராணுவத்தினர் அந்த கிராமத்திற்குள் வந்து திடகாத்திரமான இளைஞர்களை எல்லாம் இராணுவத்தில் சேர்ந்து போரிட அழைத்துச் சென்று விட்டார்கள். ஆனால் விவசாயியின் மகன் தன் கால் ஒடிந்திருந்ததால் அவனை மட்டும் விட்டுச் சென்று விட்டார்கள்.

இப்போதும் அதிர்ஷ்டமா? துரதிஷ்டமா? யார் அறிவார்?

வருத்தப்படுபவர்கள் உள்மனத்தில் துன்பத்தை ஏற்படுத்துகிறார்கள்; இந்த மன இறுக்க அதிகரிப்பு நல்ல முடிவுகளை எடுக்க அனுமதிப்பதில்லை. இக்கட்டான சூழ்நிலைகளிலும் கூட அமைதியாகவும் பதட்டமின்றியும் இருப்பது அதிர்ஷ்டசாலிகளின் வரப்பிரசாதமாகும். இந்தக் கருத்தை செ ன் ஆவணங்களில் உள்ள ஒரு கதை அழகாக விளக்குகிறது:

பல வில்வித்தைப் போட்டிகளில் வெற்றி பெற்ற பிறகு ஒரு இளமையான ஆனால் மூர்க்கத்தனமான வீரன் வில் வித்தையில் சிறந்த திறமை பெற்ற ஒரு செ ன் தலைவரை போட்டிக்கு அழைத்தான்.

அந்த இளம் வில்வித்தை வீரன், தூரத்திலிருந்த ஒரு காளையின் கண்ணைக் குறிவைத்து ஒரே தடவையில்

தாக்கினான். பிறகு தன்னுடைய முதல் அம்பை இரண்டாவது அம்பை எய்து வீழ்த்தினான். 'இதைவிட உங்களால் சாதிக்கமுடியுமா?' என்று கொடூரமாக சிரித்துக் கொண்டே வயதான அறிவுமிக்க சென் தலைவரைக் கேட்டான்.

அந்த இளைஞனின் திறமையாலும் மூர்க்கத்தனத்தாலும் பாதிக்கப்படாமல், அந்த தலைவர் தன்னுடைய அம்பை எடுக்கவில்லை. அதற்குப் பதிலாக, இந்த இளம் வில்வித்தை வீரனை ஒரு மலைக்குத் தொடர்ந்து வருமாறு அழைத்துச் சென்றார்.

வயதானவரின் திட்டத்தைப் பற்றி அறியும் மிகுந்த ஆர்வத்துடன், அந்த வீரன் அவரைப்பின்தொடர்ந்து மலையின் உயரத்திற்குச் சென்றான். அவர்கள் உச்சியில் ஒரு பிளவு காணும் இடம்வரை சென்றனர். அதை ஒரு வலுவற்ற அசைந்து கொண்டிருக்கும் மரக்கிளை பாலம்போல் இணைத்திருக்க அந்த இடத்தில் இருந்தனர்.

அந்த வயதான தலைவர் அமைதியாக நடந்து சென்று, ஆபத்தான வலுவில்லா மரக்கிளைப் பாலத்தின் நடுவில் நின்று தொலைதூரத்தில் இருந்த ஒரு மரத்தில் ஒரு குறியை வைத்துக்கொண்டு தன்னுடைய வில்லை எடுத்து ஒரு அம்பை சரியாக எய்தார். நளினமாக நடந்துவந்து மரத்தைவிட்டு வெளியேறி மலைத்தளத்திற்கு வந்து, 'இப்போது உன்னுடைய முறை' என்று அந்த இளைஞனிடம் கூறினார்.

அளவிட முடியாத அடித்தளமே தெரியாத ஆழத்தைப் பார்த்தவுடன் அந்த இளைஞன் கலவரமடைந்தான். தான் குறிவைத்து அம்பு எய்வதைவிட அந்த ஆபத்தான மரக்கிளையில் ஒரு அடிகூட வைப்பதற்கு அவனுக்குத் துணிவில்லை.

'அம்பு எய்வதில் உனக்கு மிகுந்த திறமை இருக்கிறது. துரதிஷ்டவசமாக உன் மனத்தை அமைதிப்படுத்தி

வைப்பதில் திறமை இல்லாமல் இருக்கிறாய். அது உன்னை செயல்படாமல் விட்டுவிட்டது' என்று சென் தலைவர் அமைதியாகக் கூறினார்.

எச்சரிக்கை உணர்வோடு இருக்கின்றபோதே, அமைதியாக இருக்கக்கூடிய கலையை சென் தலைவர் கற்றிருந்தார். இந்த தயார்நிலைதான் அடிக்கடி நம்மை கிடைக்கும்போது வாய்ப்புகளைக் கண்டறியப் பெரிதும் உதவுகிறது. உலகின் மிகப்பெரிய துரித உணவு கம்பெனியான மேக்டொனால்ட் பற்றிய செய்தியை எண்ணிப் பார்ப்போம்:

ரிச்சர்ட் மற்றும் மேக்டொனால்ட் சகோதரர்கள் மேக்டொனால்ட்ஸ் என்ற துரித உணவு கம்பெனியைத் தொடங்கினார்கள். மில்க் ஷேக் தயாரிப்பதற்கு கேசில் மல்டி மிக்ஸர்களைப் பயன்படுத்தினர். மற்றவர்களோடும் ரே க்ரோக் இந்த இயந்திரங்களை மேக் டொனால்டுக்குக் கொடுத்து வந்தனர்.

ஒரு குறுகிய காலத்திலேயே மேக்டொனால்ட் சகோதரர்கள் எட்டு மல்டி மிக்ஸர்ஸ் வாங்கியதைக் கண்டு, அவர்களின் சான் பெர்னார்டினோ உணவகத்திற்கு சென்று அவர் ஆராய்ந்து பார்த்தார்.

இவர்களின் திறமையான செயல்பாட்டைப் பார்த்து திருப்தியடைந்த ரே அவர்களுடைய விஞ்ஞான பூர்வமான உணவக முறைகளை தேசிய விற்பனை வாய்ப்புக்கு மாற்ற முடியும் என்று கருதினார்.

அவர் உடனே அந்த சகோதரர்களின் விற்பனை முகவராக விருப்பம் தெரிவித்து முன்வந்தார். மேக் டொனால்ட் இன்க் நிறுவனத்தின் முதல் உணவகத்தை இல்லியனாஸில் உள்ள டெஸ் ப்லைன்ஸில் தொடங்கினார்.

1961 ஆம் ஆண்டில் அந்த சகோதரர்களிடமிருந்து 2. 7 மில்லியன் டாலருக்கு அந்த கம்பெனியை இறுதியாக வாங்கினார். 2012 ஆம் ஆண்டுவாக்கில், மேக்டொனால்ட் கார்ப்பரேசன் ஆண்டு வருவாய் 27. 5 பில்லியன் டாலர் ஆக இருந்தது. இலாபம் 5. 5 பில்லியன் டாலர் பெற்று உலகெங்கும் 34,000 க்கும் மேற்பட்ட ஸ்டோர்களைப் பெற்றனர்.

ரே க்ரோக்குக்கு அதிர்ஷ்டமா? ஆம். ஆனால் அவருடைய நல்ல அதிர்ஷ்டம் கேசில் மிக்ஸர்கள் விற்பனை திடீரென உயர்ந்தபொழுது எச்சரிக்கை உணர்வுடன் செயல்பட்டதால் வந்தது.

சிலசமயங்களில் அதிர்ஷ்டம் துன்பகரமான அனுபவங்களாலும் வருகிறது. ஒருவர் இதனை ‘மறைமுகமாக வந்த நல்ல அதிர்ஷ்டம்’ என்று அழைக்கலாம். நாம் எச்சரிக்கைத் தயார்நிலையில் இருந்தால், அந்த மறைபொருளை நாம் பார்க்க முடியும். இதற்கு கிரிக்கெட் வீரர் சச்சின் டெண்டுல்கரை உதாரணமாகக் கொள்ளலாம். அவர் தன் வாழ்க்கையை மாற்றிய ஒரு நிகழ்ச்சியை நினைவு கூர்ந்து சொல்கிறார்:

மாணவராக இருந்தபோது, சச்சின் பள்ளி விட்டதும் தன் அத்தை வீட்டுக்கு மதிய உணவு சாப்பிடச் செல்வார். அதன் பிறகு அவருடைய பயிற்சியாளர் ராமகந்த் அச்ரேகர் மைதானத்தில் ஏற்பாடு செய்யும் போட்டியில் கலந்து கொள்வதற்கு விரைந்து செல்வார்.

ஒருநாள், தான் படிக்கும் ஷர்தாஸ்ரம் பள்ளியின் ஆங்கிலவழி மாணவர்களுக்கும் குஜராத்தி வழி பயிலும் மாணவர்களுக்கும் இடையில் வாங்கேட் ஸ்டேடியத்தில் நடக்கும் விளையாட்டுப் போட்டியைப் பார்ப்பதற்காக சச்சின் விளையாட்டுப் பயிற்சியை விட்டுவிடப்

போவதாக முடிவெடுத்தார். எதிர்பாராதவிதமாக, சச்சினுடைய பயிற்சியாளரும் அங்கே வந்து விட்டார்.

சச்சின், தன்னுடைய உணவுப் பாத்திரத்தை எடுத்துக் கொண்டு அச்ரேகரிடன் சென்று வணக்கம் செலுத்தினார். அந்தப் பயிற்யாளர் சச்சின் அவருடைய பயிற்சியை விட்டுவிட்டு இங்கே வந்து விட்டதை அறிந்து கொண்டார். ஆனால் உண்மை தெரியாததுபோல நடித்து, சச்சின் அந்த பயிற்சியில் எப்படி விளையாடினர் என்று கேட்டார். சச்சின் உண்மையுடன் தான் அந்த பயிற்சியை விட்டுவிட்டு தன் பள்ளி மாணவர்களுக்கு ஊக்கம் அளிப்பதற்காக வந்து விட்டதாகக் கூறினார்.

அடுத்தநொடியே, சச்சினுடைய உணவுப் பாத்திரங்களை விட்டெறிந்தார். அவருடைய கன்னத்தில் பளாரென வேகமாக ராமகந்த் அக்ரேகர் அறைந்தார். 'மற்றவர்களை மகிழ்விப்பதற்காக நீ இங்கே இருக்கக்கூடாது. மற்றவர்கள் உன்னை மகிழ்ச்சிப்படுத்துமாறு நீ விளையாடவேண்டும்' என்று அந்தப் பயிற்சியாளர் உறுதியாகக் கூறினார்.

சச்சின் கூறியபடி அந்த குறிப்பிட்ட கன்னத்தில் அறைவாங்கிய தருணந்தான் அவரது வாழ்க்கையை மாற்றிய நேரமாகும். அந்த நாள்தான் அவர் மிகுந்த கவனத்துடன் பயிற்சியைத் தொடர்ந்து செய்யத்தொடங்கிய நாளாகும்.

சச்சினாக அல்லாமல் வேறு யாராகவும் இருந்திருந்தால், இந்த அடி அவர்களை கிரிக்கெட் விளையாட்டை விட்டே வெளியேற்றி இருக்கும். ஆனால் சச்சினை அது அப்படிச் செய்யவில்லை. இந்த அடி சச்சினுக்குக் கிடைத்த நல்ல அதிர்ஷ்டம் அல்லாமல் வேறென்ன?

'நாம் அடிக்கடி வாய்ப்புகளை இழக்கிறோம். ஏனென்றால் அது முற்றிலுமாக வேலை என்ற போர்வையில் நம்மிடம் தோன்றுகிறது' என்று தாமஸ்

எடிசன் மிகச்சரியாகக் குறிப்பிட்டுள்ளார். சச்சினுக்குக் கிடைத்த அடியும் கடினமாக உழைப்பதற்குக் கிடைத்த எச்சரிக்கைதான்.

பாரசீகக் கவிஞரும் தத்துவஞானியுமான ரூமி, 'ஒவ்வொரு உரசலின்போதும் நீங்கள் துன்பப்பட்டால், நீங்கள் பண்பட்டு ஒளிமிக்கவர்களாவது எப்போது?' என்று வினவுகிறார். வாழ்க்கையில் பலமான தட்டுதலுக்கும் வாய்ப்புகளின் தட்டுதல்களுக்கும் இடையில் வேற்றுமையைப் புரிந்துகொள்ள முடியாமல் சிலவேளைகளில் இன்னலுறுகிறோம். நல்ல அதிர்ஷ்டம் நம்மைச் சுற்றியே இருக்கிறது. ஆனால் அது மறைமுகமாக இருப்பதால் அடிக்கடி நம்மால் உணரமுடிவ தில்லை. இந்த உண்மைக்கு நாம் எச்சரிக்கைத் தயார்நிலையில் இல்லை.

ஜார்ஜ் பெர்னாட்ஷா புகழ் பெறுவதற்கு முன்பாக, ஒரு தயாரிப்பாளரால் அவருடைய நாடகங்களில் ஒன்று தொடர்ந்து நிராகரிக்கப்பட்டு வந்தது. ஷா வெற்றிபெற்ற பிறகு, அந்த தயாரிப்பாளர் நிராகரிக்கப்பட்ட நாடகத்தையும் அரங்கேற்ற முன்வந்து தந்தி அனுப்பினார். அதற்கு ஷா பதில் தந்தி 'ஒருபோதும் இல்லை என்பதைவிட காலதாமதம் பரவாயில்லை' என்று அனுப்பி வைத்தார். ஷா புகழ்பெற்று உயர்ந்த நட்சத்திரமாக வருவார் என்ற உண்மையை அறிவதில் அந்த தயாரிப்பாளர் போதுமான எச்சரிக்கை கொள்ளவில்லை.

ஹென்றி மெடிஸ்ஸியின் ஓவியம் 'லீ படேயூ', 1961 ஆம் ஆண்டில் நியூயார்க் நவீன கலைக் காட்சிக் கூடத்தில் 47 நாட்கள் பார்க்காமலேயே தலைகீழாகத் தொங்கவிடப்பட்டிருந்ததை ஒருவருமே கவனிக்கவில்லை. காட்சிக்கூடத்திலிருந்து பார்த்துச் சென்ற 116,000 பார்வையாளர்களில் ஒரு 0.01 சதவீதத்தினராவது விழிப் போடிருந்திருந்தால், குறைந்த பட்சம் பன்னிரெண்டு பேர்களுக்கு மேலாவது இந்த குறைபாட்டைக் கண்டுபிடித்துத் தெரிவித்திருக்கலாம்.

பெரும்பாலும், வாய்ப்புகளை அடிக்கடி உணர்ந்து கொள்வதில்தான் அவர்களின் இருப்புநிலை சார்ந்திருக்கிறது (உதாரணத்திற்கு முதல் போடும் முதலாளிகள்), அவர்கள் போதிய அளவுக்கு விழிப்போடில்லாத காரணத்தாலேயே குறிப்பிடத்தக்க வாய்ப்புகளை இழந்துள்ளார்கள.

'பெஸ்ஸிமெர் வெஞ்சர் பார்ட்னர்ஸ்' என்ற முதலீட்டுக் கம்பெனி அதனுடைய இணைய தளத்தில், 'எதிர்மறை செயல்பாட்டுத் தகவலை' வெளியிட்டிருந்தது. அது அவர்கள் முதலீடு செய்யத்தவறிய மிகப்பெரிய கம்பெனிகளின் பட்டியல். அந்த பட்டியலில் ஆப்பிள், ஈபே, கூகுள், ஃபெடரல் எக்ஸ்பிரஸ், இன்டெல், பே பால் ஆகியவை இருந்தன!

ஒருவேளை அவர்கள் முதலீடு செய்தவற்றில் சராசரியாக இழந்தவற்றைவிட மிகுதியானவற்றில் அதிக வருவாய் ஈட்டியுள்ளனர் என்பதால் பெஸ்ஸிமெர் இதனைப் பெருமையுடன் வெளியிட முடிந்தது. சுருக்கமாகச் சொன்னால், நல்ல அதிர்ஷ்டத்தை உருவாக்குவதற்கு பணியாற்றும் முறையும் காலப்போக்கில் அதிகமன சிறப்புப் பெற்றவைகளை ஏற்றுக்கொண்டு குறைவான சிறப்புள்ளவற்றை விலக்குவதும் ஒருவருக்கு அவசியம் தேவை.

வருந்தத்தக்க உண்மை என்னவென்றால், வாய்ப்புகள் வருவதை விடவும் இழக்கும்போதுதான் அதிகம் உணரப்படுகின்றன என்பதுதான். மார்க் ட்வைன் நகைச்சுவையாக, 'வாய்ப்பு என்ற ஒன்று முற்றிலும் இல்லாமல் போகும்வரை, நான் வாய்ப்புகள் பெறுவதற்கு அறவே முடியவில்லை' என்று குறிப்பிட்டார். .

நெஸ்லே மில்க் சாக்லெட் பற்றிய மற்றொரு உதாரணத்தை எடுத்துக் கொள்ளலாம். நெஸ்லே மில்க் சாக்லட் உருவாக்கியவரான டேனியல் பீட்டர், தன்னுடைய

அண்டை வீட்டுக்காரர் தனக்குத் தெரியாத சிலவற்றைத் தெரிந்து வைத்துள்ளார் என்பதை உணர்வதில் விழிப்பாக இருந்திருக்கவில்லையென்றால், இது ஒருபோதும் உருவாக்கப்பட்டிருக்க முடியாது.

ஒரு வெற்றிபெற்ற மிட்டாய் தயாரிப்பாளரான டேனியல் பீட்டர், தன்னுடைய சாக்லெட்டில் மிருதுத் தன்மையும் கெட்டிக் குழம்பு நிலையும் உருவாக்குவதற்கு பாலை அதனோடு கலக்கும் முறைக்காக முயன்று கொண்டிருந்தார்.

துரதிஷ்டவசமாக, பீட்டர் ஒரு அடிப்படைப் பிரச்சனையை எதிர்கொண்டிருந்தார். ஒருவர் பாலிலிருந்து தண்ணீரை பாலின் அடிப்படைத் தன்மைகள் மாறாது எப்படிப் பிரித்தெடுப்பது? தன்னால் இயன்ற அளவுக்கு முயற்சித்தும் ஒரு தீர்வையும் அவரால் கண்டுபிடிக்க முடியவில்லை.

பீட்டரின் அண்டைவீட்டுக்காரரும் நண்பருமான ஹென்றி நெஸ்லே ஒரு மருந்தாளுநர். தாய்ப்பால் கொடுக்க முடியாத குழந்தைகளுக்காக 'ஃபரைன் லாக்டீ' என்ற ஒரு முறையை உருவாக்குவதில் ஓரளவு வெற்றி கண்டார். அந்த முறை பால் மற்றும் உணவு தானியங்களைக் கொண்டு ஒரு சிறப்பான அடுமனைச் சூடேற்று முறையை அடிப்படையாகக் கொண்டது.

1875 ஆம் ஆண்டில், பீட்டர் மற்றும் நெஸ்லே வெற்றிகரமாகத் தங்களின் சம்பந்தப்பட்ட பொருள்களை (சாக்லெட் மற்றும் உறையவைத்த பால்) கலந்து அற்புதமான பொருளை உருவாக்கினார்கள். அது மில்க் சாக்லெட் என்று அறியப்படலாயிற்று.

வெளிப்படையாக இருப்பதற்கும் ஒருவருடைய அதிர்ஷ்ட வாய்ப்பை அதிகப்படுத்துவதற்குமான முக்கியத்துவத்தை வலியுறுத்தி, நூலாசிரியர் டினா, 'அதிர்ஷ்டசாலிகள் தங்கள் வாழ்க்கையில் வரும் வாய்ப்பு

நிகழ்வுகளை சாதகமாக எடுத்துக் கொள்கிறார்கள். வாழ்க்கையில் கஷ்டமான கட்டுப்பாடுகளை ஏற்பதற்குப் பதிலாக, அவர்கள் தங்களைச் சுற்றி நடப்பவற்றில் கவனம் செலுத்துகிறார்கள். ஆகையால், ஒவ்வொரு சூழ்நிலையிலிருந்தும் அதிகமான மதிப்புறு பயனைப் பெற்றுக்கொள்கிறார்கள்' என்று கூறுகிறார்.

இந்தப் பகுதியை மிகவும் புகழ்பெற்ற நாடகாசிரியர் வில்லியம் ஷேக்ஸ்பியர் வாழ்வின் ஒரு நகைச்சுவையான நிகழ்வைப் பற்றிக் குறிப்பிட்டு நிறைவு செய்கிறேன். அவர் மிகவும் விழிப்புணர்வோடு இருந்தார். அதிலும் குறிப்பாக தான் விரும்பும் பெண்ணைப்பற்றியதெனில் கூடுதல் கவனம் செலுத்துவார்.

நடிகரும், அரங்க உரிமையாளருமான ரிச்சர்ட் பர்பேஜ் ஷேக்ஸ்பியரின் ரிச்சர்ட் III நாடகத்தில் முக்கியமான பாத்திரத்தில் நடித்தார்.

ஒரு நாடக நிகழ்ச்சியின் சில நிமிடங்கள் முன்பாக பர்பேஜ் அரங்கத்துக்கு அருகில் வசிக்கும் ஒரு இளம்பெண்ணுடன் காதல் உணர்வில் பேசியதை ஒட்டுக் கேட்டார். அவர்கள் அவளது வீட்டில் நிகழ்ச்சிக்குப்பிறகு சந்திப்பதென பரஸ்பரம் ஒத்துக்கொண்டார்கள். அவள் விளையாட்டாக பர்பேஜிடம், 'வரும்போது உங்களை ரிச்சர்ட் III என்று தெரிவியுங்கள்' என்று யோசனை கூறினாள்.

ஷேக்ஸ்பியர் நிகழ்ச்சி முடிவதற்கு சற்று முன்பாகவே வெளியேறி, அவசர அவசரமாக அவளது வீட்டை அடைந்தார். அவர் தன்னை ரிச்சர்ட் III என்று கூறியதால் அவளது படுக்கையறைக்குள் அனுமதிக்கப்பட்டார்.

நாடகத்தை முடித்துக் கொண்டு பர்பேஜ் அவளோடு மகிழ்ச்சியுடன் இருப்பதற்காக அங்கே சென்றார். வாசலில் நின்று வந்திருப்பவர் ரிச்சர்ட் III என்று குறிப்பு உள்ளே அனுப்பி வைத்தார்.

ஷேக்ஸ்பியர் சிரித்தார். அவர் வேலைக்காரப் பெண்ணிடம், 'வில்லியம் என்ற வெற்றியாளர் ரிச்சர்ட் III க்கு முன்பாகவே வந்து விட்டார்' என்று குறிப்பு எழுதி அனுப்பினார்.

இவைகள்தான் விழிப்பாய் இருப்பதற்குக் கிடைக்கும் பரிசுகள் நண்பர்களே!

7		எச்சரிக்கைத்தயார்நிலை	உயர்ந் தெழு	✓
நடைமுறை ஒழுங்கு	✓	சூழ்நிலைகள் அதிர்ஷ்ட சாலிகள் தீமையான ஒழுங்குசூழ்நிலைகளை சிறந்ததாக ஆக்குவார்கள்	உணர்ந்து கொள்	✓
அணுகு முறை	✓		செயல்படு	✓

அஹமதாபாத் இந்திய மேலாண்மை நிறுவனத்தில் மாணவர்களிடையே உரையாற்றுவதற்காக ஒருமுறை அழைத்தார்கள். அழைக்கப்பட்டவர்களின் வரிசையில் இருந்த மற்றொருவர் தெர்மெக்ஸின் முன்னாள் தலைவர் அனுஅகா. அவர் தன்னுயை வாழ்க்கையின் அனுபவங்களைத் தொகுத்துக்கூறி தன் உரையைத் தொடங்கினார். அவர் என்னை மிகவும் அதிர்ச்சி வியப்பில் ஆழ்த்திவிட்டார்.

அகா 1942 ஆம் ஆண்டு மும்பையில் உள்ள ஒரு உயர் நடுத்தரக் குடும்பத்தில் பிறந்தார். பொருளாதாரத்தில் ஒரு பட்டம், மருத்துவம் மற்றும் மனோதத்துவத்தில் ஒரு முதுநிலைப்பட்டம், ஃபுல்ப்ரைட் ஸ்காலர்ஷிப் ஆகியன பெற்றார். புத்திகூர்மையான ஹார்வர்ட் அறிஞர் ரோஹின்டன் அகாவைத் திருமணம் செய்து கொண்டார். அவருடைய மகளின் திருமணம் முடிந்த உடனேயே ஒரு சோகம் நிகழ்ந்தது.

1996 ஆம் ஆண்டில் நெஞ்சுவலி காரணமாக திடீரென ரோஹின்டன் இறந்து விட்டார். அகாவின் தந்தை ஏ. எஸ். பதேனாவால் முப்பது ஆண்டுகளுக்குமுன் தொடங்கப்பட்ட இஞ்சினியரிங் கம்பெனியான தெர்மெக்ஸ்ஸில் அவர் வகித்த தலைமைப் பொறுப்பை அப்போது ஏற்றுக் கொள்வதில் தான் தயார்நிலையில் இல்லை என்பதை அகா அறிந்தார்.

தெர்மெக்ஸ் கம்பெனி ரோஹின்டனால் மிகச்சிறப்பாக நிர்வகிக்கப்பட்டு வந்தது. அதில் மனிதவளம் சம்பந்தப்பட்ட பணிகளை மட்டும் அனு கவனிப்பதில் மகிழ்ந்தார். பங்குதாரர்களின் இழந்த நம்பிக்கையை மீட்டுவர வேண்டிய நிலையில் அவர் இப்போது கம்பெனி பொறுப்பு முழுவதையும் ஏற்றுக்கொண்டு நிர்வகிக்குமாறு எதிர்பார்க்கப்பட்டார். இதைத் தாங்கிக்கொண்டு ஒருநாள் தன்னுடைய மகன் க்ருஷிடம் பொறுப்பை ஒப்படைத்துவிடலாம் என்ற நம்பிக்கையில் இருந்தார்.

துரதிஷ்டவசமாக, மேலும் அதிக இழப்புகள் அவருக்காகக் காத்திருந்தன. அவருடைய மாமியார் இறந்து விட்டார். தெர்மெக்ஸின் எதிர்காலமும் நம்பிக்கை யாகவுமிருந்த க்ருஷ் பிறகு ஒரு சாலை விபத்தில் இறந்துவிட்டார்.

மூன்று தாங்கமுடியாத இழப்புகள் ஒரு சாதாரண மனிதனை முற்றிலும் அழித்துவிடுவதற்குப் போதுமானது தான். ஆனால் அகா, தெர்மெக்ஸின் நிர்வாகத்தை ஏற்றுக் கொண்டார். அப்போது அவருக்கு மாற்றுவழி ஏதுமில்லை.

அந்த நேரத்தில், தெர்மெக்ஸின் வளர்ச்சி வரைபடம் கீழ்நோக்கிச் சென்றது. பங்கு விலைகள் 400 ரூபாயிலிருந்து 36 ரூபாயாகச் சரிந்து விட்டது. அவரைக் குற்றஞ் சாட்டியும், தன்னை விலக்கிவிடுவிக்குமாறும் குறிப்பிட்டு பங்குதாரர் ஒருவரிடமிருந்து வந்த அநாமதேயக் கடிதம் நிலைமையை எடையிட்டு உணர வற்புறுத்தியது.

'நான் தகுதியானவர் இல்லை என்பதை உணர்ந்தேன். ஆனால் தொழிலை நிர்வகிப்பதுபோல் நடித்தேன்' என்று அவர் கூறினார். காலத்தை வீண்டிக்காமல், அவர் ஒரு வெளிநாட்டு ஆலோசகரை நியமித்து கம்பெனியை மறுசீரமைப்புச் செய்து, ஒரு செயல்திட்டதை உருவாக்கி மேம்படுத்தினார். இது தெர்மெக்ஸின் அதிர்ஷ்டத்தைச் சீரமைக்கத் தொடங்கியது.

2013 ஆம் ஆண்டின் நிலவரப்படி தெர்மெக்ஸ் 75 நாடுகளில் செயல்பட்டது. ஆண்டு வருமானம் ஐம்பது பில்லியன் ரூபாய்களைப் பெற்றது. ஃபோர்பஸ் இதழின் கணிப்பில் அகா, மொத்த சொத்து மதிப்பால் இந்தியாவின் நாற்பது பணக்கரர்களில் ஒருவர் என்று பட்டியலிடப்பட்டு சிறப்பு பெற்றார். தெர்மெக்ஸின் நிர்வாகத்திலிருந்து ஓய்வுபெற்று பின்னர் சமூக சேவையில் தன்னை ஈடுபடுத்திப் பணியாற்றினார். 2010 ஆம் ஆண்டில் இந்திய அரசு அவருக்கு பத்மஸ்ரீ விருது அவரது சமூக சேவையைப் பராட்டி வழங்கப்பட்டது. 2102 ஆம் ஆண்டில் ராஜ்ய சபை உறுப்பினாரக நியமிக்கப்பட்டார்.

இக்கட்டான சூழ்நிலைகளை சாதகமாகப் பயன்படுத்துவது என்று நான் கூறுவதை விளக்குவதற்கு அடல் பிஹாரி வாஜ்பாய் (இந்தியாவின் பத்தாவது பிரதமர்) மற்றும் நரேந்திர மோடி (இந்தியாவின் பதினைந்தாவது பிரதமர்) ஆகிய இருவரின் கதைகளை எடுத்துக் கொள்ளலாம்.

1996 ஆம் ஆண்டில், வாஜ்பாயி பிரதமரானார். ஆனால் அவருடைய அரசாங்கம் பதின்மூன்று நாட்களே நீடித்தது. 1998 ஆம் ஆண்டில் அவர் மீண்டும் பிரதமரானார் ஆனால் அவருடைய அரசாங்கம் பதின்மூன்று மாதங்களே நீடித்தது. பலர் வாஜ்பாயிக்கு பதின்மூன்று என்ற எண் ராசியில்லாதது என்று முடிவுக்கு

உடனே வந்தனர். உண்மை அதற்கு மாறாக இருந்தது. இரண்டு முறை ஏற்பட்ட குறைந்த கால அரசமைப்பு வாஜ்பாயை வலுவான கூட்டணி அமைப்பதற்குத் தூண்டியது. 1999ஆம் ஆண்டில் மீண்டும் பிரதமராகி கூட்டணியை எவ்வாறு கையாள்வது என்பதைத் தெரிந்த கொண்டதால் ஒரு முழு ஆட்சிக்காலத்தையும் சிறப்பாக முடித்தார்.

நரேந்திர மோடி ‘*சாய்வாலா*’ - வெறும் டீ விற்பனையாளர் என்று அவரது அரசியல் எதிரிகள் பலரால் பரிகசிக்கப்பட்டார். மோடி இந்த கூர்மையான பழிச்சொல்லை தனக்கு முழுவதும் சாதகமாகப் பயன்படுத்திக் கொண்டார். தன்னுடைய எளிமையான தொடக்க வாழ்வையே சரியாகப் பயன்படுத்தி அவரது எதிரிகளின் உயர்நிலை வாழ்க்கையை வேறுபடுத்திக் காட்டி வெற்றி கொண்டார். தேர்தல் சமயத்தில் அவரது உதவியாளர்கள் கூட்டங்களைத் தேநீர்க் கடைகளில் அமைத்து ‘*சாய் பே சர்ச்சா*’ (தேநீர் அருந்திக்கொண்டே கலந்துரையாடல்) என்று அழைத்தார். இந்த கூட்டங்களில் மோடி அங்குள்ளவர்களிடம் வீடியோ கான்பரன்சிங் முறையில் உரையாடினார். ஒரு சிறிய இழி சொல் நரேந்திர மோடியால் ஒரு வலுவான ஆயுதமாக எடுக்கப்பட்டு, இப்படியாக அவரை இந்தியாவின் பதினைந்தாவது பிரதமர் ஆக்கியது.

இப்படி அதிர்ஷ்டசாலிகள் தங்களுக்கு ஏற்படும் ஒவ்வொரு சாதகமற்ற சூழ்நிலையையும் தங்களுக்கு மிகவும் சாதகமாகப் பயன்படுத்துகிறார்கள். பிரிட்டனின் இந்திய நாவலாசிரியர் சல்மான் ருஷ்டியின் உதாரணம் இதற்கு வலுசேர்க்கிறது;

சல்மான் ருஷ்டியின் 1988 ஆம் ஆண்டில் வெளியிடப்பட்ட நான்காவது நாவல் தி *சடானிக்*

வெர்சஸ் உலகின் பலநாடுகளில் உள்ள முஸ்லீம்களால் கண்டனத்துக்கும் சில வன்முறைகளுக்கும் காரணமாய் அமைந்து மிகுந்த முரண்பாடுகளின் மையமாக மாறியது. அவருக்கு எதிராகக் கொலை மிரட்டல்கள் விடுக்கப்பட்டன. ஈரானின் உயர்நிலைத் தலைவர் ஆயத்துல்லா கோமெய்னி 1989 ஆம் ஆண்டில் வெளியிட்ட ***ஃபத்வாவும்*** (அல்லது சட்டத்தீர்ப்பு) இதில் அடங்கும்.

இருபத்து நான்கு மணிநேரமும் பிரிட்டிஷ் அரசால் வழங்கப்பட்ட பாதுகாப்புடன் ருஷ்டி அடுத்த பத்தாண்டுகள் மறைந்து வாழ்ந்தார். அவர் தொடர்ந்து அச்சுறுத்தப்பட்டு வந்தார். ஆனால் இந்த இக்கட்டான காலத்திலும் அவர் தன் வாழ்க்கையை ஆவணமாக்கும் வகையில் ஒரு இதழ் நடத்தினார்.

2012 ஆம் ஆண்டில் அவர் தன் மறைவு நிலை வாழ்க்கையை சித்தரிக்கும் *ஜோசப் ஆன்டன்: எ மெமோயர்* என்ற நூலை வெளியிட்டார். (இக்கட்டான நெறுக்கடி காலங்களில் அவர் ஏற்ற புனைப்பெயர் ஜோசஃப் ஆன்டன் என்பது.)

ருஷ்டி தனது அந்த ஆண்டுகளை மற்றுமொரு புதிய இலக்கிய நூல் எழுதுவதற்குப் பயன்படுத்திக் கொண்டார்!

அல்லது உள்வர்த்தக பேரத்தினால் கைது செய்யப்பட்ட அமெரிக்காவின் மார்த்தா ஸ்டீவர்ட் என்ற நுகர்பொருள் விற்பனை அழகியை எண்ணிப் பார்ப்போம்:

2004 ஆம் ஆண்டு மார்த்தா ஸ்டீவர்டின் வாழ்க்கை உலகம் முற்றிலுமாக நசுங்கிப் போய்விட்டது. ஊடகங்களில் வெளிவந்து பின்னர் வழக்கின் போது மார்த்தா நம்பிக்கைத் துரோகம், நீதிக்குப்புறம்பாக

நடத்தல், விற்பனை பற்றி பொய்யான தகவல் அளித்தது ஆகியவற்றுக்காக குற்றம் உள்ளவராக தீர்ப்பளிக்கப்பட்டார். சிறையில் ஐந்து மாதங்களும் வீட்டுக்காவலில் ஆறு மாதங்களும் கழித்தார்.

இப்போது, அநேகமாக ஒவ்வொரு புத்தகக் கடையிலும் மார்த்தா எழுதிய நூல் *தி மார்த்தா ரூல்ஸ்* முக்கியத்துவத்துடன் வைக்கப்பட்டுள்ளது. பத்து விதிகளைக்கொண்ட இந்நூல் தொழில்முனைவோர்களுக்கு தங்கள் சொந்த வெற்றிகரமான வணிகத்தை உருவாக்குவதற்கான சிறந்த வழிகாட்டியாக இருக்கிறது. சிறையில் உடனிருந்தவர்கள் அவருடைய அறிவுரையை வேண்டியதற்கிணங்க அவர்களுக்கு உதவும் ஒரு திட்டமாக மார்த்தா இந்த நூலை எழுதத் தொடங்கினார்.

இதுவரை மார்த்தா, 7,000 புதிய பொருள்களைத் தன் பெயரில் கொண்டுவந்துள்ளார். 71 வது நூலை வெளியிட்டுள்ளார். நான்கு பருவ இதழ்கள் மற்றும் ஹால்மார்க் தொலைக்காட்சியில் நான்கு தொலைக்காட்சி நிகழ்ச்சிகள் நடத்துகிறார்.

வரலாற்றுப்புகழ்மிக்க ஒபராய் ஹோட்டல்களைத் தோற்றுவித்தவரான ராய்பகதூர் மோகன்சிங் ஒபராயிடமிருந்து தன் இளமைக்கால போராட்ட வாழ்க்கையை நினைவு கூர்ந்து எழுதிய தன்வரலாற்றுக் குறிப்புகளை *தி ஸ்மார்ட் மேனேஜர்* இதழின் ஆசிரியர் டாக்டர் கீதா பிரமல் ஒருமுறை வரப்பெற்றார்:

அந்த காலங்களில் பிளேக் நோய் மக்களைக் கொல்லும் கொடிய நோயாக இருந்தது. அது அடிக்கடி கிராமங்களை முற்றிலுமாக பாதித்து அழிக்கும் நிலையிருந்ததால் அந்த கொள்ளை நோய்க்கு மக்கள் அஞ்சினர். இப்படிப்பட்ட

சோகமான சூழ்நிலையில், ஒரு அரசாங்க அலுவலகத்தில் இளநிலை எழுத்தர் பணிக்கான அறிவிப்பு வந்ததைப் பார்த்தேன். அம்மா கொடுத்த இருபத்து ஐந்து ரூபாயை வைத்துக்கொண்டு அந்த தேர்வுக்காக நான் சிம்லாவுக்குப் புறப்பட்டேன்.

ஒருநாள் செசில் ஹோட்டலைக் கடந்து சென்று கொண்டிருந்தேன். திடீரென அங்கு சென்று என்னுடைய அதிர்ஷ்டத்தை முயற்சித்துப் பார்க்க வேண்டும் என்று எனக்குள் ஒரு உந்துதல் ஏற்பட்டது. அப்போதெல்லாம் இந்த ஹோட்டல் உயர்தரத்திலும் தோற்றப்பொலிவிலும் இந்தியாவின் முன்னணி ஹோட்டல்களில் ஒன்றாக இருந்தது. இந்தியாவின் பல இணைப்பு ஹோட்டல்களின் நிர்வாகத்தினர் அதன் உரிமையாளர்கள். நான் உள்ளே நுழைந்ததும், மேலாளரே முன் நுழைவு ஹாலில் நிற்பதைப் பார்த்தேன். அவர் யாரென்று முதலில் தெரியாது. ஆனால் இன்னல்களுக்கிடையில் ஒருவருக்கு துணிவு வந்துவிட்டதால், நான் இழப்பதற்கு ஒன்றுமில்லை. ஆகையால் நான் மேலே சென்று அந்த ஹோட்டலில் எனக்கு ஒரு வேலை தரமுடியுமா என்று கேட்டேன்.

அந்த மேலாளர் டி. டபிள்யூ. க்ரோவ் என்ற பெயருடைய கனிவு மிக்க நல்ல ஆங்கிலேயர். எனக்கு பில்லிங் கிளார்க் வேலை மாதம் நாற்பது ரூபாய் சம்பளத்தில் வழங்கப்பட்டது.

கையில் பரம்பைசா இல்லாமல் தெருவில் நின்றுகொண்டிருந்து ஒரு உயர்சமுதாய நிறுவனத்தில் வேலை கேட்டு மிகுந்த துன்பநிலை சூழ நுழைந்த நிலையைக் கற்பனை செய்து பாருங்கள்! சுருக்கமாகச் சொன்னால் ஒபராயின் கதை இப்படியாகச் செல்கிறது. ஒரு இக்கட்டான துன்ப சூழ்நிலையை மிகச்சிறப்பாகப் பயன்படுத்திக் கொண்டதற்கான சாதாரண உதாரணம்.

சில மிக 'அதிர்ஷ்ட'சாலிகளானவர்களின் வாழ்க்கைக் கதைகள் அவர்களில் அநேகமானவர்கள் துன்பகரமான சூழ்நிலைகளிலிருந்துதான் உயர்நிலைக்கு வந்துள்ளார்கள் என்பதை வெளிப்படுத்துகிறது

- ★ காது கேளாமல் போனபிறகுதான் பீதோவான் மிகச்சிறப்பாக புகழ்பெற்ற அவருடைய பாடல்களை உருவாக்கினார்.
- ★ சர் வால்டர் ராலே பதின் மூன்று ஆண்டுகள் சிறையில் இருந்தபோதுதான் *ஹிஸ்டரி ஆஃப் தி வோல்ட்* நூலை எழுதினார்.
- ★ அமெரிக்காவைக் கண்டுபிடிக்கும் பயணத்தில் கொலம்பஸ் பல கஷ்டமான நிலைமைகளைத் தாங்கிக்கொண்டு சென்றார். அவர் திரும்பி வந்திருந்தால் யாரும் குறைசொல்லப்போவதில்லை. ஆனால் அவர் திரும்பி வந்திருந்தால் யாரும் கிரிஸ்டோஃபர் கொலம்பஸை நினைவில் வைத்திருக்கமாட்டார்கள்.
- ★ 1942 ஆம் ஆண்டுமுதல் 1946 ஆம் ஆண்டு வரை ஜவஹர்லால் நேரு அஹமத்நகர் சிறையில் இருந்தபோதுதான் *தி டிஸ்கவரி ஆஃப் இண்டியா* நூல் எழுதப்பட்டது.
- ★ மார்டின் லூதர் புனித பைபிளை வார்ட்பர்க் அரண்மனையில் காவலில் இருந்தபோதுதான் மொழிபெயர்த்தார்.
- ★ ஹெலன் கெல்லர் பிறவியில் கண்பார்வை யற்றவராகவும் காது கேளாதவராக இருந்தும் பன்னிரெண்டு நூல்கள், பல கட்டுரைகள், நாற்பதுக்கு மேற்பட்ட நாடுகளில் நூற்றுக் கணக்கான உரைவழங்கல்ஆகியவற்றைசாதித்துள்ளார். கெல்லர், 'உங்கள் முகத்தை சூரியனை நோக்கி வைத்தால்

நீங்கள் ஒருபோதும் நிழலைக் காணமாட்டீர்கள்' என்று கூறியதாக அறியப்படுகிறது.

★ டான்டே, மரண தண்டனை தீர்ப்பு இருந்த நிலையில் இருபது ஆண்டுகள் மறைநிலை வாழ்க்கையில்தான் ***டிவைன் காமெடி*** என்ற நூலை எழுதினார்.

ஆஸ்கார் வொயில்ட் சிறப்பாக, 'நாமெல்லாம் சாக்கடைக் கால்வாயில் இருக்கிறோம். ஆனால் நம்மில் சிலர் நட்சத்திரங்களை நோக்கிக் கொண்டிருக்கிறோம்' என்று கூறினார். நட்சத்திரங்களைப் பார்க்க வேண்டும் என்ற திறமைதான் ஒருவரை இக்கட்டான நிலைகளையும் தனக்கு சாதகமாகப் பயன்படுத்துவதற்கான முக்கிய அம்சமாகும். சிந்தியுங்கள்:

யுக்ரைனிலிருந்து புலம் பெயர்ந்து வந்த ஏழ்மையான ஜேன் கூம், உணவுப்பொருள் சீட்டு வாங்குவதற்காக வழக்கமாக தன்னுடைய தாயாருடன் வரிசையில் நின்றார்.

டாட்காம் குழப்பத்தால் ப்ரையன் ஆக்டன் தன்னுடைய அதிர்ஷ்டத்தை இழந்தார். அவருக்கு ட்விட்டரிலும் ஃபேஸ்புக்கிலும் வேலை மறுக்கப்பட்டது.

யாஹூவில் பணியாற்றிக் கொண்டிருக்கும்போது நெருங்கிய நண்பர்களான ஜேனும் ப்ரையனும 2002 ஆம் ஆண்டில் அந்த கம்பெனியிலிருந்து விலகினர். வேலை இல்லாமல் இருந்தபோதும் தென் அமெரிக்கா வாய்ப்புகளைக் காணவும் ஃப்ரிஸ்பீ விளையாடவும் ஒரு ஆண்டு கழித்தனர்.

இரண்டு ஆண்டுகளுக்குப்பின், அவர்கள் புதிய செய்திச் சேவையைத் தொடங்க முடிவெடுத்து செயல்பட்டனர்.

ஐந்து ஆண்டுகளுக்குப்பிறகு பேஸ்புக் அவர்களது சேவை வாட்ஸ்ஆப்பை 19 பில்லியன் அமெரிக்க டாலர் கொடுத்து வாங்கிக்கொண்டது.

'தலாய்லாமா வழிமுறை' செயல்பாடு என்பதற்குச் சரியான விளக்கமாக வாட்ஸ்ஆப் கதை உள்ளது. தலாய்லாமா வழிமுறை என்றால் என்ன என்று நீங்கள் கேட்கிறார்களா? நல்லது, தலாய்லாமா மிக அறிவுக்கூர்மையான ஒரு உள்ளுணர்வோடு வந்தார். 'நீங்கள் விரும்பி அடைய முடியாத ஒன்று மிகப்பெரிய அதிர்ஷ்டவாய்ப்பாக இருக்கக்கூடும் எனபதை நினைவில் கொள்ளுங்கள்' என்று அவர் கூறினார். வாட்ஸ்ஆப் கண்டுபிடித்தவர்கள் நிரந்தரமான வேலையோடு 'ஆசிர்வதிக்கப்படிருந்தால்' அவர்களுக்கு தொழில்முனை வோராக ஆகின்ற நிலை இல்லாமல் போயிருக்கும்.

தலாய்லாமா வழிமுறை செயல்படுவதற்கு இன்னுமொரு உதாரணம் இருக்கிறது.

அவுல் பகிர் விமானத் தொழில்நுட்பப் பொறியியலில் திறமை பெற்றார். அவருக்குப் போர்விமானியாக வரவேண்டும் என்பது கனவாக இருந்தது. அவருக்கு வேலைக்கான இரண்டு நேர்காணல் அழைப்புகள் வந்தன. இந்திய விமானப்படைக்கு டெஹ்ராடூனில் நடைபெற்ற அந்த நேர்காணலில் ஒன்பதாவது தகுதியிடத்தில் (இருபத்தைந்து இறுதிநிலை விண்ணப்பதாரர்களில்) இருந்தார். ஆனால் எட்டு காலியிடங்கள் மட்டுமே இருந்ததால் அவர் தேர்ந்தெடுக்கப்படவில்லை.

எனவே அவர் இரண்டாவது நிறுவனமான டெல்லியில் உள்ள பாதுகாப்புத் துறையின் தொழில்நுட்ப மேம்பாடு மற்றும் உற்பத்தி இயக்ககத்தில் சேரவேண்டிய கட்டாயம் ஏற்பட்டது.

அந்தவிண்ணப்பதாரர்யார்? அவுல் பகிர் ஜைனுலாபிதீன் அப்துல் கலாம் சிறப்பாக ஏ. பி. ஜே. அப்துல்கலாம் என்று அறியப்பட்ட இந்திய ஏவுகணை மனிதரான நம் இந்தியாவின் பதினொன்றாவது ஜனாதிபதிதான்.

விரும்பியது கிடைக்காததால், ஏ. பி. ஜே. அப்துல்கலாம் தனக்கு மிகப்பெரிய சிறப்புகளைப் பொழியக்கூடிய ஒரு வேலைக்கு செல்ல வழியமைக்கப்பட்டார்.

இப்போது தற்காலிகமாக என்னுடைய பதிப்பு முயற்சிகள் பற்றிய செய்திகளை மீண்டும் பார்ப்போம்:

பலமுறை மறுக்கப்பட்ட பிறகு, நானாகவே வெளியிடுவதற்கு முடிவெடுத்தேன்.

மார்கரெட் மிட்செல் எழுதிய *கான் வித் தி விண்ட்* பதிப்பாவதற்குமுன் முப்பத்தெட்டுமுறை மறுக்கப்பட்டுள்ளது என்பதை நினைவுப்படுத்திக் கொண்டு என்னுடைய மூழ்குநிலை சிந்தனையை மாற்றக் கற்றுக்கொண்டேன். ஆன் ஃப்ரேங்க் எழுதிய *தி டயரி ஆஃப் எ எங்க் கேர்ல்* நூல் பதினைந்துமுறை மறுக்கப்பட்டது. ஸ்டீஃபன் கிங் எழுதிய *கேர்ரி* பதிப்பாவதற்குமுன் முப்பதுமுறை மறுக்கப்பட்டது. *ஹாரி பாட்டர் அண்ட் தி சோர்செர்ஸ் ஸ்டோன்* பன்னிரண்டுமுறை மறுக்கப்பட்டது. ஜே. கே. ரௌலிங் தன்னுடைய பகல்நேர வேலையை விட்டுவிட வேண்டாம் என்று கிண்டலாகக் கூறப்பட்டார். என்னுள் சமாதானம் பெற்று, விளையாட்டின் ஒரு பகுதியாக அந்த அழுத்தம் நிறைந்த ஆபத்தான வேலையில் ஈடுபடத் தொடங்கினேன்.

தானே பதிப்பித்தல் வழக்கமான பதிப்பாளர்களின் அனுமதியின்றி பதிப்பித்து உங்கள் படைப்பை நீங்களே விற்பனை செய்வதற்கான வாய்ப்பு என்றபோதும், மிகுந்த வெற்றி பெறுவதற்கான சாத்தியம் மிகவும்

குறைவு. கூகுளின் மேம்பட்ட வழிமுறைக் கணக்கின்படி, நவீன வரலாறு குறித்து 129 மில்லியனுக்கு அதிகமான புத்தகங்கள் பதிப்பிக்கப்பட்டுள்ளன. ஏறக்குறைய ஒரு மில்லியன் நூல்கள் அமெரிக்காவில் மட்டும் ஒவ்வொரு ஆண்டும் பட்டியலில் சேர்கின்றன. அவற்றில் பாதியளவு நூல்கள் தானே பதிப்பித்தவை. சராசரியாக ஒவ்வொரு தன்பதிப்பு நூலும் அதன் ஆயுளில் 57 படிகள்தான் விற்பனையாகின்றன. (பெரும்பாலும் ஆசிரியரின் உறவினர்களும் நண்பர்களும் என்று நான் கற்பனை செய்கிறேன்). உண்மை என்னவென்றால், வெளியீட்டாளர்கள் காசோலை எழுதும் வேகத்தைவிட அதிகமாக ஆசிரியர்கள் நூல்களை எழுதுகிறார்கள். உண்மையில் கஷ்டமான வாய்ப்புதான்.

ஆனால் அதிர்ஷ்டசாலி. என்னுடைய தன் வெளியீட்டு சாதனை, என்னுடைய நூல்கள் வழக்கமான வெளியீட்டாளர்களால் ஏற்கப்பட்டு, இறுதியாக இந்திய அதிக விற்பனை நூல்பட்டியிலில் இடம்பெற்றன. அது அடுத்த ஆறு ஆண்டுகளில் இரண்டு அதிக விற்பனையான நூல்களுடன், உலகின் முன்னணி மர்மவகை எழுத்தாளர் ஜேம்ஸ் பேட்டர்சனுடன் இணைந்து ஒரு நூலும் எழுதுவதற்கு இட்டுச்சென்றது.

என்னுடைய பதிப்பாளருடன் ஒரு கூட்டத்தில் இருந்தபோது, நான் ஒருமுறை நகைச்சுவையாக, என்னுடைய நூல் பலமுறை மறுக்கப்பட்டதைப்பற்றிக் குறிப்பிட்டேன்.

'கோஜிட்டோ எர்கோ சம் என்ற இலத்தீன் சொற்றொடரைக் கேள்விப் பட்டிருக்கிறீர்களா?' என்று என்னுடைய பதிப்பாளர் கௌதம் கேட்டார்.

நிச்சயமாக. டெஸ்கார்டஸ் இதனைக் கூறினார். 'அதனால் அது நான்தான் என்று நினைக்கிறேன்' என்று நான் பதில் கூறினேன்.

'உங்களைப் பொறுத்தவரை அந்த சொற்றொடரை,' 'நான் மூழ்குகிறேன், அதனால் நான் நீந்துகிறேன்' 'என்று மாற்றியமைக்க வேண்டும். உங்கள் தோல்விகளை உங்களின் மிகப்பெரிய ஆசிர்வாதங்கள் என்று கணக்கிடுங்கள். உங்கள் தடைக்கற்களைப் படிக்கற்களாக மாற்றவேண்டும் என்பது உங்கள் முடிவாக உள்ளது' என்று தத்துவார்த்தமாகக் கூறினார்.

இந்தியாவின் பிரமல் குழுமத்தின் தலைவர் அஜய் பிரமலுக்கு அவருடைய தந்தை நியூயார்க்கில் திடீரென இறந்தபோது, வயது இருபத்தொன்பதுதான். அவருடைய மூத்த சகோதரர் நிர்வாகப் பொறுப்பை ஏற்றுக் கொண்டார். ஆனால் ஐந்து ஆண்டுகளுக்குப் பிறகு, அவர் தன்மனைவியையும் மூன்று குழந்தைகளையும் விட்டுவிட்டு புற்றுநோயால் இறந்தார். இதற்கு முன்பாக, இன்னொரு சகோதரர் தன் குடும்ப வணிகத்தை விட்டுவிட முடிவு செய்தார். இதே சமயத்தில், தத்தா சாமந்தால் முன்னெடுத்து நடத்தப்பட்ட ஒரு வருடகால பஞ்சாலை வேலை நிறுத்தம் துணித்தொழிலை அழிவுக்குக் கொண்டு சென்றது. குடும்பத்தின் முக்கிய ஆதாரமான மொரார்ஜி மில்ஸ் மிகுந்த இழப்பைக் கண்டுவந்தது.

பிரமல் இத்தகைய இன்னல் மிகுந்த சூழ்நிலையில், ஒரு குறிப்பிட்ட கதையைத் தனக்குள் நினைவுபடுத்திக் கொண்டு வாழ்ந்ததாக நினைவு கூர்கிறார்:

ஒருநாள் இரவு ஒரு மனிதன் தான் கடவுளோடு கடற்கரையில் நடந்து போய்க்கொண்டிருப்பதுபோலக் கனவு கண்டான். அவர்கள் நடந்து சென்று கொண்டிருக்கும் போதே, அவனுடைய வாழ்க்கை நிகழ்வுகளில் சில வானத்தில் படம்போல மின்னிக் கொண்டிருந்தது.

ஒவ்வொரு காட்சியிலும் மணலில் இரண்டு ஜோடி காலடிச்சுவடுகளை அந்த மனிதன் கண்டான். (அவனுடையதும், கடவுளுடையதும்).

மிகவும் கூர்ந்த கவனித்துப் பார்த்தபோது, அவனுடைய வாழ்வின் துன்பமான நாட்களில் ஒரு ஜோடி காலடிப்பதிவுகள் மட்டுமே இருப்பதைக் கண்டான். அவன் கடவுளிடம், ‘கடவுளே, நான் உன்னை அதிகமாகத் தேவை என்று நினைக்கும்போது ஏன் கைவிட்டுப் போய் விடுகிறாய்?’ என்று கேட்டான்.

கடவுள் மிகவும் மெல்லிய குரலில்,‘மகனே, உன் வாழ்வின் துன்பமான சமயங்களில் நான் உன்னைத் தோளில் சுமந்து சென்றேன். அதனால் அதில் உன் காலடிப்பதிவுகள் இல்லை’ என்று கூறினார்.

அதிர்ஷ்சாலிகள் தங்கள் துன்பகரமான நாட்களை நகர்த்துவதற்காக நம்பிக்கை, வழிபாடு, பொழுதுபோக்கு, தியானம், நண்பர்கள் என்று மாற்றுமுறை ஆதார முறைகளை உருவாக்கிக் கொள்வதைக் காண்கிறோம். இப்படி அவர்கள் அத்தகைய காலங்களைத் தங்கள் திறமைக்கேற்ப நன்முறையில் பயன்படுத்துகிறார்கள்.

பிபிசி பேட்டி காண்பவரான ஜான் சிம்ப்சன் குறிப்பிடும் நெல்சன் மண்டேலாவின் வாழ்க்கை நிகழ்ச்சியினை எடுத்துக்கூறி இந்தப் பகுதியினை நிறைவு செய்கிறேன்:

என்னுடைய பழைய கல்லூரியான கேம்பரிட்ஜுக்கு மண்டேலா வந்தபோது நிகழ்ந்த நிகழ்வின் ஒரு பசுமையான நினைவு இது:

பார்வையாளர்களை உண்மையிலேயே உணர்ச்சி பெறவைக்கும் வகையில் மிகச்சிறப்பான வகையில் பேசக் கூடியவர் மண்டேலா. அவர்கள் கேட்க விரும்பியது என்னவென்றால், அவர் சந்திக்கும் ஒவ்வொரு தனிநபரும்

உணரும் வண்ணம் ஆழ்ந்த தனிப்பட்ட இரக்கத்திலிருந்து வருவதாக நான் நினைக்கிறேன்.

'நான் இங்கே பேசுவதில் மூன்று காரணங்களுக்காக மிகவும் நடுக்கமாயிருக்கிறேன். முதலாவதாக நான் ஒரு முதியோர் உதவித்தொகை பெறுபவன்' என்று அவர் அறிவித்தார்.

நகைச்சுவை மெல்ல படர்ந்தது. ஆனால் உண்மையாகவா? அவர் நகைச் சுவைக்காக சொல்கிறாரா? அல்லது தன்னடக்கத்துக்காகக் கூறுகிறாரா?

'இரண்டாவதாக, நான் வேலையில்லாதிருப்பவன்' சிரிப்பொலி இன்னும் கொஞ்சம் அதிகமானது. அவர் ஜனாதிபதியாக இருந்து வெளிவந்தது வெகுகாலத்திற்கு முன்பாக அல்ல.

'மூன்றாவதாக, எனக்கு மிகவும் *தீமையானதான* குற்றப்பதிவு இருக்கிறது'

இந்தமுறை சிரிப்பு ஜன்னல்கதவுகளை அதிரச் செய்தது.

அந்த 'குற்றப்பதிவுகள் கொண்ட வேலையில்லாத முதியோர் உதவித்தொகை பெறுகின்றவர்' தான் இருபத்து ஏழு ஆண்டுகள் சிறைவாசத்தை அனுபவித்து தென் ஆப்பிரிக்காவில் தீண்டாமையான அபார்தீட்டை ஒழித்தவர்! தீய சூழ்நிலைகளை நன்மையாக்கிக் கொள்வது என்று அழைக்கப்படுவது இதுதான்.

<table>
<tr><td colspan="2">8</td><td rowspan="3">நம்பிக்கை

அதிர்ஷ்டசாலிகள் தங்கள் நம்பிக்கையையும் தொடர்புத் திறனையும் மேம்படுத்திக் கொள்வார்கள்</td><td>உயர்ந் தெழு</td><td>✓</td></tr>
<tr><td>நடைமுறை ஒழுங்கு</td><td>✓</td><td>உணர்ந்து கொள்</td><td></td></tr>
<tr><td>அணுகு முறை</td><td>✓</td><td>செயல்படு</td><td>✓</td></tr>
</table>

என்னுடைய இளமையான வயதில் அசிங்கமாகவும் கூச்சமுள்ளவனாகவும் இருந்ததுடன் எப்போதும் உடல் எடை கூடியும் இருந்ததால் விருந்துகளுக்குப் போனால் யாரையும் தெரியாமல் தனியே அமர்ந்து எதையாவது குடித்துக்கொண்டு இருப்பேன் என்பதை நினைத்துப் பார்க்கிறேன். இதைமட்டும் செய்துவிட்டு முடித்துக் கொள்வேன்.

பள்ளியில் சில ஆண்டுகளில் என்னுடைய ஆசிரியர்கள் சிலர் என்னை பேச்சுப்போட்டி, விவாதம், நாடகம் என்பவற்றில் ஈடுபடுத்தினர். நான் ஆரம்பத்தில் பதற்றமடைந்தாலும் ஒவ்வொரு வெற்றிபெறும் போட்டியாலும் தன்னம்பிக்கை வளர்ந்தது. இறுதியாக நான் மேடையேறி சிறப்பாகப் பேசும் வாய்ப்புகளைப்பெற்றேன். (என்னை குறிப்பாக நிறுத்துவும் சொல்ல நேர்ந்தது)

ஆகையால் நம்பிக்கையைப் பெறுவதற்கு வழிதான் என்ன? இது எளிமையானது. அச்சத்தை வெற்றி கொள்ளுங்கள்.

எந்தவகை அச்சமானாலும் வெற்றிகொண்டு விடுவது ஒருவருக்கு வாய்ப்புகளை நிறைய ஏற்படுத்திக் கொடுக்கிறது. ‘அச்சத்தை வெற்றிகொள்வதே அறிவின் தொடக்கமாகும்’ என்று பிரிட்டிஷ் தத்துவ ஞானியும் கணிதமேதையுமான பெர்ட்ரன்ட் ரஸ்ஸல் கண்டு கூறினார்.

மேக்ஸிமைஸ் யூவர் பொடன்சியல்: க்ரோ யூவர் எக்ஸ்பர்டைஸ், டேக் போல்ட் ரிஸ்க்ஸ் - பில்ட் அன் இன்கிரெடிபிள் கேரியர் என்ற நூலில் ஸ்டான்ஃபோர்ட் பல்கலைக்கழகத்தின் மைக்கேல் ஸ்வால்ப் அதிர்ஷ்டத்தின் பாதையில் ஏன் அச்சம் வருகிறது என்பதை விளக்குகிறார். ஒவ்வொருநாளும் சவால்களை ஏற்பதற்கும் தோல்வி பயத்திற்கும் இடையில் மனத்தில் தோன்றும் இருவகை நிலைகளை இது பெற்றிருக்கிறது.

மனோதத்துவ நிபுணர்களின் பணிகளைப்பற்றிக் குறிப்பிட்டு டேனியல் கில்பர்ட், டிமோதி வில்சன்,

ஸ்வால்ப் ஆகியோர் 'முரண் தாக்கம்' என்பதைப்பற்றி விளக்குகிறார்கள். இந்த முரண் தாக்கந்தான் நம்முடைய உணர்ச்சி செயல்பாட்டு நிலைகளை மிகவும் அதிகமாக அதிகப்படுத்தி மதிப்பிட்டு விடுவதற்கு தூண்டுகிறது. இந்த முரணின் ஒட்டுமொத்த விளைவு என்ன? தோல்விகள் அவை தரும் துன்பத்திற்கு அதிகமாகவே நாம் எதிர்பார்க்கிறோம். ஆகையால் நாம் தேவையில்லாமல் அதிக அச்சத்தை அடைகிறோம்.

பொதுமேடைகளில பேசுவதற்கு மிகவும் அச்சம் கொண்டிருந்த புகழ்பெற்ற முதலீட்டீளர் வாரன் பஃப்ஃபட் பற்றி சிந்திப்போம்:

பலகோடி அதிபரான முதலீட்டாளர் வாரன் பஃப்ஃபட் பொதுமேடைகளில் பேசுவதற்கு மிகவும் அச்சம் கொண்டிருந்தார். அவர் தன்னுடைய கல்லூரி வகுப்புகளை தான் பேசுவதற்கு வாய்ப்பு ஏற்படுத்தாதவாறு தேர்ந்தெடுத்துக் கொண்டார்.

பஃப்ஃபட் பொது மேடைப்பேச்சு வகுப்பில் சேர்ந்தார். ஆனால் அந்த வகுப்புக்கு ஒருபோதும் செல்லவில்லை. 'நான் பதற்றமடைகிறேன்' என்று பின்னர் ஒரு நேர்காணலில் அவர் கூறினார்.

அவர் ஒருவர் மட்டுமல்ல. ப்ரூஸ் வில்லிஸ், டைகர் உட்ஸ், ஜூலியா ராபர்ட்ஸ், அந்தோனி க்வின், ஜிம்மி ஸ்டூவர்ட் உள்ளிட்ட எண்ணற்ற புகழ்பெற்றவர்கள் பொதுமேடைப் பேச்சில் அச்சம் கொண்டிருந்தார்கள்.

பஃப்ஃபட் தன் இருபத்தொன்றாம் வயதில் முதலீட்டுத் தொழிலில் ஈடுபடத் தொடங்கினார். அப்போது அவர் தனக்கு பொதுவில் பேசுவதில் உள்ள பயத்தைப் போக்கவேண்டுமென்று உணர்ந்தார். அவரைப்போன்ற 'எழுந்து நம்முடைய பெயர்களை சொல்வதற்குக்கூட' அச்சப்பட்ட பலருடன் சேர்ந்து அமெரிக்காவில் உள்ள தன்னம்பிக்கைப் பயிற்சியளிக்கும் வகுப்பில் சேர்ந்தார்.

பெர்கைஷயர் ஹதவேஸ் பங்குதாரர்கள் கூட்டத்திற்கு மிகவும் முன்பாகவே தயாரானார். ஒவ்வொரு ஆண்டும் 35,000 பங்குதாரர்கள் ஒமாஹாவில் கூடுவார்கள். அதில் உண்மையிலேயே பஃப்ஃபட்தான் அனைவரையும் கவர்ந்த நட்சத்திரமாகத் திகழ்கிறார். பஃப்ஃபட் பேசுவது மட்டுமல்லாமல், பாடுவதற்கும் நடனமாடுவதற்கும் புகைப்படத்திற்கு அழகாகக் காட்சியளிப்பதற்கும் தயாராயிருப்பார்.

என்னுடைய கருத்து: அச்சத்தையும் கூச்சத்தையும் வெற்றிகொள்வது இயலும். அப்படிச் செய்வதால், நாம் அதிக வாய்ப்புகளை அள்ளிக் கொள்வதற்கான அதிகமான திறமையைப் பெறுகிறோம். *ஜூலியஸ் சீசர்* நாடகத்தில் வில்லியம் ஷேக்ஸ்ஃபியர் இவ்வாறு எழுதுகிறார்:

ஆண்களின் பிரச்சனைகளில் அலை இருக்கும்

வெள்ளத்தில் சேர்த்திழுத்து அதிர்ஷ்டத்திற்கு இட்டுச் செல்லும்

தவறவிட்டால், அவர்கள் வாழ்க்கைப் பயணம் முழுவதையும்

பேராபத்திலும் துன்பத்திலும் விட்டுவிடும்.

அடிக்கடி அச்சமும் கூச்சமும்தான் நாம் நல்ல நேரத்தைப் பயன்படுத்துவதைத் தடுக்கும். அலை நன்கு இருக்கும்போது அந்த நேரத்தில் பயணம் செய்வதையும் தடுக்கும். ஷேக்ஸ்ஃபியர் சொல்வதுபோல அலை யாருக்காகவும் காத்திருக்காது.

அச்சத்திற்கான மற்றொரு காரணத்தை 'மாண்டி கார்லோ (சூதாட்ட) பொய்மை' என்பதால் விளக்க முடியும். ஏதாவது வழக்கமானதை விட சிலநேரங்களில் அதிக முறை தொடர்ந்து நடக்குமென்றால், இயற்கையைச் சமன்படுத்தும் நம்பிக்கையில் எதிர்காலத்தில் குறைவான தடவைகளே நடக்கும் என்று தவறான நம்பிக்கைக்

கொள்வது மாண்டிகார்லோ பொய்மை (அல்லது சூதாட்ட பொய்மை) என்பது ஆகும். ஆகையால் யாராவது நாணயத்தைச் சுண்டி விடும்போது தொடர்ந்து ஆறுமுறை தலை விழுந்தால், அடுத்த முறை பூ விழும் என்ற நம்பிக்கைக்கு ஒருவர் தவறான எண்ணத்திற்கு வருகிறார். உண்மை என்னவென்றால் சாத்தியக்கூறுகள் மாறுவதில்லை. அடுத்த வாய்ப்பும் 50: 50 என்ற சாத்தியக்கூறுதான். மாண்டி கார்லோ பொய்மையில் உள்ள பிரச்சனை என்னவென்றால், ஒருவருக்கு நல்ல அதிர்ஷ்டம் கிடைத்தால், தானாகவே அடுத்து வருவது துரதிஷ்டம் என்று நம்புகிறார்கள். அல்லது இதற்கு மாறுபட்டவாறு நம்புகிறார்கள். விளைவாக, மாண்டி கார்லோ பொய்மை ஒழுங்கற்ற வழிமுறையை வலிமையாக்குகிறது.

ஒருவருடைய நம்பிக்கையை உருவாக்குவது என்பது, அச்சத்தை வெற்றி கொள்வதாகும். இந்தியாவின் பாலிவுட் நடிகர்களில் முதல் நிலையில் இருப்பவரான ஷாருக் கான் (அல்லது எஸ். ஆர். கே) அவருடைய பயத்தைப் போக்குவதற்கு ஒரு சிறப்பான வழியைக் கையாண்டார். அச்சத்தை வெற்றி கொள்வதற்குப் பதிலாக, அதனை ஒருவருடைய முயற்சிகளில் முன்னெடுத்துச் செல்லும் சக்தியாகப் பயன்படுத்துவது பற்றிப் பேசுகிறார். தொழிலதிபர்களின் மாநாட்டில் பேசும்போது எஸ். ஆர். கே இவ்வாறு கூறினார்:

வெற்றி பெற்றவர்கள் பெரும்பாலும் அவர்களை எது எவ்வாறு செய்தது என்பதை ஒருபோதும் குறிப்பிட்டுச் சொல்ல முடியாதவர்களாக இருக்கிறார்கள, உண்மையில், வெற்றி தானே ஏற்படுகிறது. ஆகையால், எப்படி வெற்றி பெறுவது என்பது பற்றிப் பேசுவது காலத்தை வீண்டித்தல் ஆகும். ஆகையால் நேர்மையாக, நான் சொல்வது எனக்கு என்னவெல்லாம் நடந்ததோ அது தோல்வியைப்பற்றி நான் கொண்ட பயத்தால்தான் நடந்தது. நான் எவ்வளவுக்கு

தோற்பதற்கு விரும்பவில்லையோ அந்த அளவுக்கு வெற்றிபெறவும் விரும்பவில்லை.

ஆகையால் எனக்குப் படங்களில் நடிப்பதற்கு வாய்ப்பு கிடைக்கும்போது அது என்னுடைய படங்களுக்கு நான் ஒத்துக்கொண்ட உருவாக்க எண்ணத்தினால் அல்ல. அது தோல்விக்கும் அச்சத்திற்கும் நான் பயந்த காரணத்தால்தான். அவற்றுள் பெரும்பாலானவை, மற்ற நடிகர்கள் ஒதுக்கியவையும் தயாரிப்பாளர்கள் அதைச் செய்ய வேறுயாரும் கண்டு அறிய முடியாததாலும்தான்.

என்னுடைய முதல் வெற்றிப்படமான *தீவானா* உண்மையில் அர்மன் கோஹ்லி என்ற நடிகரால் நிராகரிக்கப்பட்டது. *பாசிகார்* என்ற படம் சல்மான் கானால் ஒதுக்கப்பட்டது. *தார்* என்ற படம் ஆமிர் கானால் மறுக்கப்பட்டது. நான் எனக்கு வேலை இருக்கவேண்டும் என்பதற்காகவே அவற்றில் நடித்தேன். நேரமோ அல்லது வேறு எதுவோ சரியாக இருந்தது. அது அவ்வாறு நடக்கச் செய்ததால் நான் பெரிய நட்சத்திரமானேன்.

ஷாருக் கான் சொல்லாமல் விட்டது என்னவென்றால், அச்சத்தைப் போக்குவதற்காக அவர் அப்போது மக்கள் தொடர்பியலில் முதுகலைப் படிப்பு படித்துக் கொண்டிருந்தார். புதுடில்லியிலிருந்து மும்பை சென்று அவர் அச்சத்தை வெற்றிகொண்டார். அவருக்கு முதல் வாய்ப்புகள் கொடுத்த இயக்குநர்களைத் தொடர்ந்து தொடர்பு கொண்டு. அச்சத்தைப் போக்கினார்.

அச்சத்தை வெற்றிகொண்டு நம்பிக்கையைப் பெறுவதன் விளைவுகளில் ஒன்று மேம்பட்ட தொடர்புகொள்ளும் திறன்கள் ஆகும். தன்னுடைய நம்பிக்கையாலும், தொடர்ந்த திறமையாலும் தன்னைக் காத்துக்கொண்ட பிரெஞ்சு எழுத்தாளரும், வரலாற்று ஆசிரியரும், தத்துவஞானியுமான வால்டேரின் கதையைப் பார்ப்போம்:

வால்டைர் லண்டனில் மறைவு வாழ்க்கை வாழ்ந்தபோது, பிரெஞ்சுக் காரர்களுக்கு எதிரான பிரபலமான உணர்வு இங்கிலாந்தில் நிலவி வந்தது.

ஒருநாள் அவர் தெருவில் நடந்து வந்து கொண்டிருந்தார். அப்போது அவர் கோபமாக வந்த கூட்டத்தினரால் சூழப்பட்டார். அவர்கள் கோபமாக 'அவனைத் தூக்கிலிடுங்கள். அந்த பிரெஞ்சுக்காரனைத் தூக்கிலிடுங்கள்!' என்று ஆவேசமாக சத்தமிட்டனர்.

அந்தக் கூட்டத்தைச் சமாளிப்பதற்காக வால்டைர், 'இங்கிலாந்து மனிதர்களே! நீங்கள் என்னை நான் ஒரு பிரெஞ்சுக்காரன் என்பதால் கொல்ல விரும்புகிறீர்கள். நான் ஒரு ஆங்கிலேயனாகப் பிறக்காமல் போனதே ஒரு மிகப்பெரும் தண்டனையல்லவா?' என்று கூறினார்.

இந்த புத்தி கூர்மையான, தந்திமான பேச்சு அந்தக் கூட்டத்தினரை மிகவும் திருப்தியடையச் செய்தது. அவர்கள் அவர்மீது மகிழ்ச்சியுற்று அவருடைய வீடுவரை பாதுகாவலாகச் சென்றனர்.

'வார்த்தைகள் ஒருவேளை மிகவும் சக்தி வாய்ந்த மருந்தாக மனிதர்களால் பயன்படுத்தப்படுகிறது' என்று ருட்யார்ட் கிப்ளிங் சிறப்பாகக் கூறினார். அந்த மருந்தே ஃபீல்ட் மார்ஷல் சாம் மானக்ஷா (வங்கதேச விடுதலைக்குக் காரணமான 1971 ஆம் ஆண்டு நடந்த இந்திய - பாகிஸ்தான் போரில் இந்தியாவுக்கு வெற்றி தேடித் தந்தவர்) அவர்களின் உயிரைக் காப்பாற்றுவதாக அமைந்தது.

மானக்ஷா தன்னுடைய இராணுவப் பணியை 1932 ஆம் ஆண்டில் டெஹ்ராடூனில் உள்ள இந்திய இராணுவ

அகாடமியில் தொடங்கினார். எல்லைப் பாதுகாப்புப் படையில் 1934 ஆம் ஆண்டில் உயர்பதவியில் சேர்ந்து இரண்டாம் உலகப்போரில் பர்மாவில் நன்கு செயல்பட்டு எல்லைமீறிய வீரத்தை வெளிப்படுத்தினார்.

இந்த அச்சமற்ற வீரர் இரண்டாம் உலகப்போரின்போது, மிக மோசமாகப் படுகாயமடைந்தார். அவர் மீது பாய்ந்த குண்டுகளால் ஏற்பட்ட காயங்களால் அவர் இனி உயிர் பிழைத்திருக்க முடியாது என்று நினைத்த ஆங்கில அதிகாரியான மேஜர் ஜெனரல் டி. டி. கோவான், இராணுவ கிராஸ் இறப்புக்குப்பிறகு வழங்கக்கூடாது என்று தெரிந்தபோதும் மானக்ஷா கொடூரமன குண்டுக் காயங்களிலிருந்து அவர் தப்பிப் பிழைக்க முடியாது என்று எண்ணிக்கொண்டு தன் சட்டையிலிருந்த அந்த விருதை அவருக்கு குத்திவிட்டார்.

அவருடைய மோசமான நிலையைப் பார்த்த ஆஸ்திரேலிய அறுவை சிகிச்சை நிபுணர் மானக்ஷாவுக்குச் சிகிச்சையளிப்பது பயன் தருமா என்று விவாதித்துக் கொண்டிருந்தார். ஆனால் பிறகு ஏதோ ஒன்று நடந்தது.

அந்த மருத்துவர் மென்மையான குரலில், அவருக்கு என்ன நடந்தது என்று கேட்டார். இறப்பின் பிடியில் இருந்த போதிலும் மானக்ஷா, 'என்மீது ஒரு வலிமையான மனிதன் தாக்கி விட்டான்' என்றார்.

மிக மோசமாகக் காயமுற்றிருந்த வீரருக்கு, அறுவை சிகிச்சை செய்வதற்கு மருத்துவரைத் திருப்திப் படுத்தியது எது? மரணப் படுக்கையிலும் அவருக்கிருந்து இழையோடிய நகைச்சுவை உணர்வுதான்.

அந்த சாதாரண நகைச்சுவை, அந்த சிறு இடைவெளியில் சொல்லப்பட்டதுதான் அந்த மருத்துவர் மானக்ஷாவைக் காப்பாற்றும் முயற்சியில் பணி செய்யத்தூண்டியது. நல்ல அதிர்ஷ்டமா? ஆமாம். ஆனால் அந்த பேச்சுத்தொடர்பு அதனை உண்டாக்குமாறு செய்தது.

ஒரு தொழிலதிபரும் இணையப்பராமரிப்பவருமாகிய க்ரிஸ் குல்லிபியூ என்ற உலகம் சுற்றும் மனிதர், தன்னுடைய 35 வது பிறந்த நாளுக்குள் உலகின் எல்லா 193 நாடுகளையும் சுற்றிப்பார்த்துவிட வேண்டுமென்ற தன் குறிக்கோளை நிறைவேற்றினார். அவர் *தி 100 டாலர் ஸ்டார்ட் அப்* என்ற நூலின் ஆசிரியருமாவார். க்ருஸ் கூறியபடி:

பெரும்பாலான எல்லா பயங்களும், தோல்வி பயம், வெற்றி பயம், மாறுதல் பற்றிய பயம் என்ற மூன்றுக்குள் வருகிறது என்பது முக்கியமானது. தங்களால் கட்டுப்படுத்த முடியாத மாற்றத்தை ஒவ்வொருவரும் வெறுக்கிறார்கள். அவர்கள் மற்றவர்கள் மாறவேண்டும் என்றும் அது பாதுகாப்பான தூரத்தில் இருக்க வேண்டும் என்றும் விரும்புகிறார்கள்.

எழுத்து உலகத்திலும், தொழில்முனைவு உலகத்திலும் நான் பலவித பயங்களைப் பெற்றிருக்கிறேன். முடிவெடுப் பதில் பயம், தவறாகப் புரிந்து கொள்ளப்படுவோமோ என்ற பயம், மற்றவர்களை கீழ்த்தள்ள வேண்டுமே என்ற பயம் ஆகியன. இவைகள் உங்களை ஆட்கொள்ளச் செய்தால், உங்களை முடக்கிப்போட்டுவிடும் சக்திகளாக முடியும்.

எனக்கு உண்மையில் உதவுவது எது என்றால், நேர்மறை உறுதிப்பாடு ஆகும். மற்றவர்கள் கூறிய சிறப்பான விஷயங்களைக் கொண்ட ஒரு கோப்பினை வைத்துள்ளேன். அந்த கோப்பு எனக்காகவே உள்ளது. அது நான் எப்போதாவது பார்க்க விரும்பும்போது பார்ப்பதற்குத்தான். நான் அடிக்கடி அதனைப் பார்ப்பதில்லை. ஆனால் அது என்னிடம் இருக்கிறது என்பதே சிறப்பு.

நேர்மறை செயல்பாடுகள் நன்மையாக அமைவதைக் காட்டிலும், எதிர்மறை செயல்பாடுகள் அதிகம் பாதிக்கும் என்றாலும், உங்களுக்கு நேர்மறை எண்ணங்கள் வரும்போது அவற்றுக்கு முக்கியத்துவம் கொடுங்கள்.

உங்களைச் சுற்றிவரும் எதிர்மறை எண்ணங்களைச் சுற்றி நல்ல உணர்வுகளை உண்டாக்கி உங்களுக்கு அரணாக அமைய இது உதவுகிறது.

நம்பிக்கை என்பது சரியாக இருப்பதால் மட்டும் வருவதில்லை. ஆனால் தவறாக இருக்கப் பயப்படாமலிருப்பதாலும் வருகிறது. வொய்ஸ்மன் பத்திரிகைப் பரிசோதனை நினைவிருக்கிறதா? நம்பிக்கை யுள்ள பதற்றமில்லாதவர்கள் விளைவைப் பற்றிக் கவலைப் படாதவர்கள்தான் இரண்டாவது பக்கத்து விளம்பரத்தைக் கவனித்தார்கள். ஆனால் பதட்டமான ஆர்வமும் பயமும் உள்ளவர்கள் அடுத்த செயல்பற்றியே சிந்தித்துக் கொண்டிருந்ததால், அவர்கள் அந்த விநோதத் தீர்வினைத் தவற விட்டுவிட்டார்கள்.

மிகஎளிமையானதீர்வு, பில்கோஸ்பை என்பவரிடமிருந்து வருகிறது. அவர், 'நீங்கள் பயப்படுவதைவிட அதிகமாக விரும்புவதாகத்தீர்மானியுங்கள்!' என்று கூறினார். ஒருமுறை அதுவும் நடந்தது. மிகவும் சுமாரான தொடர்புத்திறன் கூட சரிசெய்யப்படலாம். அனில் மணிபாய் நாயக்கின் விஷயத்தை எடுத்துக் கொள்ளலாம்:

ஒரு இயந்திரவியல் பொறியாளரான அனில் மணிபாய் நாயக் லார்சன் - டூப்ரோ கம்பெனிக்கு வேலைக்கு விண்ணப்பித்தார். அவரது வெற்றிக்கான வாய்ப்புகள் மிகவும் குறைவு. அவர் ஒரு ஐஐடி யிலிருந்து பட்டம் பெறாமல், குஜராத்தில் உள்ள பிர்லா விஷ்வகர்மா கல்லூரியில் பயின்றுள்ளார்.

அவருக்கிருந்த குறைவான ஆங்கில அறிவினால் அவர் எல் - டிக்கு வேலைக்கு அளித்த விண்ணப்பத்தில் எட்டு தவறுகள் இருந்தன.

1965 ஆம் ஆண்டில் நாயக் வேலை பெற்றார். ஆனால் கம்பெனி முன்பு அறிவித்திருந்த சம்பளத்தை ரூ 760 லிருந்து ரூ 670 க்குக் குறைத்து விட்டனர். இறுதியாக நேர்காணல் செய்தவர் (ஒரு ஆங்கிலேயர்) நாயக் கடுமையானவர் என்று கருதியதால், அவருக்கு வாக்களித்திருந்ததைவிட குறைந்த தகுதி உள்ள பதவியில் வேலை வழங்கப்பட்டது.

சில ஆண்டுகளுக்குப்பிறகு, தனக்கும் அந்த ஆங்கிலேயருக்கும் இடையில் இருந்த கருத்துப் பரிமாற்ற இடைவெளிதான் காரணம் என்று கூறினார். 'நான் வழக்கமாக குஜராத்தியில் சிந்தித்துப் பின்னர், ஆங்கிலத்தில் மொழிபெயர்துக் கூறுவேன். ஒருவேளை அந்த ஆங்கிலேயர் நான் சொல்லவந்ததைத் தவறாகப் புரிந்து கொண்டிருக்கலாம்' என்றார்.

இந்த பின்னடைவுகளால் பயந்து தளர்ந்துவிடாமல் அந்த வேலையை ஏற்றுக் கொண்டார். முப்பத்தெட்டு ஆண்டுகளுக்குப் பிறகு தான் எல் - டி தலைவராவோம் என்பதை நினைத்துப் பார்த்திருக்க மாட்டார்.

வால்மார்ட் நிறுவனரான சாம் வால்டன் தன்னுடைய *மேட் இன் அமெரிக்கா* என்ற நூலில், தான் கல்லூரி மாணவர்தலைவராகவரவேண்டும்என்றுவிரும்பியதாகவும் அதற்குத் தேவையான அடிப்படை முக்கியத் தகுதிகள் நம்பிக்கையும் செய்திப் பரிமாற்றத்திறனும் என்று கூறுகிறார்:

கல்லூரி வளாகத்தின் தலைவராகத் திகழ்வதற்குத் தேவையானவை பற்றிய ரகசியங்கள் எல்லாம் மிகச் சாதாரணமானவை என்பதை நான் கற்றுக்கொண்டேன்: அங்கு நடந்து வந்து கொண்டிருப்பவர்களிடம் அவர்கள் பேசுவதற்கு முன்பாக நாம் பேசவேண்டும். கல்லூரியில் நான் அதைச் செய்தேன்.

என்னுடைய தாள்களை எடுத்துச் சென்று கொடுக்கும்போது நான் இதைச் செய்தேன். என்னை நோக்கி வருபவரிடம் நான் முன்னே சென்று பேசுவதற்கு முன்வந்தேன். அவர்கள் எனக்குத் தெரிந்தவர்களாயிருந்தால், அவர்களைப் பெயர் சொல்லி அழைப்பேன். ஆனால், அவர்களை எனக்குத் தெரியவில்லை என்றாலும், அப்போதும் நான் அவர்களிடம் பேசுவேன்.

'முன்னதாகவே, நான் பல்கலைக்கழகத்தில் அதிகமான மாணவர்களை மற்றவர்களைவிட அதிகமாகத் தெரிந்து வைத்திருந்தேன். அவர்கள் என்னை உணர்ந்து கொண்டு என்னை அவர்களின் நண்பனாக நினைத்தார்கள்'

அதிகமாகத் தகவல் பரிமாறுங்கள். நன்றாகத் தகவல் பரிமாறுங்கள். நல்ல தகவல்பரிமாற்றம் நல்ல வாய்ப்புகளுக்கு நன்றாக வழிவகுப்பதுடன் புதிய வாய்ப்புகளையும் கூட உருவாக்கித் தருகிறது. அமெரிக்கநாட்டின் நாற்பதாவது ஜனாதிபதியான ரோனால்ட் ரீகன் மிக உயர்ந்த உதாரணமாவார்:

ரோனால்ட் ரீகன் அரசியலில் நுழைவதற்கு முன்பாக, வானொலி, தொலைக்காட்சி, திரைப்படம் ஆகியற்றில் நடிக்கும் நடிகராக இருந்தார். இப்படியாக அவருடைய தகவல் பரிமாற்றத்திறன் பிரிசித்திப் பெற்றது.

1987 ஆம் ஆண்டில், பெரிலின் சுவருக்கு முன்னால் நின்று கொண்டார். அப்போது இருந்த சோவியத் அதிபரை நோக்கி ஒரு சவால் விட்டுக் கூறினார்: 'பொதுச்செயலாளர் கார்பச்சேவ் அவர்களே நீங்கள் அமைதியை விரும்பினால், சோவியத் யூனியனுக்கும் கிழக்கு ஐராப்பாவிற்கு வளம்சேர விரும்பினால், நீங்கள் சுதந்திரத்தை விரும்பினால் இந்த வாசலுக்கு வாருங்கள்! திரு கோர்பச்சேவ், அந்தக் கதவைத் திறந்துவிடுங்கள். திரு கோர்க்கச்சேவ், இந்த சுவரை அழித்து விடுங்கள்!'

> மற்றவையெல்லாம் நாம் அறிந்திருக்கும் வரலாறுதான். இருபத்தொன்பது மாதங்களுக்குப்பிறகு, அந்த சுவர் வீழ்ந்தது. கிழக்கு ஐரோப்பிய அரசுகள் வீழத்தொடங்கின. அதன் விளைவாக, *பெரெஸ்ட்ரோய்கா* மற்றும் *க்ளாஸ்லோஸ்ட்* (பொருளாதார சீரமைப்பும் சுதந்திர வெளிப்படைத்தன்மையும்) ஆகியவற்றால் முன்பிருந்த சோவியத்யூனியன் கலைந்து அரசியலிலும், வணிகத்திலும் பன்னாட்டு உறவுகளிலும் ஆயிரக்கணக்கான புதிய வாய்ப்புகள் உருவாயின.

இன்று, நாம் குறைந்த கவனமே செலுத்துகிற காலத்தில் வாழ்கிறோம். நூல்தேடும் ஒரு சராசரி வாசகன், புத்தகக் கடையில் முன்பக்க அட்டையில் எட்டு நொடிகளும், பின் அட்டையில் பதினைந்து நொடிகளும் கவனம் செலுத்திப்பின் புத்தகத்தைத் தேர்ந்தெடுக்கிறான் என்று ஒரு ஆய்வு தெரிவிக்கிறது. ஒரு சாதாரண புத்தகத்தில் பதினெட்டுப் பக்கங்களுக்குப் பிறகு செல்வதில்லை. இத்தகைய நிலையில் ஒரு நூலாசிரியன் எப்படி உணரப்படுவான்? நாம் நம்ப வேண்டிய ஒன்று. புத்தகங்கள் அட்டையினால் தேர்ந்தெடுக்கப்படுவதில்லை என்பது. ஆனால் அவர்கள் அடிக்கடி அப்படித்தான் செய்கிறார்கள். நல்ல அட்டை உங்கள் நூல் விற்பனை கவுண்டருக்கு செல்லும் சாத்தியக்கூறுகளை அதிகரிக்கிறது. அட்டைப்பட வடிவமைப்புதான் உணர்ச்சியைத் தெரிவிக்கும் வழியாகிறது. அதனைச் சரியாகச் செய்வது விற்பனையை எட்டிப் பிடிப்பதற்கு முக்கியமானதாகும். இந்த குறிப்பிட்ட புத்தகத்தின் அட்டை இருபது தடவைக்குமேல் வடிவமைக்கப்பட்டு மறுசீரமைக்கப்பட்டது.

அதைப்போலவே, தொழிலில் முதலீடு செய்பவர்களும் தொழில் முனைவோர்களின் தொழில் வளாகத்தின் தன்மையைப் பொறுத்து அந்த தொழிலில்

முதலீடு செய்வதற்குத் தூண்டப்படுகிறார்கள் என்பதை ஒத்துக்கொள்கிறார்கள்.

உலகின் மிகப்புகழ்பெற்ற, மதிப்புமிக்க திரைப்பட எழுத்தாளர் விரவுரையாளர் ராபர்ட் மேக்கி கூற்றுப்படி, மக்களைச் சென்றடைவதற்கு சக்திவாய்ந்த வழி 'கருத்தினை உணர்ச்சியோடு ஒருங்கிணைப்பது' ஆகும். அதற்கு மிகச்சிறந்த வழி கட்டாயமாக ஒரு கதையைச் சொல்வதாகும். ஒரு கதையில் நீங்கள் மிக அதிகமான செய்திகளைக் கூறுவதுடன், கேட்பவரின் உணர்ச்சிகளையும் சக்தியையும் நீங்கள் தூண்டுகிறீர்கள். உணர்ச்சியை பலருக்கும் தெரிவிக்க முடியும். ஒரு சாதாரண உரையாடல், அஞ்சல் அட்டை, மின்னஞ்சல், முகபாவனை, கை குலுக்கல், புத்தகத்தின் அட்டை, விளம்பரம், படக்காட்சி அல்லது இசை ஆகியவையாகவும் இருக்கமுடியும்.

இந்தியா போரில் சீனாவிடம் தோற்றுவிட்ட 1963 ஆம் ஆண்டு. அது இந்தியாவுக்கு மிகவும் மோசமான தோல்வி. 1384 பேர் கொல்லப்பட்டு, 1047 பேர் படுகாயமுற்று, 1696 பேர் காணாமல் போய்விட 3698 வீரர்கள் போர்க்கைதிகளாகப் பிடிக்கப்பட்டனர்.

ஜவஹர்லால் நேருவின் உள்ளுணர்வில் போரில் தோல்விக்கான காரணம் எதுவென்று தோன்றியது. பாதுகாப்பு அமைச்சர் கிருஷ்ண மேனன் பதவி விலகுமாறு கேட்டுக்கொள்ளப்பட்டார்.

ஒற்றுமையற்ற அரசியல் சூழ்நிலையில், இந்தியாவின் இராணுவ சக்தியை உடனடியாக வலிமைப்படுத்த வேண்டிய தேவையும், இராணுவத்தின் உள்ளே சீர்திருத்தங்கள் கொண்டுவரவேண்டியதும் கட்டாயத் தேவையாக இருந்தது. இந்தியாவின் நிரந்தர எதிரியான பாகிஸ்தான் சீனாவோடு நட்பாக இருந்தது. தோல்வியடைந்த போதும், அரசியல் தலைமையில்

ஒற்றுமையுடன் ஒரே குரல் கொண்டு இருக்கவேண்டியது முக்கியமாயிற்று. ஆனால் அது சொல்வதைவிட செய்வது கடினமாக இருந்தது. அந்த நேரத்தில் இந்தியா நலிவுற்ற நிலையில் இருந்தது.

1963 ஆம் ஆண்டு ஜனவரி 27 ஆம் நாள், குடியரசு தினத்திற்கு இருபத்து நான்கு மணி நேரம் பின்னதாக, நியூ டெல்லி ராம்லீலா மைதானத்தில் குழுமியிருந்த மக்களிடையே நேரு சுருக்கமாகப் பேசினார்.

பிறகு, நேரு கொடுத்த குறிப்பின்படி, லதா மங்கேஷ்கர் கவிஞர் பிரதீப் எழுதிய ஒரு பாட்டைப் பாடத்தொடங்கினார். (ஏ மேரே வதன் கி லோகோன்). அந்தப் பாட்டும் அதைப்பாடியவரும் அழிவில்லாத நிலை பெற்றனர்.

அந்தப் பாட்டைக்கேட்டபிறகு, அன்று இந்தியாவில் அழாத ஒரு கண்கூட இல்லை. தங்கள் இன்னுயிரைத் தியாகம் செய்த தியாகிகளை நினைப்பதைத்தவிர வேறு எதையும் யாரும் சிந்திக்க முடியவில்லை. ஒரு ஓவியப் படம் என்பது ஆயிரம் சொற்களுக்குச் சமமான மதிப்பில் இருந்தால், ஒரு பாட்டின் மதிப்பு என்ன?

அடுத்த சில ஆண்டுகளில், இந்தியா குறிப்பிடத்தக்க அளவுக்கு அதன் இராணுவத் தளவாடங்களை மேம்படுத்தி இராணுவத்தின் வலிமையை அதிகரிப்பதற்கு செலவழித்தது. அது பின்னர் ஏற்பட்ட பாகிஸ்தானுடனான போர்களில் வெற்றிக்கு வழிவகுத்தது. அன்று தகவல் பரிமாற்ற முறைதான் வெற்றி பெற்றது.

நான் யேல் பல்கலைக்கழகத்தில் எம்.பி.ஏ மாணவனாக இருந்தபோது, ஒரு பொருளைப்பற்றி ஆராய்ந்து அறிக்கை கொடுக்க முடிவெடுத்தேன். அதைப்பற்றி சிந்தித்து முந்தைய நாள் முழுவதும் வேலை செய்தேன். என்னுடைய குழு உறுப்பினர்களாலும் ஒரு விளக்கக்காட்சி நடத்தப்பட்டது. விளம்பரத்துறையில் பணியாற்றிய என்

நண்பர்களில் ஒருவர், 'ஒரு பேச்சு என்பது பெண்களின் ஸ்கர்ட் ஆடை போல, எடுத்த கருத்தை சொல்வதற்கேற்ற நீளத்துடன், ஆனால் பார்வையாளர்களைக் கவரக்கூடிய அளவுக்கு குட்டையாகவும் இருக்க வேண்டும்' என்று கூறினார். பிறகு அடுத்த இரவில் அதன் அளவைப் பாதியாகக் குறைத்து உருவாக்குவதற்கு மறுபடி பணி செய்வதற்குச் செலவிட்டேன். பல ஆண்டுகளுக்குப் பிறகு, என்னுடைய முதல் நாவலை எழுதி முடித்தபிறகு, 'எளிதான படிப்பு மிகவும் கடினமான எழுத்தாக இருக்கும்' என்று ஹர்த்தர்ன் கூறியதை என்னுடைய பதிப்பாளர் நினைவுப்படுத்தினார்.

வாய்ப்புகளைக் காண்பதற்குத் தகவல் தொடர்பு முறையின் முக்கியத்துவம் பற்றி வலியுறுத்துவதற்கு ஒரு அறிவார்ந்த கதையைக்கூறி நான் இந்தப் பகுதியை நிறைவு செய்கிறேன்.

கண்பார்வையற்ற பிச்சைக்காரர் ஒருவர், தெருவின் முனையில் அமர்ந்து தன் தட்டின் அருகில் 'நான் பார்வை யற்றவன். எனக்கு தயவு செய்து உதவி செய்யுங்கள்' என்று ஒரு அட்டையில் எழுதி வைத்திருந்தார்.

அந்த வழியாகச் சென்ற ஒரு எழுத்தாளர், மக்கள் இவர்மீது இரக்கமில்லாமல் இருப்பதைக் கண்டார். ஒருவருமே காசு கொடுக்கவில்லை.

அந்த எழுத்தாளர் பார்வையற்ற மனிதரின் அட்டை அறிவிப்பை எடுத்து, ஒரு புதிய செய்தியை அதில் எழுதி வைத்தார். ஆச்சரியப்படத்தக்க வகையில் அந்த பாத்திரத்தில் மக்கள் காசுபோட ஆரம்பித்தனர். ஏறக்குறைய மேஜிக் போலவே, மக்கள் பாத்திரத்தில் காசு போடத்தொடங்கினார்கள். விரைவிலேயே பாத்திரம் நிறைந்து வழியத்தொடங்கிவிட்டது.

இதனால் ஆச்சரியமடைந்த அந்த பிச்சைக்காரர், ஒருவரிடம் தன்னுடைய அட்டையில் என்ன புதிய செய்தி எழுதியிருக்கிறது என்று படித்துக் காட்டச்சொன்னார்.

புதிய செய்தி இப்படி இருந்தது: 'இந்த நாள் மிகவும் அழகான நாள். உங்களால் பார்க்க முடிகிறது. என்னால் முடியவில்லை'.

இந்த கதை நமக்கு எதைக் கூறுகிறது. சுலபமானதுதான். போதிய அளவுக்குப் பணம் படைத்தவர்கள் அவ்வழியில் செல்கிறார்கள். அவை வாய்ப்புகள். கருத்தைச் சொல்லும் முறையில் மாற்றம் செய்தால், அந்த வாய்ப்புகளைப் பெற்று விடலாம்.

9		செய்தி	உயர்ந் தெழு	✓
நடைமுறை ஒழுங்கு		அதிர்ஷ்டசாலிகள் தெரிவிக்கப்பட்டும் புதிய கருத்துகளை உள்வாங்கியும் இருக்கிறார்கள்	உணர்ந்து கொள்	✓
அணுகு முறை	✓		செயல்படு	✓

செய்திகளின் சக்தி அடிக்கடி குறைத்து மதிப்பிடப்படுகிறது. அதைப்பற்றி அறிந்திருப்பதே நம் கவனத்துக்கு வரும் வாய்ப்புகளை அதிகப்படுத்துகிறது. செய்தியின் மதிப்புகளை திருபாய் அம்பானி வாழ்வில் நடந்த ஒரு கதை மூலம் விளக்கலாம்.

திருபாய் செய்திகளை எப்படியாவது எதைப்பற்றியும் தெரிந்து கொள்வதில் நன்கு அறியப்பட்டவர். அரசாங்கம் பற்றிய செய்தி, கொள்கைகள், பொருள்கள், போட்டியாளர்கள், ஊழியர்கள், அரசியல் இப்படி இன்னும் அதிகமானவற்றை அறிந்து கொள்வார்.

ரிலையன்ஸில் ஒரு முதுநிலைப் பதவிக்கான தனிப்பட்ட நேர்காணலில் ஒருவர் கலந்து கொண்டார். ஆனால் அவருக்கு மற்ற இடங்களிலும் வாய்ப்பு அழைப்பு வந்திருந்தது. ரிலையன்ஸ் அவருக்கு முதல் நோக்கமாக இல்லை.

நேர்காணலின்போது திருபாய் சாதாரணமாக, 'உங்கள் தந்தையின் உடல்நலம் எப்படி உள்ளது?' என்று கேட்டார்.

உண்மையில் அந்த இளைஞரின் தந்தையான ஒரு முதுநிலைப் பேராசிரியர் மற்றும் ஆய்வறிஞர் சிலநாட்களுக்குமுன்பு நெஞ்சு வலியால் பாதிக்கப்பட்டு இதய அறுவை சிகிச்சைக்கு உள்ளாகி இருந்தார்.

அந்த இளைஞர் வியப்படைந்தார். திருபாயின் செய்தி சேகரிப்பு ஒருங்கிணைப்பினர் அவருக்கு அதனைப்பற்றி முன்பே தகவல் கொடுத்து விட்டனர்.

அந்த விண்ணப்பதாரர் ரிலையன்ஸைத்தான் தேர்ந் தெடுத்தார் என்பதை நான் சொல்லவும் வேண்டுமோ? செய்தி அறிதல் வாய்ப்பைத் தேடித்தந்தது.

இந்திய வணிக வரலாற்றில் மற்றுமொரு பழைமையான உதாரணத்தைப் பார்க்கலாம்:

1861ஆம் ஆண்டில், அமெரிக்காவில் உள்நாட்டுப் போர் மூண்டது. அதுவரை இங்கிலாந்தில் உள்ள பஞ்சாலைகள் அவர்களின் இருபது சதவிகித கச்சாப்பொருள் தேவையை இந்தியாவிலிருந்து பெற்றன. அவர்களின் அதிகமான கச்சாப்பொருள் அமெரிக்காவிலிருந்து வந்தது. அதன் காரணமாக, இந்தியப் பஞ்சின் தேவை மிகமிக உயர்ந்தது.

அந்த சமயத்தில், பஞ்சு தரகு வர்த்தகத்தில் மிகவும் சிறந்திருந்தவராக பிரேம் சந்த ராய்சந்த் இருந்தார். இந்தியாவுக்கும் ஐரோப்பாவுக்கும் தந்தி வசதி இல்லாதிருந்த அந்த காலத்தில், சரியில்லாத தகவல்கள் வந்ததால், அது மிகப்பெரிய வாய்ப்பை உருவாக்கியது. எல்லோருக்கும் வாய்ப்புகள் இருந்தன என்பதைக் கவனத்தில் கொள்ளுங்கள். ஆனால், மிக சாமார்த்தியமாகவும், சிறப்பாகவும் ராய்சந்த் மட்டுமே பயன்படுத்த முடிந்தது.

அந்த நாட்களில், உள்நாட்டு பஞ்சு விலைகள் மும்பையில், ஆங்கிலேயர் கப்பல்கள் துறைமுகத்திற்கு வந்து அப்போதைய விலை நிலவரச் செய்தியைச் சொன்னபிறகே, பன்னாட்டு நிலைகளைப் பொறுத்து மட்டுமே முடிவாக்கப்பட்டது.

ராய்சந்த் ஆங்கிலக் கப்பல்கள் மும்பைக்கு வருவதையறிந்து தன்னுடைய ஆட்களைப் படகுகளில் அனுப்பி மாலுமிகளைச் சந்திக்கச் செய்தார். அவர்களின் தலையாய வேலை என்ன? அந்த கப்பல்கள் துறைமுகத்தை அடைவதற்கு *முன்பாகவே* அப்போதைய லண்டன் பஞ்சு விலைகளை அறிந்து அவருக்குத் தெரிவிப்பார்கள்.

ராய்சந்தின் முன்சென்ற குழுவினர் மும்பையில் உள்ள பஞ்சு வணிகர்கள் எல்லோரும் அறியுமுன்பே தலையாய நிலைத்தகவலை ஆயுதமாகக் கொண்டு, ராய்சந்த் மிக உயர்ந்த நிலையைச் சந்தையில் அடைந்து, மற்ற எவரையும் விட உயர்ந்த நிலைக்கு வழிவகுத்து விடுவார். பஞ்சு விலை உயர்வால், ராய்சந்த் வெளிப்படையாகவே மிகுந்த இலாபத்தைக் குவித்தார்.

நல்ல அதிர்ஷ்டமா? ஆம். இது தகவல்களை முன்கூட்டியே பெற்றதால் முடிந்தது.

நம்மைச்சுற்றி என்ன நடக்கிறது என்பதைத் தெரிந்திருத்தல், தனிப்பட்டவர்கள் தரும் தகவல்களைக்

கவனித்தல், செய்திகளைத் தொடர்ந்து அறிதல், நூல்களைப் படித்தல் ஆகியன. வாய்ப்புகள் வந்தடைவதற்கு முக்கியமான பங்கு வகிப்பவையாகும். ஜாம்ஷெட்ஜி டாடாவின் :செய்தியை எடுத்துக் கொள்வோம் ஜாம் ஷெட்ஜி டாடாவின் வரலாற்றில் அதன் ஆசிரியர் ஆர். எம். லாலா இவ்வாறு கூறுகிறார்.

ஜாம்ஷெட்ஜி மேற்கத்திய கல்வியால் பயனடைந்த முற்கால இந்தியர்களில் ஒருவர். அவர் வணிகத்துறையை தனக்கென்று ஒரு வாழ்வியல் துறையாகத் தேர்ந்தெடுத்தார். ஆனால் அது அவருடைய முழுவாழ்க்கையையும் மாற்றவில்லை.

'திரு டாடா ஒரு வணிகராக இருந்தபோதும் அவர் மிகச்சிறந்த அறிவாளியுமாவார். உண்மையில் கற்றல் என்பது அவருடைய முக்கியப் பொழுதுபோக்காகவும் மகிழ்ச்சியாகவும் இருந்தது' என்று எழுதினார்.

ஒரு மனது ஓய்வாக இருக்கும்போது படிப்பதன் மதிப்பும், புத்தாக்க எண்ணமும் பீரிட்டு வரும் என்பதை அவர் அறிந்திருந்தார். தன்னுடைய வாழ்க்கை முழுவதும் அவர் படிப்பதற்கும் அதனை உள்நினைந்து பார்ப்பதற்கும் ஒவ்வொரு நாளும் நேரம் ஒதுக்கினார். மதிய உணவுக்குப்பிறகு (பிற்பகல் 1.00 மணி வாக்கில்) அலுவலகத்திற்குச் செல்வதற்கு முன் உள்ள இரண்டொரு மணி நேர அமைதியில்தான் அவருடைய முக்கியமான திட்டங்கள் உருப்பெற்றன.

அதற்கு மாறாக, மோகன்தாஸ் காந்தி (பின்னர் மகாத்மா காந்தியென அறியப்பட்டுப் புகழ்பெற்றவர்) தொடர்ந்து படிக்கும் வழக்கம் உள்ளவரல்ல. ஆயினும், அவர் எதைப் படித்தாலும் அது அவரை ஆழமாகப் பாதித்தது. ஒரு குறிப்பிட்ட நிகழ்வில் அது அவரை வியக்கத்தக்க வகையில் பாதித்தது. அந்த குறிப்பிட்ட புத்தகம், ஜான் ரஸ்கின் எழுதிய *அன்டு திஸ் லாஸ்ட் : அரசியல்சார் பொருளியல் கொள்கைகளைப் பற்றிய நான்கு கட்டுரைகள்.*

1903 ஆம் ஆண்டில், காந்தி முப்பத்து நான்கு வயதாக இருக்கும்போது, டர்பனுக்கு போவதற்காகப் புறப்பட்டார். அப்போது அவரை வழியனுப்புவதற்கு வந்த நண்பர் ஹென்றி போலக், பயணத்தில் படிப்பதற்காக ஜோகன்னஸ்பர்க் ரயில் நிலையத்தில் ரஸ்கின் எழுதிய நூலைக் கொடுத்தார்.

அந்த இருபத்து நான்கு மணிநேர ரயில் பயணத்தில், காந்தி அந்த நூலை அட்டை முதல் அட்டைவரைப் படித்து முடித்தார். டர்பனில் இறங்கி ரயில் நிலையத்தைவிட்டு வெளியே வரும்போது, காந்தி மாற்றம் பெற்ற மனிதராக இருந்தார். தன்னுடைய வாழ்க்கை முழுவதையும், ரஸ்கின் தெரிவித்திருந்த கருத்துகளுக்கு இணங்க மாற்றி அமைத்துக் கொள்வதென்று முடிவெடுத்தார்.

பல ஆண்டுகளுக்குப் பிறகு, தான் இங்கிலாந்திற்கு எப்படிக் கடமைப்பட்டுள்ளார் என்பதைக் குறிப்பிட்டு காந்தி, 'இங்கிலாந்து எனக்கு ரஸ்கினையும் அவரது '*அன்டு திஸ் லாஸ்ட்*' நூலையும் கொடுத்தது... அது என்னை ஒரே இரவுக்குள் ஒரு வழக்கறிஞரிலிருந்தும் மோசமான நகரவாழ்க்கையிலிருந்தும் விலகி, டர்பன் ரயில் நிலையத்திலிருந்து மூன்று மைல் தொலைவிலிருந்த ஒரு பண்ணையில் வாழச்செய்தது' என்று எழுதினார்.

அவர் ரஸ்கின் எழுதிய நூலைப் படித்திருக்காவிட்டால், காந்தி ஒரு வழக்கறிஞராகவே இருந்திருப்பார். மோகன்தாஸ் என்பவரிலிருந்து மகாத்மா என்ற மாற்றம் ஒருபோதும் நிகழ்ந்திருக்காது.

அந்த ஒரே ஒரு நூல் காந்தியின் வாழ்வில் ஆழ்ந்த மாற்றத்தை ஏற்படுத்தியிருக்க முடியுமென்றால், புதிய கருத்துகள் புதிய எண்ணங்களை உருவாக்க முடியும் என்பதை இது காட்டுகிறது. அதற்கும் மேலாக, அடிக்கடி எண்ணத்திற்குத் தோன்றும் வழிகளில் வாய்ப்புகள் காணப்படுகிறது. எண்ணத்திற்கு ஏற்ப ஒருவர் உடனடியாக

செயல்பட முடியாது. ஆனால் அது குறைந்த சக்தி உள்ளதாக ஆக்கிவிடாது.

ஹஸ்முக்பாய் பரேக் தன் தந்தையுடன் ஒரு சாலில் வசித்தார். அவர் எப்படியோ படித்து, பகுதிநேர வேலை செய்து, அதன்பிறகு லண்டன் பொருளியல் பள்ளியிலிருந்து பட்டம் பெற்றார். அவர் மும்பை புனித சேவியர் கல்லூரியில் மூன்று ஆண்டுகள் விரிவுரையாளராகப் பணியாற்றியது அவரை மிகச்சிறந்த பேச்சாளராக உருவாக்கியது.

பங்குச் சந்தை நிறுவனத்தில் சில ஆண்டுகள் பணியாற்றியபின், இந்திய -அமெரிக்க கூட்டுறவோடு, உலக வங்கி ஆதரவில், தொடங்கப்பட்ட ஆரம்பகால நிறுவனங்களில் ஒன்றான ஐசிஐசிஐ வங்கியில் சேர்ந்தார். 1956 ஆம் ஆண்டில், உதவிப் பொது மேலாளராக ஐசிஇஐசிஐ ல் சேர்ந்து, 1978 ஆம் ஆண்டில் அதன் தலைவராக ஓய்வு பெற்றார்.

அறுபத்து எட்டு வயதில், பெரும்பாலானவர்கள் தங்கள் முந்தைய ஆண்டுகளின் சிந்தனையோடு ஒய்வான வாழ்க்கைக்கு தயாராகி விடுவார்கள். ஆனால் ஹஸ்முக்பாய் அப்படிச் செய்யவில்லை. அப்போதைய நிதிச் செயலாளராக இருந்த டாக்டர். மன்மோகன்சிங் அவர்களுக்கு எழுதி அவர்களைச் சந்தித்து ஒரு புதிய கம்பெனியைத் தொடங்குவதற்கு ஒத்துழைப்பை நாடினார். இதுதான் வீட்டுவசதி நிதிக் கழகம் (அல்லது ஹெச் டி எஃப் சி) என்று அழைக்கப்பட்டது.

சில ஆண்டுகளுக்குப்பிறகு, ஹஸ்முக்பாயின் நண்பரும் மிகச்சிறந்த எழுத்தாளருமான ஆர். எம். லாலா, அவரிடம் இந்த ஹெச் டி எஃப் சி தொடங்குவதற்கு எது தூண்டியது என்று கேட்டார். ஹஸ்முக்பாய, 'நான் இங்கிலாந்தில் லண்டன் பொருளியல் பள்ளியில் பயின்றபோது இதைப்பற்றி நினைத்தேன்' என்று கூறினார்.

‘ஆனால் இது ஏறக்குறைய நாற்பது ஆண்டுகளுக்கு மேலிருக்குமே’ என்று லாலா வியப்புடன் கூறினார்.

ஹஸ்முக்பாய் தலையசைத்தார். இங்கிலாந்தில் மக்கள் எப்படி அடமானத்தில் வீடுகளை வாங்குகிறார்கள் என்பதை அறிந்து இதே வசதியை இந்தியர்களும் பெறவேண்டும் என்று எப்போதும் விரும்பினார். இந்த எண்ணத்தை நாற்பது ஆண்டுகள் தன் மனத்தில் நங்கூரமிட்டு வைத்திருந்து ஐசிஐசிஐ யிலிருந்து ஓய்வு பெற்றவுடன் அந்த திட்டத்தைச் செயல்படுத்தும் முயற்சியில் செயல்பட்டார்.

ஹஸ்முக்பாயின் ஒன்றுவிட்ட சகோதரர் தீபக் பரேக்கின் சிறந்த பணியில் ஹெச் டி எஃப் சி 3.44 பில்லியன் டாலர் மதிப்புள்ள நிறுவனமாக உயர்ந்தது.

ஒரு வழக்கமான வாணிகப்பயணத்தில் இத்தாலி சென்றபோது, மிகப்பெரிய கருத்தையும், வணிக வாய்ப்பையும் கண்டுபிடித்த ஸ்டார்பக் நிறுவனத்தின் தலைவரும் முதன்மை நிர்வாக அதிகாரியுமான ஹோவர்ட் ஸ்சூல்ஸ் பற்றிய கதையை சிறிது கவனிப்போம்:

ஸ்டார்பக்ஸின் புகழ்பெற்ற பொருள் காபியை ஒத்ததாக இருந்தது. ஹோவர்ட் ஸ்சூல்ஸ், ஸ்வீடன் காபி இயந்திர உற்பத்திக் கம்பெனியான ஹம்மர்பிளாஸ்டின் மேலாலளராக ஆவதற்கு முன்பு பல வேலைகளைச் செய்தார். அவர் தன்னுடைய *‘போர் யுவர் ஹார்ட் இன்டு இட்’* (Pour Your Heart Into It) என்ற நூலில் இவ்வாறு எழுதுகிறார்:

1981 ஆம் ஆண்டில் ஹம்மர் பிளாஸ்டில் பணியாற்றும்போது, நான் ஒரு விந்தையான கொள்கையைக் கவனித்தேன். சீயாடில் உள்ள ஒரு சிறு விற்பனையாளர், ஒரு தெர்மாஸுடன் மேல் உள்ள ஒரு சாதாரண பிளாஸ்டிக் புனல் இணைந்த ஒரு வகையான வடிகட்டிக் காபி தயாரிக்கும் இயந்திரத்தை வழக்கத்திற்கு

மாறாக அதிகமான அளவில் வாங்கினர். அதை நான் ஆராயத் தொடங்கினேன். ஸ்டார்பக்கின் காபி, டீ, சிற்றுண்டிக் கடை அப்போது நான்கு இடங்களில் மட்டுமே இருந்தது. இருப்பினும் அது மேக்கியை விடவும் அதிக எண்ணிக்கையில் அந்தப் பொருளை வாங்கிக் கொண்டிருந்தது.

ஸ்சூல்ட்ஸ், ஸ்டார் பக்ஸைச் சென்று பார்த்தார். அவர்கள் உயர்தர காபியை சில்லறையில் விற்பதில் தரம் உள்ளவர்களாக இருந்தனர். சில மாதங்களுக்குப்பிறகு, ஸ்சூல்ட்ஸ் அவர்களின் வர்த்தக இயக்குநராகச் சேர்ந்தார்.

அதற்குச் சிறிது காலத்திற்குப்பின்னர், இத்தாலிக்குச் சென்ற போது, ஒவ்வொரு தெரு முனையிலும் காபி கடைகள் இருப்பதைப் பார்த்தார். அந்த காபி கடைகள் வெறுமனே காபி மட்டும் கொடுக்குமிடங்களாக இல்லாமல், வழக்கமாக இல்லாத உரையாடல் இடங்களாகவும் இருந்தன.

அமெரிக்காவிற்குத் திரும்பியவுடன், சூல்ட்ஸ் இந்தக் கருத்தை ஸ்டார்பக்கின் உரிமையாளர்களிடம் முன்வைத்தார். சிற்றுண்டிக்கடை உரிமையாளர்களாக இல்லாமல், காபி சில்லறை விற்பனையாளர்களாக மட்டும் இருந்ததால் இந்த திட்டத்தை அவர்கள் நிராகரித்தனர்.

ஆனால் இத்தாலியப் பயணத்திலிருந்து கொண்டு வந்த இந்த திட்டம் மனத்தைவிட்டு விலக மறுத்தது. அவர் தன்னுடைய சொந்த காபி கடைகளின் தொடரான கியர்னேலைத் தொடங்குவதற்காக ஸ்டார்பக்கை விட்டு விலகினார்.

இரண்டு ஆண்டுகளுக்குப்பிறகு, அவர் ஸ்டார்பக்கின் பொருள் களுக்கான உரிமையை மூன்று மில்லியன் டாலர்களுக்கு வாங்கினார். அவற்றைத் தன் தொடர் காபி கடைகளின் பெயருக்கு மாற்றினார்.

கீதா பிரமலின் '*பிசினஸ் லெஜன்ட்ஸ்*' நூலில் கூறப்பட்ட வால்சந்த் ஹிராசந்த் தோஷியின் கதை, கருத்தை உள்வாங்குதல் எப்படி அதிர்ஷ்டத்தை ஏற்கிறது என்பதற்கு மிகச்சரியான உதாரணமாகும். முதல் பத்தியில் தோஷி எப்படி ஒன்றிலிருந்து மற்றதற்கு மாறிக்கொண்டிருந்தார் என்பதைப்பற்றியும், இரண்டாவது பத்தியில் அவரது வாழ்நாளில் அவரால் சாதிக்கப்பெற்றவை எவை என்பதைப்பற்றியும் கூறப்பட்டுள்ளது.

மேலும் வால்சந்த் ஒரு கருத்திலிருந்து மற்றதற்கு மாறிக் கொண்டிருந்ததால், அரை குறையாக நிறைவேற்றப்பட்ட திட்டங்கள் பழைய செய்தித்தாள்களைப்போலக் குவிந்தன. ஹாலிவுட்டுக்கு ஒருமுறை போய்வந்தது அவருக்கு ஒரு திரைப்படப் படப்பிடிப்பு ஸ்டூடியோவைத் தொடங்குவதற்கு ஊக்கமளித்தது. அவர் வி. சாந்தாராமை அழைத்துத்தன்னோடு இணையுமாறு கேட்டுக் கொண்டார். ஆனால் அந்த திட்டமும் நிறைவேறவே இல்லை. அவர் ஒரு சுரங்கக் குத்தகையை எடுத்தார். அது அவருக்குக் குறைந்த கொஞ்சம் வருமானம் கொடுத்தது. அவர் ஒரு இரும்பு உருக்காலையை ஏற்று நடத்தினார். அதை அவர் இலாபகரமாக நடத்த முடியவில்லை. ஒரு மரம் அறவை மில் தொடங்கினார். அதை மூட வேண்டியதாயிற்று.

கப்பல் தொழிலில் அவர் சாதித்தவைகளோடு, இந்தியாவின் புகழ்பெற்ற புகழ்ச்சின்னங்களைக் கட்டினார். போர் காட்ஸ் சுரங்கப்பாதை (இதன் வழியாக மும்பை புனே இடையில் ரயில் சேவை நடைபெறுகிறது) இவருடைய கட்டுமான நிறுவனம் உருவாக்கியது. தான்சா ஏரியிலிருந்து மும்பைக்குத் தண்ணீர் கொண்டுவரும் மிகப்பெரிய குழாய்கள், எண்ணற்ற பாலங்கள், அணைகள், ரயில் பாதைகள் ஆகியவற்றை நாடு முழுவதிலும் அவர் அமைத்தார். வால்சந்த இந்தியாவின் முதல் கப்பல் கட்டும் தளம், இந்தியாவின் முதல் விமானம் கட்டும் தொழிற்

சாலை, இந்தியாவின் முதல் கார் உற்பத்தி தொழிற்சாலை ஆகியவற்றையும் கட்டினார்.

அதிர்ஸ்டசாலிகள், விஷயங்களைக் கண்டு கொள்கிறார்கள். அவர்கள் கருத்துகளைத் தொடர்ந்து செல்கிறார்கள். அவர்கள் திறமைகளைக் கவர்ந்திழுத்துக் கொள்கிறார்கள். அவர்கள் கவனத்தைக் கவரும் விஷயங்கள் பற்றி ஆர்வமாக இருக்கிறார்கள்.

காலம் மாறி இருக்கிறது. கருத்துகள் புத்தகங்களால் மட்டுமல்லாது பல்வேறு மற்ற வழிகளிலும் நம்மை அடைகின்றன : கலந்துரையாடல்கள், சமூக ஊடகங்கள், இணைய தளங்கள், தொலைக்காட்சி ஏன் திரைப்படங்கள் கூட உள்ளன. எந்த முறை என்பது முக்கியமல்ல. ஆனால், தகவல்கள் பெறுவதும், அவற்றால் கருத்துகளை உள்வாங்கிக்கொள்வதும் அதிர்ஷ்டசாலிகளின் சிறப்பம் சங்களில் ஒன்றாகத் தெரிகிறது.

10		நன்மைத்தன்மை *அதிர்ஷ்டசாலிகள் நல்லவற்றின் சக்தியை புரிந்து கொள்கிறார்கள்*	உயர்ந் தெழு	✓
நடைமுறை ஒழுங்கு	✓		உணர்ந்து கொள்	
அணுகு முறை			செயல்படு	✓

ஒருவர் சாதாணமாக மறந்து விட முடியாத சந்திப்புகளும் சந்திப்பு வாய்ப்புகளும் உள்ளன:

நான் கல்லூரி மாணவனாக இருந்தபோது, பிற்பகல் வேளைகளில் என் தந்தையின் அலுவலகத்தில் பணி செய்தேன். ஒருநாள் எங்கள் அலுவலகத்திற்கு மிகவும் முக்கியமான நபர் ஒருவர் வருவதாக என்னிடம் கூறினார். அவர்தான் ஜே. ஆர். டி. டாடா.

தான் எந்த பொருள்களில் ஆர்வம் கொண்டுள்ளார் என்று என் தந்தையைக் கேட்பதில் சில மணித்துளிகளைக் கழித்தவுடன் என்னுடைய தந்தையுடன் தேநீர் அருந்தினார். என்னுடைய தந்தையின் அலுவலகத்தில் இருந்த பலர் திரு. டாடா அவர்களுடன் புகைப்படம் எடுத்துக் கொள்ளவும், ஆட்டோ கிராஃப் வாங்கவும் வேண்டுகோள் விடுத்தனர்.

ஜே. ஆர். டி ஒருவரது வேண்டுகோளைக்கூட மறுக்க வில்லை. அவர் குழுப்படம் கூட எடுத்துக் கொள்ளலாம் என்று யோசனை கூறினார். அதன்மூலம் விடுபட்ட அனைவரையும் கூட சேர்த்துக் கொள்ளலாம் என்றார். ஒருமுறை கூட தான் அவசரமாகப் போகவேண்டும் என்றோ அல்லது முக்கிய சந்திப்புகள் காத்திருப்பதாகவோ கூறவில்லை. அவருடைய செயலாளர் கவலையுற்றுத் தன் கைக்கடிகாரத்தை அடிக்கடி பார்த்துக் கொண்டிருந்தபோதும் அவர் அவ்வாறு நடந்துகொண்டார்.

அவர் ஒவ்வொருவரோடும் கைகுலுக்கி, அலுவலகத்தில் அவர்களது பணி என்ன என்பதையும் கேட்டறிந்தார். என் தந்தையின் கம்பெனியில் பணியாற்றுவதில் அவர்கள் மகிழ்ச்சி அடைகிறார்களா என்றும் கேட்டறிந்தார். ஏறக்குறைய ஒரு தந்தையின் ஸ்தானத்தில், அத்தனை ஊழியர்களும் மகிழ்ச்சியாக இருக்கிறார்களா என்று உறுதி செய்து கொண்டார்.

அந்த நாளில் நான் முக்கியமாக இருப்பது பற்றியான சிலவற்றைக் கற்றுக் கொண்டேன்: முக்கியமானவராக இருப்பது அற்புதம்தான், ஆனால் அதைவிட முக்கியமானது அற்புதமாக இருப்பதுதான்.

'தலைவர் ஆவதற்கு நாங்கள் மற்ற மனிதர்களை அன்போடு நடத்த வேண்டும்' என்று திரு டாடா கூறியதாகப் பின்னர் நான் படித்தேன். அவரை

விரும்பாமல் இருப்பது என்பது சாதாரணமாக இயலாத ஒன்று. ஒருவேளை அதனால்தான் அவருடைய வேண்டுகோளை நிராகரிப்பது மற்றவர்களுக்கு கடினமாக இருந்தது. அதனால்தான் அவர் அதிர்ஷ்ட சாலியாக இருக்க முடிந்திருக்கிறது. அவருக்குள்ளிருந்த இனிமைத் தன்மை வாய்ப்புகளைக் கவர்ந்திழுத்தது. அவருடைய வழியில் வந்த வாய்ப்புகளைக் கொண்டுவந்தவர்களைக் கண்டறிந்து அவர்களைக் காத்துக் கொள்ள முடிந்தது.

வெற்றிபெற்றவர்களைக் கவனியுங்கள். அவர்கள் அனைவருமே நன்மையின் சக்தியைப் புரிந்தவர்களாக இருக்கிறார்கள் என்பதை நீங்கள் அறிவீர்கள். ஆப்ரஹாம் லிங்கனின் வாழ்வில் நிகழ்ந்த நிகழ்ச்சி இதனை விளக்கும்:

ஆப்ரஹாம் லிங்கன் தன்னுடைய வழக்கறிஞர் தொழிலில் தேவையில்லாத வழக்குகளை ஊக்குவிக்க வில்லை. அல்லது லிங்கன் பேராசைக்காரராக இருந்ததில்லை.

ஒரு வறுமையான கடன்காரரை 2.5 டாலருக்காக வாதாட கேட்டுக் கொண்டபோது, லிங்கன் இயன்றவரை தன்னுடைய கட்சிக்காரரை சமாதானப்படுத்தப் பார்த்தார். ஆனால் அவர் உறுதியாக இருந்து பழிவாங்க எண்ணினார்.

கடன் கொடுத்தவரை மாற்ற முடியாது என்று அறிந்த லிங்கன் வழக்குக் கட்டணத்தை 10 டாலர் என்று அதிகமாகக் கேட்டுப் பெற்றுக் கொண்டார்.

பிரதிவாதிக்கு இந்த தொகையில் பாதியை வழங்கினார். அவர் கடனுக்காக 2.5 டாலரைக் கொடுத்து வழக்கை லிங்கனின் கட்சிக்காரரின் திருப்திக்கேற்ப முடித்துக் கொண்டார்.

அதிர்ஷ்டசாலிகளான தனிநபர்கள் இனிமையாக, அமைதியாக, பணிவாக, கனிவாக இருக்கின்றனர். ஆனால் அவர்கள் கர்மாவின் சக்தியை உள்ளுணர்வால் உணர்ந்தவர்களாகவும் இருக்கிறார்கள். நேர்மறை செயல்பாடுகளை இந்த பிரபஞ்சத்தில் எவ்வளவு சேர்க்கிறார்களோ, அந்த அளவுக்கு அவர்களுக்கு நல்ல அதிர்ஷ்டத்தை கவர்ந்திழுக்கும் வாய்ப்புகள் அதிகம் என்பதை அவர்கள் புரிந்து கொண்டுள்ளார்கள்.

முதன்மை நிர்வாக அதிகாரியும், கேம்ஸ் 2 வின் நிறுவனத்தை இணையாக இருந்து தோற்றுவித்தவருமான என்னுடைய நண்பர் அலோக் கேஜ்ரிவால் தான் பதினாறு வயதாயிருக்கும்போது பாட்டிலில் தண்ணீரை மும்பை கடற்கரை எண்ணெய் இயற்கை எரிவாயு கழகத்திற்கு வழங்குவதற்குத் தன்னுடைய தாத்தாவுக்கு உதவியதை நினைவு கூர்கிறார்.

ஒருமுறை தண்ணீர் கலன்கள் இறக்கப்படும்போது, அலோக் சாதாரணமாக எண்ணெய் கழக ஆய்வாளரை 'யார்' (இந்தியில் நண்பன் அல்லது சகதோழன் என்று பொருள்படும் சொல்) என்று அழைத்து விட்டார்.

ஒரு இளைஞன் தன்னோடு மிகவும் 'அந்நியோன்னியமாக' இருப்பதுபோல் பேசியதை கவுரவக்குறைவாகக் கருதினார். அதை வெளிப்படுத்தினார். அதன்காரணமாக எண்ணெய் நிறுவனத்துடன் இருந்த வியாபாரம் தடைபட்டுவிட்டது.

எஸ்ஸார் நிறுவனத்தின் தலைவர் ஷாஷி ரூயா என்பவரைச் சந்திக்க அலோக்கின் தாயார் ஏற்பாடு செய்தார். எஸ்ஸார் எண்ணெய்க் கழகத்துடன் நிறைய வணிகத் தொடர்புகள் வைத்திருந்தனர். அவர்கள் ஒரு வார்த்தை சொன்னால் இந்த மனக்கசப்பு மறைந்துவிடும்.

அலோக்கின் கதையை ஷாஷி ரூயா கேட்டார். தன்னுடைய தொலைப்பேசியில் அந்த சம்பந்தப்பட்ட

ஆய்வாளருடன் நகைச்சுவை யுடன் பேசினார். சிலமணி நேரத்தில், வழக்கமாக வணிகம் அலோக்கிற்குக் கிடைத்தது.

மிக முக்கியமான பணிகள் இருந்த நெருக்கடியான நிலையிலும் 'ஷாஷி மாமா' எப்படி உதவி செய்தார் என்பதைத் தன் வலைதளத்தில் அலோக் அன்போடு இருபத்தாறு ஆண்டுகளுக்குப் பிறகு, குறிப்பிட்டார்.

துரதிஷ்ட வசமாக 'இனிமையாக இருப்பது' என்ற தொடர் இழிவான விமர்சனத்தைப் பலரிடமிருந்தும் பெறுகிறது. 'இனிமையான மனிதர்கள் முடிப்பது கடைசியில்' என்ற தொடரை நீங்கள் கேள்விப் பட்டிருக்கலாம். பொதுமக்கள் கருத்துப்படி, 'இனிமையான பெண்கள்' ஒருபோதும் எந்தவிதமான நகைச்சுவை குணம் பெற்றிருப்பதாக இல்லை. இனிமையாக இருப்பது கவர்வதாக இல்லை என்பதை திருப்திப்படுத்துவதில் இந்த நம்முடைய உலகம் வெற்றி கண்டுள்ளது.

இனிமையாக இருப்பதால், இயற்கையான 'உயர்வை' வழங்கக்கூடிய 'டோபோமைன்' என்ற மூளைக்கு செயல்பாட்டையும் உணர்ச்சியையும் முறைப்படுத்தக் கூடிய நரம்பு வழியான செயல்பாடு அதிகமாகிறது என்பது அறிவியல் பூர்வமாக நிருபிக்கப்பட்டுள்ளது. இந்த மகிழ்ச்சி தரும் ஹார்மோன்கள் நம்மை நேர்மறையாளர்களாக ஆக்குகிறது. சரியான நடைமுறைகளால் புதிய வாய்ப்புகளைக் காண்பதற்கு வழி செய்கிறது. அதன் விளைவால், இனிமையாக இருப்பது மற்றவர்களை மகிழ்விக்கப்பயன்படுவதோடு, நம்மையும் மகிழ்விக்கிறது. வாழ்வில் மகிழ்வாக இருப்பதும் நேர்மறையாக இருப்பதும் அதிர்ஷ்டத்தைக்கவர்ந்திழுப்பதற்கான முக்கிய அம்சமாகும்.

லோக்பால் சட்டத்திற்காக அண்ணா ஹசாரே நடத்திய போராட்டத்தின் போது, ஆமிர்கான் போராட்டக்காரர்

களோடு பின்னிற்க முடிவெடுத்தார். இதைப்பற்றிக் கூறும்போது, 'நான் அண்ணாவை ஹசாரேயைச் சந்தித்தபோது, அவர் மகிழ்ச்சி ஒன்று மட்டும்தான் நாம் மற்றவர்க்குக் கொடுக்கும்போதும் நம்மிடம் திரும்பி வரும்' என்று கூறினார். அந்த சொற்கள் என்னை நெகிழச் செய்தன. நான் அதனை வலிமையாக நம்புகிறேன்.

'உன்னை மட்டும் பார்த்துக்கொள்' என்று வாழ்வின் தீர்வாகக் கூறுவது இந்த நாளில் ஒரு வழக்கமாகப் போய் விட்டது. 'யாரோஒருவரின் இரண்டாம் தரப்பெயரோடு இருப்பதைவிட முதல்தரப்பெயரோடு நீயாக இரு' என்று நடிகை ஜூடி கார்லன்ட் முன்மொழிகிறார். எப்போதும் 'உனக்காக மட்டுமாக இருப்பது' போதுமானதாக இல்லை. அமெரிக்கப் பத்திரிக்கையாளரான மிக்னான் மேக்லாக்ளின், 'உனக்காக மட்டும் இருக்காதே, இனிமையாக மற்றவருக்காகவும் இரு' என்று சரியாகக் கணித்துக் கூறியுள்ளார்.

மும்பை விமான நிலைய உள்நாட்டு வருகை முனையத்தில், நடந்த ஒரு நிகழ்வைப்பற்றிய ஒரு சாதாரண பார்வையாளரின் சொல்லை இதற்கான சரியான உதாரணமாகக் கொள்ளலாம்:

ஒருநாள் பின்னிரவில், மிகப்பெரும் நிர்வாகிகள் பலர் விமானத்திலிருந்து இறங்கி வந்து காத்திருப்புப் பகுதிக்கு வந்தனர். அவர்களில் பெரும்பாலோர் தங்களின் வாகன ஓட்டிகளிடம் தங்கள் உடமைகளை எடுத்துவைக்குமாறு ஆணையிட்டதோடு அவர்களில் சிலர் காலதாமதத்திற்குக் கடிந்து கொண்டனர். ஆனால் ஒரு உயரமான மனிதர் தன் ஓட்டுநரிடம் சிரித்துக் கொண்டே, 'என்னுடைய உடைமைகளைச் சுமப்பதற்காக உனக்குச் சம்பளம் தரவில்லை. என்னைக் காரில் அழைத்துக் கொண்டு ஓட்டிச்செல்வதற்காகத்தான். தயவு செய்து காரை ஓட்டிவா'

என்று கூறினார். அவர் தன் உடைமை முழுவதையும் தானே எடுத்துச் சென்றார்.

அந்த உயரமானமனிதர் வேறு யாருமல்ல ரட்டன் டாடா என்று சிறிது நேரத்திற்குப்பின் அறிந்தபோது என் கைகளை உயர்த்தி அவருக்கு வணக்கம் செலுத்தினேன். அதே சமயம், இவரோடு பழகிக் கொண்டிருக்கும் மற்றவர்களுக்கு அந்த மனிதப்பண்பு வரவில்லையே என்று நான் வியப்படைந்தேன்.

நம் தினந்தோறுமான சந்திப்புகளில் மக்களிடம் புன்னகை செய்வதில் எந்த செலவும் இல்லை. ஒருவரின் பெயரைச் சொல்லி அவரின் இருப்பை அங்கீகரிப்பதில் என்ன கஷ்டம் இருக்கிறது? நமக்கு செய்த நன்மைக்கு நன்றி தெரிவிப்பது உண்மையில் கடினமானதா? அமெரிக்கக் கவிஞரான மாயா ஆஞ்சலோ, 'நீங்கள் கூறியதை மக்கள் மறந்து விடுவார்கள். நீங்கள் செய்தவற்றை மறந்து விடுவார்கள். ஆனால் நீங்கள் அவர்களின் உணர்வைத்தொட்டவற்றை மறக்க மாட்டார்கள்' என்று கூறினார்.

நம்முடைய வாழ்வில் நேர்மறை எண்ணங்கள் நேர்மறை மாற்றங்களைக் கொண்டுவரும் என்று நமக்குக் கூறும் வேளை, நேர்மறைச் செயல்பாடுகள் கர்ம விளைவினைக் கொண்டிருக்கும் என்பதை நினைவில் கொள்ள வேண்டும் என்று *'தி சீக்ரெட்'* கூறுகிறது.

மோகன்தாஸ் காந்தி ஒருமுறை ரயிலில் ஏறும்போது, அவர் அணிந்திருந்த காலணிகளில் ஒன்று ரயில்பாதையில் கீழே விழுந்து விட்டது. அதனை அவரால் எடுக்க முடியவில்லை. ஏனென்றால் ரயில் நகர்ந்து செல்லத் தொடங்கி விட்டது.

அங்கிருந்த மற்றவர்கள் ஆச்சரியப்படும்படி அவர் மற்றொரு காலணியை எடுத்து, நிதானமாக விழுந்த காலணி கிடக்கும் இடத்திற்கு அருகில் வீசினார்.

மற்ற பயணிகள் அவரை இதுபற்றிக் கேட்டபோது, 'ரயில் பாதையில் இந்த இரண்டு காலணிகளைக் காணும் யாராவது அவற்றைப் பயன்படுத்திக் கொள்ள முடியுமே' என்றார்.

அடிக்கடி, நீங்கள் செய்வதனைக் காட்டிலும் செய்யாமல் இருக்கும் செயலே சிறப்புடையதாக இருக்கும். உண்மையில், 'பேசாமல் விட்ட இனிமையற்ற சொல், பேசிய இனிமையான சொல்லைக் காட்டிலும் மேலானது' என்று ஒரு பழமொழி உண்டு. இந்த வகையில் இரண்டு உதாரணங்கள் உள்ளன:

எந்த இசைநிகழ்ச்சி மிகவும் மகிழ்ச்சியளித்தது என்று கேட்கப்பட்டபோது, ஜூபின் மேத்தா புத்தி சாலித்தனமாக, குறிப்பிட்ட ஒன்றைக் கூற விரும்பாமல், 'ஒரு உண்மையான பக்தியுள்ள முஸ்லீம் தன்னுடைய மனைவிகளில் சிறந்தவர் யார் என்று கேட்டால், என்ன சொல்ல முடியும்?' என்று கூறி சமாளித்தார்.

ருட்யார்ட் கிப்ளிங் (தான் சந்தா செலுத்தியிருக்கும்) ஒரு செய்தித்தாளில் அவர் இறந்து விட்டதாக இரங்கல் செய்தி வந்தபோது, அவர் உடனே அந்த பத்திரிகைக்கு, 'நான் இறந்து விட்டதாக வந்த செய்தியைப் படித்தேன். என்னை சந்தாப் பட்டியலிலிருந்து நீக்கி விடாதீர்கள்' என்று ஆசிரியருக்கு எழுதினார்.

வெளிப்படையாக ஒரு குறிப்பிட்ட இசை நிகழ்ச்சியை சிறந்தது என்று குறிப்பிடாமல், தான் நிகழ்த்திய

அனைத்தையும் தான் சிறப்பாக முயன்று நிகழ்த்தியதாக மேத்தா உணர்த்தினார். அதுபோலவே, தவறான இரங்கல் செய்தியால் ஒரு நகைச்சுவையை உருவாக்கி தேவையில்லாத மனக்கசப்பை கிப்ளிங் நீக்கினார்.

ஹார்வேர்ட் பல்கலைக்கழக மனோதத்தவ நிபுணர் வில்லியம் ஜேம்ஸ் இதனை அழகாக தொகுத்துக் கூறுகிறார். 'எதை தவிர்த்துச் செல்ல வேண்டும் என்று தெரிந்து கொள்வதே, அறிவுத்திறனாகச் செயல்படும் கலை' இது அடிக்கடி, எதிர்மறை எண்ணங்களை அல்லது கலந்துரை யாடல்களை விலக்குவதற்கு மனத்தளவில் நமக்கு வழிகாட்டத் தேவைப்படுகிறது. இதை நோக்குவோம்:

பழங்காலக் கிரேக்கத்தில், சாக்ரடீஸ் அறிவிற்சிறந்த பேரறிஞராக அறியப்பட்டவர். இந்த தத்துவ ஞானியை ஒருவர் வந்து சந்தித்தார். 'உங்கள் நண்பரைப் பற்றி நான் கேள்விப்பட்டது உங்களுக்குத் தெரியுமா?' என்று தொடங்கினார்.

'சிறிது நேரம் பொறுங்கள்' என்று சாக்ரடீஸ் இடைமறித்தார். 'இதற்குமேல் எதுவும் சொல்வதற்கு முன்பாக, நான் செய்யும் ஒரு சோதனையில் நீங்கள் தேறவேண்டும். இது மும்முனை வடிகட்டும் சோதனை' என்றார்.

'மும்முனை வடிகட்டுதலா?' வந்தவர் கேட்டார்.

'ஆம் சரிதான்' என்ற சாக்ரடீஸ் தொடர்ந்தார். 'என்னுடைய நண்பரைப்பற்றி எதுவும் சொல்வதற்கு முன்பாக, அதனை நான் வடிகட்டிப் பார்க்கப் போகிறேன். முதல் வடிகட்டும் வழி உண்மை பற்றியது. நீங்கள் என்னிடம் என்ன சொல்லப் போகிறீர்களோ அது முழுமையான உண்மையா?' என்றார்.

'இல்லை. நான் கேள்விப் பட்டதுதான். அதனை உங்களிடம் பகிர்ந்து கொள்ள விரும்பினேன்' என்று பதிலளித்தார்.

'நன்று. அந்த செய்தி உண்மையா? பொய்யா? என்பது உங்களுக்குத் தெரியாது. நாம் இரண்டாவது வடிகட்டுதல் என்னவென்று பார்ப்போம். இது நன்மை பற்றியது. என் நண்பரைப்பற்றி நீங்கள் கூறப்போவது நல்ல செய்தியா?' என்றார்.

'உண்மையில் அப்படியில்லை'.

'ஆகவே நீங்கள் அவரைப்பற்றித் தீமையான ஒன்றைப் பகிர்ந்து கொள்ள விரும்புகிறீர்கள். ஆனால் அது உண்மையானதுதான் என்பதில் நீங்கள் உறுதியாக இல்லை. இன்னும் நீங்கள் அந்த தேர்வில் வெற்றி பெறலாம். ஏனெனில் மூன்றாவதாக ஒரு வடிகட்டுதல் உள்ளது. அது பயனுள்ள தன்மை பற்றியது. நீங்கள் இனி சொல்லப்போவது எனக்குப் பயனுள்ளதாக இருக்குமா?'

'இல்லை. அப்படி நான் நினைக்கவில்லை' என்று தொடங்கினார் வந்தவர்.

'நன்று. நீங்கள் என்னிடம் சொல்ல விரும்புவது உண்மையானதாகவோ, நல்லதாகவோ, எனக்குப் பயனுள்ளதாகவோ இருக்காது. பிறகு எதற்கு என்னிடம் கூறுகிறீர்கள்?' என்று சாக்ரடீஸ் கேட்டார்.

ஒருவேளை சாக்ரடீஸின் இந்த நிகழ்வுதான் சுழற் சங்கத்தில் நான்கு வழி சோதனையாக மலர்ந்திருக்கலாம். ஒன்று: இது உண்மைதானா? இரண்டு: இது எல்லோருக்கும் நன்மை பயப்பதா? மூன்று: நல்லெண்ணத்தையும் நட்புணர்வையும் உருவாக்குமா? நான்கு: சம்பந்தப்பட்ட எல்லோருக்கும் இது நன்மை தருமா?

நூற்றுக்கணக்கான சிறுசிறு செயல்பாடுகள் இணைந்தே இனிமைப்பண்பு உருவாகிறது. தொலைப்பேசியில் பதிலளிப்பது, ஒருவருடன் பணியாற்றுகின்றவர்களிடம் கனிவாக நடந்து கொள்வது, பிறந்த நாளை நினைவு கூர்வது, தன்கீழ் பணியாற்றுகிறவர்களின் நல்ல செயல்களைப் பாராட்டுவது, சிறுசிறு குறைபாடுகளை

மேம்போக்காக விட்டுவிடுதல், . . . இந்தப் பட்டியல் இன்னும் நீளமானது. சில சமயங்களில் எது சரி என்பதைவிட, எது தேவை என்பதைக் கண்டு கொள்வதை உள்ளடக்கி உள்ளது. ரஜினிகாந்தின் வாழ்க்கையில் நடந்த இந்த சம்பவத்தை எண்ணிப் பார்க்கலாம்:

ரஜினிகாந்த் மிகவும் பொறுமையுள்ள நடிகராகவும், இந்தியாவின் பண்பாட்டு அடையாளமாகவும் திகழ்கிறார். வறுமையில் உழன்று வளர்ந்து பெங்களூரில் மாநகரப் போக்குவரத்துக் கழகத்தில் நடத்துநராகப் பணியாற்றிய போது ரஜினிகாந்த் மேடைகளில் நடிக்கத்தொடங்கினார். பேருந்து நடத்துநரிலிருந்து புகழ்பெற்ற நடிகராக ஆனவரை அவரது வாழ்க்கையில் வரலாற்று நிகழ்வுகள் நிறைந்திருந்தது.

அடிக்கடி நாம் மறந்திடுவது என்னவென்றால், 2002 ஆம் ஆண்டில் ரஜனிகாந்த் *பாபா* திரைப்படத்தில் நடித்தார். அதன் திரைக்கதையையும் கூட எழுதினார். செய்யப்பட்ட ஊடகங்களின் மிகைப்படுத்தப்பட்ட விளம்பரத்தையும் தாண்டி அந்தப் படம் விநியோகஸ்தர்கள் கொடுத்து எடுத்த தொகையைவிட மிகுந்த குறைந்த வசூல்தான் கண்டது. அதன் விளைவாக பல விநியோகஸ்தர்கள் மிகுந்த நஷ்டமடைந்தனர்.

சட்டப்படி அப்படி செய்யவேண்டிய கட்டாயம் இல்லை என்றாலும், ரஜினிகாந்த் தானே தனிப்பட்டமுறையில் அவர்களின் இழப்பை ஈடுகட்டினார்.

ஐந்து ஆண்டுகளுக்குப்பிறகு, அவருடைய அடுத்த படம் *சந்திரமுகி* வெளியிடப்பட்டது. அபரிமிதமான வெற்றியுடன் மிக அதிக நாட்கள் ஓடிய தமிழ்த்திரைப்படம் என்ற சாதனையைப் பிடித்தது. ஏன்? விநியோகஸ்தர்களிடமிருந்து ரஜினிகாந்த் பெற்ற மிக அதிகமான ஒத்துழைப்பினால்தான் இது நிகழ்ந்தது.

இனிமையாக இருப்பதும் ஒருவகை முதலீடு என்பதாக அமைகிறது. உதாரணமாக, ஆப்ரஹாம் லிங்கன் 1830 ஆம் ஆண்டுகளில் செனட்டுக்கான தேர்தலில் தன் நலம் பாராமல் வாபஸ் பெற்றார். ஆனால் அடுத்த தேர்தலில் அவருடைய எதிர்வேட்பாளரை வெற்றி கொண்டார்.

போட்டியாளர்களிடம் பெருந்தன்மையுடன் நடந்து வரலாறு படைத்தவரான, சாதனைப்படைப்பதில் சிறந்த முதலீட்டாளர் ஹோர்னிக், அவர் செய்த உதவி அனுசரணைகளால் நல்ல தொடக்கவாய்ப்பை எப்போதும் பெற்றார். இனிமையான தன்மைக்கும் எதிர்கால நல்வாய்ப்புகளுக்கும் நெருங்கிய ஒற்றுமை உள்ளது என்பதை இதனால் தெளிவாக அறிகிறோம். விளம்பரத் துறையிலிருந்து மற்றுமொரு உதாரணத்தைக் காண்போம்:

கப்லன் தலேர் விளம்பர நிறுவனத்தின் தலைவரும் இணைந்து *தி பவர் ஆஃப் னைஸ்: ஹௌ டு கான்கர் பிசினஸ் வேர்ல்ட் வித் கைன்ட்னஸ்* என்ற நூலை எழுதியவருமான லிண்டா கப்லன் தலேர் ‘நான் நியூயார்க்கின் ஒரு பகுதியில் வளர்ந்தேன். நான் மிக அதிகமான நான்கெழுத்து சொற்களை அறிந்தேன். அவற்றுள் எதுவும் N-I-C-E போல சக்திமிக்கதாக இல்லை’ என்று எழுதினார்.

1999 ஆம் ஆண்டில், அவருடைய ஏஜென்சியை ஒரு காப்பீட்டுக் கம்பெனி தங்கள் வணிகப்பகுதியில் ஒரு விளம்பர முறையை நடத்துவதற்கு அழைத்தனர். தலேர் எப்படித் தன்னைத் தொடர்பு கொண்டார்கள் என்று கேட்டபோது, அவரால் முன்பு பயன்பெற்ற இருவர் இவரைப்பற்றிப் பரிந்துரைத்து வழிகாட்டியதால் வந்ததாகக் கூறியதைக் கேட்டு மகிழ்ச்சி நிறைந்த ஆச்சரியமடைந்தார்.

‘மிக அதிகமான வணிகம் நேர்மறைச் செய்கைகளாலும் செயல்களாலும் உருவாக்கப்படுகிறது என்பதைப் பலர் உணர்வதில்லை’ என்று தலேர் கூறினார்.

அடிப்படைக் காரணம் என்ன? உங்கள் இணைப்பு வலைகள் மூலம் உங்கள் வழியில் வந்து சேரும் வாய்ப்புகளின் அளவை இனிமைத் தன்மை அதிகரிக்கிறது. இனிமையாக இருப்பது இனியசொற்களைப் பேசவைப்பது மட்டுமலாமல், எதிர்காலத்தில் உங்களுக்காக யாருடைய வழியிலாவது வாய்ப்புகளையும் கொண்டு சேர்க்கும். அதிர்ஷ்டம் உள்ளே வருவதற்கு யாராவது ஒருவரின் கதவு திறந்திருக்க வேண்டுமல்லவா?

நல்ல தன்மையின் வெற்றிக்கு வின்ஸ்டன் சர்ச்சில் வாழ்விலிருந்து குறிப்பிட்டுக்காட்டும் ஒரு கதை பொருத்தமான உதாரணமாக இருக்கும்:

பூமியிலிருந்து 13,000 அடி உயரத்திலிருந்து குண்டுவீசும் வெலிங்டன் போர் விமானத்தில் எஞ்சினில் பிடித்த தீயை அணைப்பதற்கு அதன் அருகில் சென்று தீயை அணைத்து வெற்றியுடன் திரும்பிய சார்ஜண்ட் ஜேம்ஸ் ஆலன் வார்ட் என்பவருக்கு விக்டோரியா கிராஸ் விருது 1941 ஆம் ஆண்டில் ஒரு கோடை காலத்தில், வழங்கிச் சிறப்பிக்கப்பட்டது. இடுப்பில் கயிற்றைக் கட்டிக்கொண்டு சென்று அந்த தீயை அணைத்ததுடன் அல்லாமல் விமான அறைக்குள் பத்திரமாகத் திரும்பினார்.

துணிச்சலான செயல்களைப் பாராட்டக்கூடியவரும் துணிச்சலான சாதனைகளை நிகழ்த்தக்கூடியவருமான சர்ச்சில், சீலந்துக்காரரான அந்த கூச்ச சுபாவமிக்கவரான வீரரை 10, டௌனிங் தெரு இல்லத்திற்கு வரவழைத்தார்.

சர்ச்சிலின் முன்பு வாய்ப்பேசமுடியாமல் அமைதியாயிருந்த வீரர் பிரதமர் கேட்ட கேள்விகளுக்கு பதில் சொல்ல முடியாத நிலையில் இருந்தார். இப்படித் தடுமாறும் அந்த வீரரைக் கனிவுடன் சர்ச்சில் கவனித்தார்.

'நீ என் முன்னே மிகவும் பணிவுடனும் கூச்சத்துடன் இருக்க வேண்டும்' என்று சர்ச்சில் கூறினார்.

'ஆம் அய்யா' அந்த வீரர் பதிலளித்தார்.

'பிறகு உன் முன்னே நான் எவ்வளவு கூச்சத்துடன் இருப்பதை உணர்கிறேன் என்பதை எண்ணிப்பார்' என்று சர்ச்சில் அதற்கு பதிலாகக் கூறினார்.

தற்காலத்து அரசியல்வாதி இராணுவ அதிகாரியிடம் இத்தகையதொரு கனிவைக் காட்டுவார் என்று என்னால் கற்பனை செய்து பார்க்கமுடியவில்லை. இத்தகைய சிறிய கனிவும் இனிமையும்தான் சர்ச்சிலை அவருடைய நாட்டு மக்களில் மிகச்சிறந்த தலைவராக ஆக்கியது அதனால்தான் எல்லா தடைகளுக்கிடையில் ஜெர்மனியை வெற்றி கொள்ள முடிந்தது. கனிவுதான் மற்றவர்களைக் காட்டிலும் சிலர் மட்டும் ஏன் உறவுகளைப் பேணிக்காக்கிறார்கள் என்பதற்கு முக்கிய காரணமாக இருக்கிறது.

தாமஸ் கார்லைல் சரியாக, 'மிகப்பெரிய மனிதர்கள் தங்கள் பெருந்தன்மையை சிறியவர்களை நடத்துகின்ற முறையில் காண்பிக்கிறார்கள்' என்று கூறினார். நம் நாட்டிலேயே இருக்கும் ஷிர்டி சாயிபாபா அவர்கள், 'நீங்கள் செல்வந்தராயிருந்தால் பணிவாக இருங்கள். பழங்கள் நிறைந்த மரம் பணிந்து வளைகிறது' என்று கூறினார்.

ஒருவர் தன்முனைப்பைக் கட்டுக்குள் வைத்தும் தன்னுடைய நிலையில் உறுதியாக இருந்தும் செயல்படுவது வாய்ப்புகள் வந்து சேர்வதற்கான அடிப்படைத் தேவைகளாகும். ஒருவர் தன்னுடைய கருத்தில் தெளிவாக இல்லை என்றால் அவரால் அடுத்தவர்களைக் கவனிப்பது அல்லது அவர்கள் கருத்துகளை ஏற்றுக்கொள்வது எப்படி முடியும்? ஹௌ டு அட்ரேக்ட் குட் லக் என்று நூலின் ஆசிரியரான ஏ. ஹெச். இசட். கார் இவ்வாறு கூறுகிறார்:

பாராட்டுதலுக்கான அதிகப்படுத்தப்பட்ட தேவையை விட மனித உறுதியற்றநிலை துரதிஷ்டத்தைக் கொண்டு வருவதாக இருக்காது. வழக்கமாக பாதுகாப்பற்றநிலை என்ற உணர்விலிருந்து வேர்விட்டு வளர்கிற இந்த மனத்தின் பாதுகாப்பற்றிருக்கும் மகிழ்ச்சியற்ற நிலை, அந்த பலியாகும் மனிதர்களை தங்கள் முக்கியத்துவம் பற்றி விளம்பரப்படுத்திக் கொள்ளவும் மற்றவர்கள் தன் மீது முக்கியத்துவம் செலுத்தவேண்டும் என்று கேட்பதற்கும் கொண்டு செல்கிறது. மற்றவர்களிடமிருந்து உருவாகக்கூடிய சாதகமான வாய்ப்புகளை நிச்சயமாகத் தடுத்து விடுகிறது. மற்றவர்கள் பேசிக்கொண்டிருக்கும் போது, தன்முனைப்பு உள்ளவர்கள் கவனிக்காமல் இருக்கும் காரணத்தால், அந்த உரையாடலில் உள்ள சாதகமான அதிர்ஷ்ட மதிப்பு உள்ளவற்றையும் தகவல்களையும் தடுத்து விடுகிறார்கள்.

மிகைப்படுத்தப்பட்ட தன்முனைப்பு அடிக்கடி 'மிகவும் திறனற்றது' என நாம் நம்புகிற கேள்விகளைக் கேட்பதைத் தடுக்கிறது. இந்த கேள்விகளைக் கேட்காமல் விட்டு விடுவது, மிகப்பெரிய வாய்ப்புகளை நாம் தடுத்து மறைப்பது என்று பொருளாகும். மேலாண்மை நிபுனரான டாம் பீட்ஸ் 'அர்த்தமற்ற கேள்விகளைக் கேளுங்கள்: கீ போர்டிலிருந்து கணினிக்குள் கட்டளைகள் எப்படி வருகின்றன? சிலர் இந்த ஒன்றை முதலாவதாகக் கேட்டார்கள். ஆகையால்தான் மவுஸ்!'

'சுற்றிலும் எது செல்கிறதோ அதுதான் சுற்றிச்சுற்றி வரும்' என்ற பழமொழி, ஒருவர் அதிகமாகக் கொடுக்கும் அளவுக்கு ஏற்ப அதிகமாகப் பெறுகிறார் என்ற கர்ம விதியை அடிப்படையில் ஆழமாகக் கொண்டுள்ளது. எனவே கர்மாவின் மதிப்பை ஒருவர் ஒருபோதும் குறைக்கக்கூடாது. இதனை விஸ்கான்சின் பல்கலைக் கழகத்தில் நடந்த ஒரு நிகழ்ச்சி அழகாக விளக்குகிறது:

பல ஆண்டுகளுக்குமுன் விஸ்கான்சின் பல்கலைக் கழகத்தில், ஆங்கிலப் புலமை மிக்கவர்களாக படைப்பு நிலையில் கவிஞர்களாகவோ, நாவலாசிரியர்களாகவோ, நாடக ஆசிரியர்களாகவோ உள்ள ஒரு இலக்கியக் குழுவினர் இருந்தனர். அவர்கள் ஒவ்வொரு வாரமும் சந்தித்து, ஒவ்வொருவரின் படைப்பைப் பற்றி மற்றவர் விமர்சிக்கும் வகையில் 'ஸ்ட்ரேங்ளர்ஸ்' என்று தங்களைத் தாங்களே அழைத்துக் கொண்டார்கள்.

இதன்காரணமாக, முன்னேறிவரும் பெண் எழுத்தாளர் களும்கூடகுழுவாகச்சேர்ந்து, விஸ்கான்சில் ஒருசங்கத்தைத் தொடங்கினார்கள். அவர்கள் தங்களை 'ரேங்ளர்ஸ்' என்று அழைத்துக் கொள்வதெனத் தீர்மானித்து, அவர்களும் கூட வழக்கமாகச் சந்தித்து ஒருவரின் படைப்பைப் படித்து மற்றவர்கள் விமர்சித்துக் கொள்வதற்காகக் கூடினர். ஆனால் அவர்கள் விமரசிப்பதை விடுத்து, ஊக்குவித்துப் பாராட்டுவதில் கவனம் செலுத்தினார்கள்.

இருபது ஆண்டுகளுக்குப்பிறகு, அங்குள்ள பழைய மாணவர்கள் தங்கள் வகுப்புத் தோழர்களின் தொழில்முறைகளைப் பற்றி விரிவாக ஆய்வு செய்தபோது, 'ஸ்ட்ரேங்ளர்ஸ்'க்கும், 'ரேங்களர்ஸ்'க்கும் இடையில் குறிப்பிடத்தக்க வேறுபாடு இருப்பதைக் கண்டார்கள். ஸ்ட்ரேங்ளர்ஸில் ஒருவர் கூட இலக்கிய உலகில் ஒரு நல்ல இடத்தைப் பிடிக்க முடியவில்லை. ஆனால் தேசிய அளவில், பன்னாட்டளவில் புகழ்பெற்றவர்களாக ஆறு பெண் எழுத்தாளர்களை 'ரேங்ளர்ஸ்' உருவாக்கியிருந்தது.

அது எதனை நமக்குச் சொல்கிறது? முதலாவதாக, நேர்மறையான உறுதிப்பாட்டிலும் இனிமையாக இருப்பதிலும் மதிப்பு இருக்கிறது. ஆனால் மிகவும் முக்கியமானதாக, மற்றவர்களின் செயல்பாடுகளில் நம்மால் நன்மையைக் கண்டுகொள்ள முடியவில்லை

என்றால், மற்றவர்கள் எப்படி நம்முடைய செயல்பாடுகளில் நன்மையைக் காணமுடியும்? உணர்விலும் செயலிலும் பெருந்தன்மை வாய்ப்புகளை மீண்டும் அதிகப்படுத்துவதற்கான செயல்பாடாகும். இங்கே சில உதாரணங்களைப் பார்க்கலாம்:

முதல் பிரிட்டிஷ் விருது (பேரோனெட்) பெற்ற இந்தியரும், பத்தொன்பதாம் நூற்றாண்டில் பம்பாயில் மிகப்பெரும் பணக்காரருமான சர் ஜாம்ஷெட்ஜி ஜீஜீபாய் பாட்டில்கள் விற்பனை செய்யும் வேலையில் தன் பணியைத் தொடங்கினார். அவர் தான் சம்பாதித்த மிகப்பெரும் செல்வத்தை மருத்துவ மனைகள் ஏற்படுத்துவதற்கும், ஜே ஜே கலைப்பள்ளியைத் தொடங்குவதற்கும் செலவிட்டார். ஜீஜீபாய் நகரத்தைச் சுற்றி வருவதற்கு இருகுதிரைகள் பூட்டிய தன் வண்டியில் வரும்போது, தன் இருபக்கத்திலும் பணமூட்டைகளை வைத்துக் கொண்டு வழிநெடுகிலும் பிச்சைக்காரர்களுக்கு வழங்கிக் கொண்டு வருவார் என்று அக்காலத்து வரலாறு கூறுகிறது.

2013 ஆம் ஆண்டில், அறமனம் கொண்ட கோடீஸ்வரர்கள் தங்கள் சொத்தில் பெரும்பகுதியை மனிதாபிமானச் செயல்பாடுகளுக்கு வழங்குவதென்று உறுதிமொழி எடுத்துக் கொண்டவர்களில், ஆசிம் ப்ரேம்ஜி முதலாமவர். அந்த உறுதிமொழியில் கையெழுத்திடும்போது, அவர் ஏற்கனவே ஒன்பதாயிரம் கோடிகள் கல்விப்பணிக்காக வழங்கியிருந்தார்.

உலகின் பணக்காரர்களில் நான்காமிடத்தில் இருப்பவரான வாரன் பஃப்ஃபட் தன் வாழ்நாளில் தன் வருவாயில் தொன்னூற்று ஒன்பது சதவிகிதத்தை வழங்குவார். உலகத்தின் இரண்டாவது பணக்காரரான கேட்ஸ், இந்த உறுதிமொழிகளை நிறைவேற்றுவதற்கு தன் சொத்தில் பாதியை வழங்குவார்.

பாலிவுட் சூப்பர் ஸ்டார் சல்மான்கான் நூறுகோடி வெற்றிப்புகழ்பெற்ற படங்களை வழங்குவதில் புகழ்பெற்றவர். ஆனால் எது அடிக்கடி மறக்கப்படுகிறது என்றால், அவருடைய புகழ்மிக்க 'பீயிங் ஹ்யூமன்' என்ற நூல் 179 கோடி ரூபாய் விற்பனை சாதனை புரிந்தது என்பதைத்தான். இதன் ராயல்டி வருவாய், சல்மான்கானின் அறப்பணிகளான கல்விக்கான உதவியாகவும், மருத்துவ செயல்பாடுகளுக்காகவும் பயன்படும் சல்மான்கான் அறக்கட்டளையாகச் சேவை புரிகிறது.

பணம் சம்பாதிப்பதற்காகக் கஷ்டப்படுவது, கொடுப்பதற்காக மட்டும்தான். அல்லவா? ஒரு பழைமையான சீனப்பழமொழி உள்ளது: 'ரோஜாவை வழங்கும் கைகளில் அதன் மணம் கொஞ்சமாவது இருக்கும்' நம்மில் பலர் கோடீஸ்வரர்ர்கள் அல்ல. அதனால் அது நாம் நல்ல செயல்களுக்காக அடுத்தவர் களுக்கு வழங்குவதைத் தடை செய்துவிடக்கூடாது.

பல ஆண்டுகளுக்குமுன், என்னுடைய நூல்களை வெளியிடுவதற்கு ஒரு பதிப்பாளரைத் தேடிக் கொண்டிருந்தபோது, நான் படித்த கல்லூரியில் ஒரு பேராசிரியர் ஒரு பேச்சுக்காக எழுதி உதவுமாறு கேட்டார். அதற்கு மிகுந்த நேரத்தைச் செலவிடவேண்டும் என்று தோன்றியபோதும், நான் அவருடைய வேண்டுகோளை ஏற்று அவர் திருப்திப் படும்வகையில் செய்து கொடுத்தேன். அவர் அதன் சிறப்பில் மிகவும் மகிழ்ந்தார்.

சில மாதங்களுக்குப் பிறகு, என் நாவல்களைக் கடைகளில் பார்த்து விட்டு, விற்பனை எப்படி இருக்கிறது என்று கேட்டார். நான் விற்பனையைப் பற்றி மகிழ்ந்திருப்பதாகவும், ஆனால் விளம்பரப்படுத்துவதில்

மிகுந்த இன்னல் அடைந்திருப்பதாகவும் கூறினேன். என்னுடைய பேராசிரியர் உடனே, தன்னுடைய நண்பரின் தொலைப்பேசி எண்ணைக் கொடுத்து,'அவருடன் பேசுங்கள். அவர் நிச்சயமாக உங்களுக்கு உதவி செய்வார்' என்று கூறினார்.

அவருடைய நண்பர் ஒரு தேசிய நாளிதழின் ஆசிரியர் என்பதைப் பின்னர் தெரிந்து கொண்டேன். இரண்டொரு வாரத்தில், என்னுடைய முதல் பேட்டி செய்தித்தாளில் வெளிவந்தது.

அதிர்ஷ்டம்தானே? நிச்சயமாக. ஆனால், அதற்கு முன்பாக சில முதலீட்டுச் செயல்பாடுகள் செய்யப் பட்டுள்ளன.

ஒரு எச்சரிக்கை உள்ளது. எதிர்மறைகளைத் திரும்பப்பெறுவதை கருத்தாகக் கொண்டு கொடுப்பது தான் அதன் முக்கிய நோக்கம். ஊக்குவிப்புப் பேச்சாளர் ப்ரையன் ட்ரேஸி 'எப்போதும் நினைவில் வைத்துக்கொள்ளாமல் கொடுங்கள். எப்போதும் மறந்து விடாமல் பெறுங்கள்' என்று நினைவுபடுத்துகிறார்.

பிறகு அதிர்ஷ்ட தேவதை தன் வழிப்படி செயலாற்றட்டும்!

11		விருப்பத்தன்மை	உயர்ந் தெழு	
நடைமுறை ஒழுங்கு	✓	அதிர்ஷ்ட சாலிகள் அவர்களின் விருப்பத்திற்குள்ள சாதகம் கிடைப்பதைத் தேடுகிறார்கள்.	உணர்ந்து கொள்	✓
அணுகு முறை	✓		செயல்படு	✓

நான் அவதார் எழுதுவதற்கு முன்பாக, பயிற்சி பெற்ற ஒன்றே ஒன்று வணிக உலகம்தான்:

நான் பன்னிரெண்டு வயதாயிருக்கும்போது, என்னுடைய தந்தை, கோடை விடுமுறை நாட்களில் கணக்கெழுதும் முறைகளைத் தெரிந்து கொள்வதற்காக எங்கள் குடும்ப கணக்காயரிடம் அனுப்பினார். சிறுவயதிலேயே படிப்பதில் மிகுந்த ஆர்வம் இருந்ததால், ஒவ்வொரு வாரமும் நான் வெவ்வேறு நூல்களை உடன் எடுத்துச் செல்வேன். அவை கவிஞரும் எழுத்தாளருமான என்னுடைய தாத்தா கொடுத்தனுப்பியது.

எங்கள் கணக்காயர் என்னுடைய கணக்கில் தவறுகள் மிகுதியாக இருப்பதை அறிந்து என்னிடம், 'படிப்பதை விடக்கூடுதலாக கணக்குக் கற்பதில் கவனம் செலுத்தினால், இவ்வளவு தவறுகள் நேராது' என்று அறிவுரை கூறினார்.

நான் எதிர்த்துக் கூறினேன். எனக்கு விருப்பமானது படிப்பதுதான் என்று வாதிட்டேன். கிண்டலாகச் சிரித்துக் கொண்டு அந்த வயதானவர், 'நீ உன் விருப்பத்தில் படிப்பில் ஈடுபடுவதானால் கணக்குப்பதிவைப் படி! அதன்மூலம் நீ உருப்படியான ஒன்றைச் செய்யலாம்!' என்றார்.

சில வாரங்களுக்குப் பிறகு, நான் என்னுடைய தாத்தாவிடம் இந்த வாக்குவாதத்தைப் பற்றிப் பேசினேன்.

அந்த வயதானவர், சிறிது நேரம் அதைப்பற்றிச் சிந்தித்தார், பிறகு, 'லட்சுமி (செல்வம்) இல்லாமல் சரஸ்வதி (அறிவு) இருப்பது எப்போதும் பிரச்சனைக் குரியது. அதிர்ஷ்டத்தின் மொத்த உருவான கணேசர், எப்போதும் லட்சுமிக்கும் சரஸ்வதிக்கும் இடையில் இருக்கிறார். இருவரின் தோற்றமும் நல்ல அதிர்ஷ்டம் நிகழ்வதற்குக் கட்டாயம் தேவை' என்று கூறினார்.

நான் சிந்திப்பதற்கு இடைவெளி விட்டார்.

> உண்மை என்ன என்றால், பணம் என்பது பணம் இல்லை என்ற கவலையிலிருந்து மட்டும் விடுதலை அளிக்கிறது என்பதுதான். எண்களைச் சரிசெய்து கணக்கிடுவதைவிட லட்சுமியையும் சரஸ்வதியையும் உன் வாழ்வில் சமநிலையில் இருக்குமாறு செய்து விடு.

அந்த குறிப்பிட்ட பாடம் என் மனத்தில் இன்றுவரை நிலைத்து விட்டது. பிரிட்டிஷ் எழுத்தாளரும் அறிஞருமான ராபர்ட் க்ரீவ்ஸ் புகழ்மிக்க வகையில், 'வறுமையில் பணம் இல்லை. பணமிருந்தால் அதில் வறுமை இல்லை' என்று கூறினார். பணத்திற்கும் வறுமைக்கும் இடையில் உள்ள இழுபறி சண்டை - கிடைப்பதற்கும் விருப்பத்திற்கும் - இடையிலும் தொடர்ந்து என்னுடைய வாழ்க்கையில் ஒருங்கிணைந்த பகுதியாக இருக்கிறது.

நான் பணத்தின் மதிப்பைக் குறைத்துக் கொண்டிருப்பதாக தயவு செய்து எண்ணி விடாதீர்கள். போதுமான வசதிகளுடன் வாழ்வதற்கும், வாழ்வின் எதிர்பாரத அம்சங்களிலிருந்து பாதுகாப்பு பெறுவதற்கும், குடும்பத்தோடு விருந்து உண்ணுதல் போன்ற சிறுசிறு இன்பங்களை அனுபவிப்பதற்கான நிலையைப் பெறுவதற்கும், சிறுசிறு சுற்றுலா அல்லது திரைப்படம் பார்த்தல் போன்றவற்றை அனுபவிப்பதற்கும் ஒருவருக்குப் பணம் தேவைப்படுகிறது. ஆனால் அதற்கும் மேலாக, பலருக்குப் பணம் என்பது வெற்றிக்கான மாற்றாக மட்டுமே தோன்றுகின்றது. பணம் அவர்களுக்கு வெற்றி குவிக்க வழிவகுக்கிறது.

ரிலையன்ஸ் தொழில் நிறுவனங்களின் நிறுவனரும், இந்திய தொழில் சிறப்புமிக்க பெரும் பணக்காரர்களில் ஒருவருமான திருபாய் அம்பானி, 'பணம் என்னைப் பரவசப் படுத்துகிறதா? இல்லை. ஆனால் என்னுடைய பங்குதாரர்களுக்காக நான் பணம் சம்பாதிக்க வேண்டியுள்ளது. என்னை எது பரவசப் படுத்துகிறது

என்றால், சாதனையும் கடினமானவற்றைச் செய்து முடிப்பதும்தான்' என்று கூறியதாகத் தெரிகிறது.

மிகவும் வெற்றி கண்ட தனிப்பட்டவர்களுக்கு, பணம் மட்டுமே ஊக்க சக்தியாக இல்லை என்பதைக்கூட நாம் காண்கிறோம்:

இந்தியாவின் ஒன்பதாவது பிரதமரும் மிகப்பெரும் பொருளாதார மாற்றத்தைக் கண்டவரும் இந்தியாவின் லைசன்ஸ் ராஜ்யத்தை தனிப்பட்ட முறையில் கலைத்தவரும் ஆனவர் பி. வி. நரசிம்மராவ். ஒரு சிறுபான்மை அரசாங்கத்தை நடத்தியபோதிலும், பொருளாதார அரசியல் சட்டங்களை பார்லிமென்ட் மூலம் கொண்டுவந்து, 'இந்தியப் பொருளாதாச் சீர்திருத்த தந்தை' என்று எப்போதும் குறிப்பிடப்பட்டார்.

நகைச்சுவையானது என்னவென்றால், இந்தியாவை நிதிநிலை அழிவிலிருந்து காப்பாற்றிய தொலைநோக்குப் பார்வையுடனான கொள்கையுடைய அவர், தன் சொந்த வாழ்வில் நிதி நெருக்கடியில் அவதியுற்றார். அவருடைய மகன்களில் ஒருவரின் கல்விக்கு ராவ் அவர்களின் மருமகனின் உதவி தேவைப்பட்டது. மருத்துவக் கல்வி பயின்று கொண்டிருந்த அவருடைய மகளுக்கான கல்விக் கட்டணத்தைக்கூட செலுத்துவது அவருக்குக் கடினமானதாக இருந்தது.

அவருடைய வக்கீலுக்கான கட்டணத்தைச் செலுத்துவதற்கு, ராவ் அவருடைய ஹைதராபாத் பஞ்சாரா ஹில்ஸ் வீட்டை விற்பதற்குக் கூறினார் என்றும் சொல்லப்படுகிறது. ஆனால் உண்மையில் ராவ் தான் இறப்பதற்குமுன் இந்த கடன்களைக் கொடுக்க வேண்டும் என்பதில் அச்சம் கொண்டார்.

என்னுடைய சொந்த வாழ்க்கையைத் திரும்பிப் பார்த்தால், நான் இதனை உணர்கிறேன்: நான் பணத்தை மட்டுமே குறிக்கோளாகக் கொண்டு செயல்பட்டிருந்தால்,

என்னுடைய முதல் நூலை உட்கார்ந்து எழுதியிருக்க மாட்டேன். நான் நேரிடையாக இந்த படைப்புத்திறன் முயற்சியை எழுத்தின் மூலம் இதில் கிடைக்கக்கூடிய சிறு வருவாயைக் கருத்தில் கொண்டு தொடராமல் விட்டிருப்பேன்.

மற்றுமொரு உதாரணத்தைப் பார்ப்போம்:

உலகிலேயே மிப்பெரிய பணம் உருவாக்கும் இயந்திரங்களில் ஒன்று, உலகின் தேடுதல் பொறியான கூகுள்தான். இறுதியாக அது, 7,129,629 டாலர் ஒரு மணிக்கும் அல்லது ஏறக்குறைய பதினைந்து பில்லியன் டாலர் ஒரு காலாண்டிற்கும் ஈட்டியது. இந்த கூகுள் 1996 ஆம் ஆண்டில், ஒரு ஆய்வுத்திட்டமாக, ஸ்டான்ஃபோர்ட் ஆய்வு மாணவர்களான லார்ரி பேஜ் மற்றும் செர்ஜி ப்ரின் ஆகியோரால் தொடங்கப்பட்டது என்பது இப்போது எண்ணிப்பார்ப்பது கஷ்டமாக உள்ளது.

நாம் இப்போது கூகுளில் தேடுதல் பொறி வழியான விளம்பரங்களைப் பார்ப்பது வழக்கமாகி விட்டது. ஆனால், அந்த கம்பெனி 2000 ஆம் ஆண்டுவரை எந்த விளம்பரமும் பெறமுடியவில்லை என்பதை மறந்து விடுதல் எளிதானது. அதன் இருப்பின் முதல் ஐந்து ஆண்டுகளில், எந்தவிதமான வருமானமும் அறவே இல்லை. எந்த வணிக மாதிரியும் இல்லை.

நிறுவியவர்கள் ஒரே சிந்தனையுடன் உலகின் மிகச் சிறந்த தேடுதல் பொறியை உருவாக்குவதில் மட்டுமே கவனமாக இருந்தார்கள். பணம் என்பது ஏதோ ஒரு உப பொருளாகவே தோன்றியது. கூகுளின் கொள்கைப் பிடிப்பான நல்வாய்ப்பை, இதைக்கொண்டு விளக்க முடிகிறதல்லவா?

ஹென்றி ஃபோர்ட் இத்தகைய நோக்கத்தைக் கொண்டிருந்ததாகக் குறிப்பிடப்படுகிறது; ‘பணத்தைத்

தவிர வேறு எதையும் உருவாக்காத வணிகம் மிகவும் சிறியதான வணிகம்தான்' இந்த நோக்கு என் மனத்தில் உருவாக்கும் எண்ணம், வசதியாக வாழ்வதற்கு ஒருவருக்குப் பணம் தேவைப்படுகிறது. ஆனால் ஒரு எல்லைக்கு அப்பால் அது சம்பந்தமற்றதாகி விடுகிறது. பயித்தியம் போல தங்கத்தைத் தேடிச்செல்லும் தேடல் அருகில் இருக்கும் வெள்ளியின் தோற்றத்தை மறைத்துவிடும் அல்லவா? நாம் தங்கக் கவசத்தை அணிந்து கொண்டு நம் பார்வையின் வரம்புகளைக் கட்டுப்படுத்தினால், வாய்ப்புகளை இழந்து விடுவதற்கான சாத்தியம் உண்டு அல்லவா?

என்னுடைய ஊசலாட்டம் ஒரு விமானப் பயணத்தின்போது தீர்ந்தது. மும்பையிலிருந்து நியூயார்க் சென்ற விமானத்தில் என்னருகில் ஒரு ஓவியக் கலைஞர் அமர்ந்திருந்தார்.

அவர் தன்னுடைய ஓவியங்களை மிகப்பெரிய ஹோட்டல் தொடர்களுக்கும், பன்னாட்டு கம்பெனி களுக்கும் விற்பதாக விளக்கிக் கொண்டே, 'அவர்களுக்கு தங்கள் விருந்தினர் மாளிகைச் சுவர்களிலும், நிர்வாகிகளின் அறைகளிலும், பொதுமக்கள் வரவேற்புப் பகுதியிலும் உபயோகப்படுத்துவதற்கு தேவைப்படுகின்றது. அதை நான் அவர்களுக்கு நியாயமான விலையில் அமைத்துக் கொடுப்பதில் மகிழ்கிறேன்' என்றார்.

அவருடைய அந்த வர்த்தகம் என்னைக் கவர்ந்தது. நான் ஓவியர்கள் சுற்றித் திரிபவர்கள் குறைந்த வணிக எண்ணம் கொண்டவர்கள் என்று நம்பினேன். அவர் சிரித்தார்.

'வாழ்க்கையை வாழ்வதற்குச் சிறந்த வழி எது? உங்கள் விருப்பமான ஒன்றிற்காக உங்களுக்கு வருவாய் வருவதுதான். அதைத்தான் நான் செய்கிறேன்' என்றார்.

மிகப்புகழ்பெற்ற ஓவியர் எம். எஃப். ஹுசைன் தன்னுடைய ஆரம்ப நாட்களில், தன் வாழ்க்கையை நடத்துவதற்கு சினிமா விளம்பரங்களை வரைந்தார் என்பதை அவருடைய சொற்கள் எனக்கு நினைவூட்டின.

உலகின் மிகப்புகழ்பெற்ற ஓவியர் பிகாஸோவிடம் படம் வரையும்போது திரைக்கு முன்னால் மூன்று அல்லது நான்கு மணி நேரம் நிற்பதில் களைப்பு ஏற்படுவதில்லையா? என்று கேட்கப்பட்டதாம். அதற்கு அவர், 'இல்லை' என்று பதில் கூறினார். 'அதனால்தான் ஓவியர்கள் நீண்ட காலம் உயிர் வாழ்கிறார்கள். நான் வேலை செய்யும்போது, என்னுடைய உடம்பை இஸ்லாமியர்கள் பள்ளிவாசலுக்குச் செல்லும்போது, காலணிகளை வெளியில் கழற்றி வைத்துவிட்டுச் செல்வதுபோல் நானும் வெளியில் விட்டுச் செல்கிறேன்' என்றார். விருப்பம் ஒருவரின் வேலையை, வேலை என்று எண்ணுவதை மறக்கச் செய்து விடுகிறது.

வர்ஜின் நிறுவனர் ரிச்சர்ட் ப்ரேன்சன் இவ்வாறு கூறுகிறார்:

'நம்முடைய ஏறக்குறைய எல்லா முயற்சிகளும் புதிய ஒன்றையோ அல்லது மக்கள் விரும்புகிறார்கள் என்று நாம் நம்புகிற வேலையையோ உருவாக்கும் எண்ணத்தையே கொண்டுள்ளன. இலாபத்தைக் காணுகின்ற எண்ணம் அதுவரை குறுக்கிடுவதேயில்லை என்பதை நாம் காணலாம். எனக்கோ அல்லது குழுவிற்கோ சம்பாதிக்கக்கூடிய பணத்தை மட்டுமே கருதுவது மிகவும் அரிது. மேற்கொண்டு செல்வதா அல்லது வேண்டாமா என்பதை தீர்மானிக்கும் நேரத்தில், அந்த எண்ணம் உங்கள் மனத்திலிருந்து வரவேண்டும். நீங்கள் உங்கள் விருப்பத்தைத் தொடர்ந்து செயலாக்கினால், உங்கள் எண்ணம் வெற்றிபெற அதிகமான வாய்ப்புண்டு'

விளைவில், ஒருவருடைய விருப்பத்திற்கேற்ப வாய்ப்புகள் அமையுமென்றால், அதனை வருவாய் தரத்தக்கதாக ஆக்கிக் கொள்வதற்கான வாய்ப்புகள் குறிப்பிடத்தக்க வகையில் அதிகமானதாக இருக்கிறது. ஒருவருடைய வெற்றிவாய்ப்புகள் அவருக்கு விருப்பமில்லாத எதனையும்விட விருப்பமான ஒன்றில் அமையும்போதுதான் அதிகமாக இருக்கும் என்பதுதான் இதற்குக் காரணம். நான் சொல்ல நினைப்பதை கிரேக்க தத்துவஞானி சாக்ரடீஸ் பற்றிய சிறிய கதை விளக்குகிறது:

இளைஞன் ஒருவன் அறிவைத்தேடி சாக்ரடீஸிடம் வந்தபோது, அவர் அவனை ஒரு ஏரிக்கு அழைத்துச் சென்று அவனுடைய தலையைத் தண்ணீருக்குள் அமுக்கி மூழ்கடித்தவுடன் ஆச்சரியப்பட்டுவிட்டான்.

காற்றுக்காக அந்த மனிதன் மேலே வரப்போராடிய போது, சாக்ரடீஸ் அவனைத் தொடர்ந்து அமுக்கிக் கொண்டிருந்தார்.

பிறகு, அதிலிருந்து விடுபட்டு வந்தவுடன் அந்த இளைஞன் சாக்ரடீஸிடம் ஏன் ஏறக்குறைய மூழ்கடித்து வைத்திருந்தார் என்று கேட்டதற்கு சாக்ரடீஸ், 'தண்ணீருக்குள் இருக்கும்போது நீ அதிகமாக விரும்பியது என்ன?' என்று கேட்டார்.

'காற்று' என்று அந்த இளைஞன் பதிலளித்தான்.

'அறிவை அடைவதற்கான உன்னுடைய ஆசை நீ மூச்சுவிட முயன்றதைப் போலவே மிகவும் உயர்வானது. உனக்கு அறிவு கிடைக்கும்' என்று விடையளித்தார்.

விருப்பமும் காற்றைப்போன்ற தேவை உள்ளதுதான். ஒருவர் ஏதாவது ஒன்றில் விருப்பம் கொண்டால், அவர் அது நடப்பதற்கு எப்படியாவது செயல்படுவார்.

'நீங்கள் விரும்புகிற ஒரு வேலையைத் தேர்ந்தெடுங்கள். நீங்கள் ஒருநாளும் உங்கள் வாழ்க்கையில் வேலை செய்யத்தேவையில்லை' என்று கன்ஃபூசியஸ் கண்டுள்ளார்.

உலகின் மிகப்பெரிய இரும்பு ஆலையான அர்சிலோர் மிட்டல் நிறுவனத்தின் தலைவரும் தலைமை நிர்வாக அதிகாரியுமான லட்சுமி மிட்டல் வாழ்விலும் சாக்ரடீஸ் கதைபோல நடந்துள்ளாதாகத் தெரிகிறது:

2005 ஆம் ஆண்டின் இறுதிவாக்கில், இரும்பு வர்த்தக பெரும்புள்ளியான லட்சுமி மிட்டலின் மகன் ஆதித்யா மிட்டல் அந்த இரண்டு கம்பெனிகளை ஒன்றிணைப்பதற்கான வழிவகைகளைக் காண்பதற்காக அர்சிலோரின் பன்னாட்டு வணிக மேம்பாட்டு முதுநிலை துணைத் தலைவரான அலைன் டவேசாக்கை சந்தித்தார்.

அந்த கம்பெனிகளின் தலைவர்களான கெய் டோல்லே மற்றும் லட்சுமி மிட்டல் சந்திக்க வேண்டும் என்று தீர்மானிக்கப்பட்டது. ஒரு விருந்துக்கு ஏற்பாடு செய்யப்பட்டது. மிட்டல் இரும்பாலையை அர்சலோருடன் இணைப்பதற்கான கருத்து பற்றி சுருக்கமாகப் கலந்துரையாடப்பட்டது. அர்சோலோரின் தலைவர் கெய் டோல்லே வேறுபட்ட கம்பெனி நடைமுறை ஒழுங்குபற்றிய எண்ணத்தில் அந்த கருத்தை நிராகரித்தார்.

டோல்லே அந்த விஷயம் அத்தோடு முடிந்தவிட்டதாக நினைத்தார். ஆனால் பதின்மூன்று நாட்களுக்குப் பிறகு லட்சுமி மிட்டல் தொலைப்பேசியில் அழைத்தவுடன் அதிர்ச்சியடைந்தார். அவர் தொலைப்பேசியில் அழைத்ததற்கான நோக்கம் அர்சிலோர் நிறுவனத்தை தான் ஏற்று வாங்கிக் கொள்வதற்கான அறிவிப்பை டோல்லேயிடம் தெரிவிப்பதற்காகத்தான்.

ஆச்சரியப்பட்டுப்போன அலைன் டவேசாக் உடனே இந்தியாவில் உள்ள தன்னுடைய நண்பர்களிடம் மிட்டல் எடுத்த இந்த முடிவுக்கு எது காரணம் என்று தெரிவிக்குமாறு தொலைப்பேசியில் கேட்டார். அவர்கள், 'அவர் எங்கிருந்து வருகிறார் என்பதை மட்டும் பாருங்கள். ஐரோப்பியர்களான உங்களால் புரிந்து கொள்ள இயலாத தீராத வகையான எண்ணத்தை அவர் கொண்டுள்ளார்' என்று பதில் கூறினார்கள்.

12		கற்றுக்கொள்ளாமை *அதிர்ஷ்டசாலிகள் பழைய செல்பாட்டு ஒழுங்கையும் அணுகுமுறைகளையும் கற்றுக் கொள்ள மாட்டார்கள்.*	உயர்ந் தெழு	✓
நடைமுறை ஒழுங்கு	✓		உணர்ந்து கொள்	✓
அணுகு முறை			செயல்படு	✓

எ டைம் டு கில் நூலை எழுதுவதற்கு ஜான் க்ரிஷம் தான் ஒரு வழக்கறிஞர் என்பதை மறக்க வேண்டியிருந்தது. *டா வின்சி கோட்* நூலை எழுதுவதற்கு அமர்ந்தவுடன் டான் ப்ரௌன் தன்னுடைய கல்விப்பணியை மறக்க வேண்டியிருந்தது. *தி ரோசபல் லைன், சாணக்கியாஸ் சான்ட், தி கிருஷ்ணா கீ* ஆகிய நூல்களை எழுதுவதற்காக நான் ஒரு வணிகர் என்பதை மறக்க வேண்டியிருந்தது.

என்னுடைய வணிக வேடத்தை விடுவதற்கு - அல்லது கற்றுக் கொள்ளாமலிருப்பதற்கு அஸ்வின் சாங்கி என்ற என்னுடைய பெயரைக்கூட விட்டு விட்டேன். என்னுடைய முதல் நாவலை ஷான் ஹைகின்ஸ் (என் பெயரில் உள்ள எழுத்துகளை இடம்மாற்றிப்போட்ட) என்ற புனைபெயரில் எழுதினேன். என்னுடைய எழுத்துக்களில் (சிறிதளவு பாலின காதல் பற்றியது உள்ளிட்ட) நான் கையாண்ட வணிக சமுதாயம் வருத்தப்படக்கூடுமோ என்று கவலைப்பட்டேன். என்னுடைய சொந்த பெயரைப்

பயன்படுத்தினால் இந்த உணர்வு இன்னும் அதிகப்பட்டு விடுமோ என்றும் கூட நான் கவலைப்பட்டேன்.

என்னுடைய அதிர்ஷ்டத்தைத் தேடும் முயற்சிகளுக்கு வேண்டிய கொள்கை வடிவமைப்பு பற்றிய உள்பார்வைக்கு கீழ்க்காணும் உதாரணங்கள் இட்டுச் சென்றன:

ஜப்பானில் மெய்ஜி காலத்தில் நான்இன் என்ற ஒரு மிகப்பெரிய ஜென் குரு இருந்தார். ஜென் தத்துவங்களைப் பற்றி அறிவதற்காக ஒரு பல்கலைக்கழகப் பேராசிரியர் ஒருநாள் அந்த குருவிடம் வந்தார்.

விருந்தினர் என்ற வகையில், நான்இன் அந்த பேராசிரியருக்கு தேனீர் கொடுப்பதற்காக ஒரு பாத்திரத்திலிருந்து ஒரு குவளையில் தேநீரை ஊற்றினார். குவளை நிறைந்த பிறகும் அவர் ஊற்றிக்கொண்டே இருந்தார்.

தேநீர் நிரம்பி வழிவதைப் பேராசிரியர் பார்த்தார். அவரால் தடுக்க முடியாமல் இருந்தார். ஆனால் 'நிறுத்துங்கள்! கீழே வழிகிறது. அந்த குவளையில் இனிமேல் தேநீர் ஊற்ற முடியாது!' என்றார்.

நான்இன் புன்னகைத்தார்.

'அந்த குவளை குறிப்பிட்ட அளவுதான் பிடிக்கும்' என்று நான்இன் கூறினார். 'நீங்களும் அந்த குவளையைப் போல்தான் இருக்கிறீர்கள். உங்களுக்கென்ற நிறைய கருத்துகள், நம்பிக்கைகள், மாச்சரியங்கள், செயல்முறை ஒழுங்குகள் ஆகியவற்றை நிறைய கொண்டுள்ளீர்கள். நீங்கள் அவற்றையெல்லாம் நீக்காதவரை நான் எப்படி உங்களுக்கு ஜென்னைக் காட்ட இயலும்?' என்று கூறினார்.

அவர் குறிப்பிட்ட கருத்து இதுதான்: கற்பதற்கு ஒருவர் சிலவற்றைக் கற்காமல் இருக்க வேண்டும். இந்த

பிரபஞ்சத்திலிருந்து பெறுவதற்காக ஒருவர் சிலவற்றை ஒழுங்கு படுத்திக் கொள்ள வேண்டும்.

பலருக்குக் கற்றுக் கொள்ளாமலிருப்பது என்பது புரியவில்லை. ஏனென்றால் இது அறிவு வராமல் தடுத்து விடும் என்று ஒருவேளை நினைக்கலாம். இது ஒரு மாயை. கற்றுக்கொள்ளாமலிருப்பது தீய நடவடிக்கைகளை உருவாக்கும் எதிர்மறை நடவடிக்கைகளை விட்டுவிடுவது என்பதாகும். உண்மையில் நடைமுறை ஒழுங்கு என்பது வாய்ப்புகளுக்கு ஏற்ப ஒருவர் செயல்படுவதற்கு முக்கியமான அம்சமாகும்.

மக்களை ஒவ்வொரு நிலையிலும் பாதிக்கின்ற தவறான நடைமுறை ஒழுங்கு என்பதற்கு சில உதாரணங்கள்:

★ வேலை தேடுபவர்: 'இந்த நேர்காணல் ஒரு கண்துடைப்பு. யாரைத்தேர்ந்தெடுப்பதென்று அவர்கள் முன்னரே முடிவு செய்து விட்டார்கள். என்னுடைய நேரத்தை வீண்டிப்பதில் அர்த்தமில்லை.'

★ முதலீட்டாளர்: 'இத்தகைய வாய்ப்புகளை நான் முன்னரே பார்த்துள்ளேன். இந்த கம்பெனிகளில் இந்த பிரிவுகளில் முதலீடு செய்வதில் மதிப்பில்லை.'

★ இசைப்பாடகன்: 'இங்கே நான் நூற்றுக்கணக்கான முறை பாடியிருக்கிறேன். எந்த குரல் ஒத்திகையோ பயிற்சியோ இல்லாமல் என்னால் மேடைக்குச் சென்று பாடமுடியும்.'

வேலைதேடுபவரின் கடந்தகாலம் அவருக்கு அவரது வாழ்வில் வரும் வாய்ப்புகளின் எண்ணிக்கையை தடுக்கிறது. முதலீட்டாளரின் கடந்த காலம் அவர் புதிய வாய்ப்புகளை உணர்வதைத் தடுக்கிறது. இசைப்பாடகனின் கடந்த காலம் உணரப்பட்ட வாய்ப்புகளுக்கு ஏற்ப

செயல்பட முடியாமல் தடுக்கிறது. இதனால் வெற்றி நிகழ்வுகளுக்கான வாய்ப்புகளைக் குறைத்து விடுகிறது.

தீர்வு என்ன? என்னுடைய வாழ்வின் சிறு நிகழ்வு என்று தோன்றுகின்ற ஒன்று இதற்கான தீர்வை வழங்குகிறது:

ஒரு ஆண்டுக்கு முன்பு, என்னுடைய மனைவி எங்கள் வீட்டு சுவர்களுக்கு வண்ணம் பூச வேண்டும் என்று முடிவெடுத்தாள். நாங்கள் ஒரு வார விடுமுறையில் கோவா சென்றபோது, அவள் பெயின்டர்களிடம் நாங்கள் இல்லாதபோதே வண்ணத்தைப் பூசி முடிக்குமாறு கூறினாள்.

நாங்கள் திரும்பி வந்து பார்த்தபோது அந்த வேலை முடிக்கப்படாமலிருந்ததைக் கண்டு ஆச்சரியப்பட்டோம். நாங்கள் திரும்பி வருகின்ற அன்று காலையில்தான் அந்த பெயின்டர்கள் அப்போதுதான் புதிதாக வண்ணம் தீட்ட ஆரம்பித்திருந்தனர். வெளிப்படையாக எங்கள் பயன்பாட்டு அறை அப்போதும்கூட தாறுமாறாக இருந்தது.

எங்கள் பயன்பாட்டு அறை பயன்படுத்த முடியாமல் இருந்ததால் கொஞ்சம் வெறுப்புற்று என் மனைவி காலதாமதமானதற்கான காரணத்தைக் கேட்டார்.

சுவறில் பழை வண்ணம் பல ஆண்டுகளாகப் பிடித்துப்போய் இருந்தது என்று அந்த மேலாளர் பதில் கூறினார். 'பழைய வண்ணங்களைச் சுரண்டித் துடைத்து நீக்காமல் நான் எப்படி அதன்மேல் புதிய வண்ணத்தைப் பூசமுடியும்? பழைய வண்ணத்தைச் சுரண்டி சுத்தம் செய்வதுதான் வேலையில் எழுபது சதவீதம், புதிய வண்ணம் பூசுவது முப்பது சதவீதம்தான்!.'

இது ஒரு பொதுவான அறிவாகத் தோன்றுகிறது. சரிதானா? பழைய வண்ணங்களின் படிவுகளை சுரண்டி சுத்தம் செய்யாமல் புதிய வண்ணம் பூசவேண்டும் என்று ஒருவர் எதிர் பார்க்க முடியாது. இதே கொள்கை நாம் செய்கின்ற அனைத்திற்குமே பொருந்துகிறது.

ஃப்யூச்சர் குழுமத்தின் தலைமை நிர்வாக அதிகாரியும் இந்தியாவின் சில்லரை வணிக மன்னருமான கிஷோர் பியானி ஒருமுறை நேர்காணலில் இவ்வாறு கூறினார்:

'அதிகமானவர்கள் பாதுகாத்து வைப்பதில் பயற்சியளிக்கப் பட்டிருக்கிறார்கள். பாதுகாப்பவர்களாக இருப்பது சிறந்ததுதான். ஆனால் நமக்கு, யார் உற்பத்தி செய்ய நினைக்கிறார்களோ அவர்கள் அழிக்கவும் வேண்டும். அழிப்பது இல்லாமல் நீங்கள் புதிதாக எந்த ஒன்றையும் உருவாக்க முடியாது. அதுதான் இயற்கையின் விதியும் கூட. ஒவ்வொன்றும் புதிய ஒன்றை உருவாக்குவதற்காகத்தான் அழிகிறது. பருவ காலங்களைப் பாருங்கள். ஏதாவது புதிதாக ஒன்றை உருவாக்கத்தான் ஒவ்வொன்றும் அழிகிறது. ஆனால் துரதிஷ்டவசமாக வணிகம் இயற்கையின் எந்த குறிப்பையும் எடுத்துக் கொள்வதில்லை. ஒருவர் இயற்கைக்கு எதிரான வகையில் செல்ல முடியாது. நம்முடைய குழுவில் நாம் வணிகக் கொள்கைகளைப் பின்பற்றப்போவதில்லை. நாம் இயற்கையின் விதிகளைப் பின்பற்றப்போகிறோம்.'

கற்றுக்கொள்ளாமை என்பதைப்பற்றி ஒருவர் எதைக் குறிப்பிடுகிறார்? இது ஒருவர் தன்னை முன்நிபந்தனைகளை விட்டு விடுவித்துக் கொள்வதுதான். முன்நிபந்தனைகள் இல்லாமல் ஒருவர் தன்னுடைய அதிர்ஷ்டத்தை எப்படி மேம்படுத்திக்கொள்கிறார் என்பதை தொலைக்காட்சி

உலகிலிருந்து ஒரு உதாரணம் இதனை நிரூபித்துக் காட்ட முடியும:

1990 ஆம் ஆண்டு எல்லோரும் போர் எப்போது எப்படி முடியும் என்று வியந்து பார்த்துக் கொண்டிருந்தபோது, இவரோ சி என் என் போன்ற ஒரு தனியார் தொலைக்காட்சியை இந்தியா ஏன் பெற்றிருக்கவில்லை என்று வியந்து கொண்டிருந்தார்.

ஒரு தெரிந்த பொதுவான நண்பர் மூலம் தூர்தர்ஷனின் தலைமைப் பொறியாளரை விரைவிலேயே சந்திக்க ஏற்பாடு செய்தார். அவர் ஒளிபரப்பைத் தனியார் மூலம் செய்வதற்கு சட்டம் இடம் தராது என்று கூறினார்.

நேபாளத்தில் ஒரு தொலைக்காட்சி ஒளிபரப்பை ஆரம்பித்து அதன்மூலம் இந்தியாவுக்குள் ஒளிக்கற்றை அலைகளைக் கொண்டுவர எண்ணி சிந்தித்துக் கொண்டிருந்தார். ஆனால் விரைவிலேயே நேபாளத்திலிருந்து சமிக்ஞைகள் இந்தியாவின் பல நகரங்களுக்கு கொண்டு செல்ல முடியாது என்பதை உணர்ந்தார்.

அதன்பிறகு, ஒளிபரப்பு வண்டிகளை அனுப்பி நாடு முழுவதும் கிராமங்களில் மக்கள் திரைப்படமும் பார்க்க அனுமதிக்காலம் என்பதையும் சிந்தித்தார். ஆனால் இந்த முயற்சியை நடைமுறைப் படுத்துவதற்கு விளம்பர வருமானம் கட்டுப்படியாகாது என்று முடிவெடுத்தார்.

அவர் விரைவிலேயே இந்தியாவிற்குள் ஒளிபரப்பை செய்யக்கூடிய ஆசியாசேட் என்ற செயற்கைக் கோளைப்பற்றிக் கேள்விப்பட்டார். ஆசிய மண்டலத்திற்கான செயற்கைக்கோள் தொலைக்காட்சி (மிகவும் பிரபலமாக 'ஸ்டார்' என்று அறியப்பட்ட) முழுவதும் குத்தகை பெறுவதற்காக மட்டுமே அவர் ஆசியாசேட்டின் முதன்மை நிர்வாக அதிகாரியைத் தொடரந்து தொடர்பு கொள்ள முயன்றார்.

பலமாதங்கள் முயன்ற பின்னர், முடிவாக லி கா ஷிங்க் (ஸ்டார் உரிமையாளர்) மகன் ரிச்சர்ட் லி யை சந்திக்க வாய்ப்பு கிடைத்தது. ஆனால் அவருடைய ஐந்து மில்லியன் டாலர் தொகை நிராகரிக்கப்பட்டது.

பிறகு ஸ்டார் மற்ற பல இந்தியக் கம்பெனிகளை அணுகி இந்த சேவையில் ஆர்வம் கொண்டுள்ளார்களா என்று தேடிப்பார்த்தது. ஆனல் எவரும் இந்த ஐந்து மில்லியன் டாலர் அளவுக்கு நெருங்கி வரவில்லை. அதனால் அவருடைய தொகை அளவை ஸ்டார் ஏற்றுக்கொள்ள வேண்டியதாயிற்று.

நகைச்சுவையானது என்னவென்றால், ஐந்து மில்லியன் டாலர் கொடுக்க முன்வந்தவர்களிடம் அந்த சமயத்தில் பணம் எதுவும் இல்லை. நீண்ட காலத்திற்குப்பிறகு, சுபாஷ் சந்திரா ஹாங்காங்க் அடிப்படை யானவர்களிடமிருந்து ஸீ டிவி க்காக தொகையை ஏற்பாடு செய்தார்.

இந்தியாவில் செயற்கைக்கோள் தொலைக்காட்சி சேவை வெற்றிபெறாது என்று அப்போதிருந்த ஊடக கம்பெனிகள் நினைத்தன. எனக்கு ஊடக வணிகத்தைப்பற்றி எதுவும் தெரியாததால் நான் பயப்படத் தேவையில்லாமலிருந்தது. சுபாஷ் சந்திரா பல ஆண்டுகளுக்குப்பின்னர் வெளிப்படுத்தினார்.

முடிவாக, ஒளிபரப்புத் தொழிலில் *முன்நிபந்தனை* ஏற்பட்டிருந்தால், சந்த்ரா ஒருபோதும் ஐந்து மில்லியன் டாலரைக் குறிப்பிட்டிருக்கமாட்டார். அவருக்கு அந்த நிபந்தனை இல்லாததால் அது அவரை தீவிரமாக தொகையைக் குறிப்பிட அனுமதித்தது.

‘எதைச்செய்யக்கூடாது என்பதை அறிவதற்கான அளவற்றத் திறமை கொண்டவர்களை நான் அதிகமாகத் தேடுகிறேன்’ என்று எதிர்மறை நிபந்தனை என்பதைப்பற்றிக் கூறும்போது இவ்வாறு ஹென்றி ஃபோர்ட் தொகுத்துக் கூறுகிறார். நாற்பதாவது வயதில்

திவாலாகிப்போன ஹென்றி ஃபோர்ட், இப்போதும் உலகின் மோட்டார்வாகன வணிகத்தைத் தனக்கென வைத்திருக்கும் நிலையை உணர்ந்திருப்பார்.

முன்நிபந்தனை இல்லாததன் மதிப்பை என்னுடைய வாழ்க்கையிலிருந்து ஒரு உதாரணத்தைக் கொண்டு நிரூபிக்க முடியும்:

ஒவ்வொரு நாவலை எழுதிய பின்னரும், என்னுடைய பதிப்பாளரின் ஆலோசனைகளை கவனமாக ஆராய்வதில் பல நாட்களை செலவிடுவேன்.

ஒருநாள் அவருடன் கலந்துரையாடிக் கொண்டிருக்கும் போது, அவர் என்னுடைய எழுத்துகளை விரும்புவதாகவும் அவருக்கு வருகின்ற எந்த எழுத்துகளையும்விட என்னுடையது முற்றிலும் மாறுபட்டதாக இருப்பதுதான் காரணம் என்றும் கூறினார்.

'நான் என்ன செய்கிறேனோ அதில் எந்தவித சபிக்கப்பட்ட கருத்துகளைக் கொண்டிருக்காமலிருப்பது காரணமாக இருக்கலாம்' என்று நகைச்சுவையுடன் கூறினேன். உண்மை என்னவென்றால் ஆக்கபூர்வ எழுத்துப்பணியில் நான் எந்தவிதமான பயிற்சியும் இல்லாமலிருப்பது ஒரு வகை குறைபாடுதான் என்பதை நான் உணர்கிறேன். என்னுடைய குறைபாடுகளுக்காக நான் வெட்கப்படுகிறேன்.

அவர் அதற்கு உடனே பதில் அளிக்கவில்லை. ஆனால் இரண்டுமணி நேரத்திற்குப்பிறகு அவர் எனக்கு ஒரு மின்னஞ்சல் அனுப்பியிருந்தார். ஆங்கில நாடகாசிரியரும் நாவலாசிரியருமான சோமர்செட் மாம் 'நாவலை எழுதுவதற்கு மூன்று விதிகள் உள்ளன. துரதிஷ்டவசமாக, ஒருவர் கூட அவை என்ன என்று தெரிந்திருக்கவில்லை' என்று கூறியதைக் குறிப்பிட்டிருந்தார்.

முன்நிபந்தனை இல்லாதிருப்பதும், பயிற்சி இல்லாமலிருப்பதும் அடிக்கடி மிகப்பெரிய நன்மையாக இருக்கிறது. காரணம் அது உங்களைப் புத்தம்புதுமை யோடும் புத்தாக்க உணர்வோடும் இருக்கச் செய்கிறது. கற்றுக்கொள்ளாமலிருப்பது ஒருவரை முன்நிபந்தனையை விட்டும் விடுவித்துக் கொள்வதற்கான திறமையாகும்.

ஹார்வேர்ட் பல்கலைக்கழகப் பேராசிரியரான கௌதம் முகுந்தா பல்வேறுபட்ட அரசியல், வணிக, இராணுவ தலைவர்களைப் பற்றி ஆய்வு செய்து, அவர்களை இரண்டு குழுக்களாகப் பிரித்தார்: துறைக்குள்ளேயே இருந்து வழக்கமான முன்னேற்றங்களை அடைந்து உள்ள ***வடிகட்டிய தலைவர்கள்*** என்றும் வெளியிலிருந்து வந்து எந்த முன்அனுபவமும் இல்லாமல் வந்தவர்கள் அல்லது அந்தப் பணியை வாய்ப்புகள் மூலம் பெற்றவர்களான ***வடிகட்டாத தலைவர்கள்*** என்று பிரித்தார். இவர்களில் யார் மிகவும் திறன்பெற்ற தலைவர்கள் என்பது உங்களுக்குத் தெரியுமா? சரியாக யூகித்து விட்டீர்கள். வடிகட்டாத குழுவினர்தான்.

தன்னுடைய புரிந்து அறிதலுக்கு இடையூறாக இருந்தது தான் கற்ற கல்வி மட்டுமே என்று கூறுமளவுக்குச் சென்று ஐன்ஸ்டீன் தெரிவித்துள்ளார். நிபந்தனை இல்லாதிருப்பது - இங்கே கல்வியில் - ஒருவரை அதிகமாக புதுவகை அறிவு பெறுவதற்கும், அலுப்பில்லாத அல்லது சோதனையில்லாத கருத்துகளைப் பெறுவதற்கும் ஆட்படுத்துகிறது. பள்ளியை விட்டோ கல்லூரியை விட்டோ இடைநின்று வெற்றி பெற்றிருக்கிறவர்களின் எண்ணிக்கை மிகவும் கவரக்கூடியது; தாமஸ் எடிசன், பெஞ்சமின் ஃபிரேங்க்ளின், திருபாய் அம்பானி, பில் கேட்ஸ், ரிச்சர்ட் ப்ரேன்சன், ஜான் டி ராக்ஃபெல்லர், வால்ட் டிஸ்னி, சார்லஸ் டிக்கன்ஸ். . . இந்த பட்டியல் இன்னும் நீளமானது.

வெற்றி வாய்ப்புகளை அதிகப்படுத்துவதற்காக ஒருவர் பள்ளியை விட்டு இடைநிற்க வேண்டும் என்று

நான் கண்டிப்பாக யோசனை கூறமாட்டேன். கல்வி அடிக்கடி ஒருவருக்கு நட்பு இணைப்புகளை ஏற்படுத்தி பழைய மாணவர்களாக அமைந்து ஒருவருக்கு வாழ்வில் வரக்கூடிய நல் வாய்ப்புகளை வழங்குகிறது. வேலை வாய்ப்பு என்று வரும்போது இது வாயிற்கதவைத் தட்டுவதற்கும் கூட பயன்படுகிறது.

ஆனால் இந்த இணைப்பு வலுவான வாய்ப்புகளை அதிகப்படுத்துகிற அதே வேளையில், கல்வியால் உருவாகும் நிபந்தனைத்தன்மை வாய்ப்புகளை உணர்வதிலிருந்து தடுத்து விடுகிறது. நம்முடைய பள்ளி மற்றும் பல்கலைக்கழக முறைகள் ஒரேமாதிரியான முறையில் சிந்திப்பதை ஊக்குவிப்பதாகத் தெரிகிறது. ஒருவருடைய கல்வி மற்றும் பயிற்சி முறைகளைத் தாண்டி சிந்திக்க முடிவது அதிர்ஷ்டத்தைக் கவரக்கூடிய அம்சமாக தெரிகிறது.

<table>
<tr><td colspan="2">13</td><td rowspan="3">தூண்டுகோல்
அதிர்ஷ்டசாலிகள் தயாரிப்பு, திட்டமிடுதல், வாய்ப்புகள் ஆகியவற்றைத் தூண்டுகிறார்கள்.</td><td>உயர்ந்தெழு</td><td>✓</td></tr>
<tr><td>நடைமுறை ஒழுங்கு</td><td></td><td>உணர்ந்து கொள்</td><td>✓</td></tr>
<tr><td>அணுகுமுறை</td><td>✓</td><td>செயல்படு</td><td>✓</td></tr>
</table>

'அதிர்ஷ்டம் என்பது தயாரிப்பு, வாய்ப்பைச் சந்திக்கும்போது நிகழ்வதுதான்' என்று ரோமானிய தத்துவஞானி செனேகா கண்டு கூறியுள்ளார்.

ஒரு நிகழ்வுக்கோ, கூட்டத்திற்கோ அல்லது கலந்துரையாடலுக்கோ சில சமயங்களில் நாம் போதுமான அளவுக்குத் தயாரிப்புச் செய்திருக்க மாட்டோம். இந்த சரியாக தயாரிப்புச் செய்யாததன் விளைவாக, ஒரு வாய்ப்பில் நம்மால் சரியாகவும் விரைவாகவும் போதுமான அளவுக்கு முழுமையாகவும் செயல்பட முடியாது. இதனை என்னுடைய சொந்த அனுபவத்தின்மூலம் விளக்குகிறேன்:

ஒரு இலக்கிய விழாவின் குழுக்கலந்துரையாடலில் பங்கேற்குமாறு அழைக்கப்பட்டிருந்தபோது, என்னுடைய வழக்கப்படியே நான் என்னுடைய கைக்கணினியை (ஐபேட்) எடுத்துச் சென்றிருந்தேன். அந்த நிகழ்வு தொடங்குவதற்கு சற்று முன்பாக நான் என்னுடைய கருத்துகளை அதில் விரைவாக வரிசைப்படுத்திப் பார்த்துக்கொண்டிருந்ததைக் கண்டு கவரப்பட்ட அந்த குழுவின் இன்னொரு பெண், ‘நீங்கள் என்ன செய்துகொண்டிருக்கிறீர்கள்?’ என்று வினவினார்.

‘நான் விமானத்தில் குறிப்பெடுத்த சில கருத்துகளை மீள்பார்வை செய்து கொண்டிருக்கிறேன்’ என்று பதிலளித்தேன். (குழு கலந்துரையாடல்களில் அதிலும் குறிப்பாக இலக்கியக் கலந்துரையாடல்களில் குறிக்கோளின்றி கூறத்தூண்டப்படுவதை நான் அடிக்கடி பார்த்திருக்கிறேன். நான் குறிப்பிடத்தக்க விருப்பமான கருத்துகளை மீள்பார்வை செய்து கொள்வதால் தலைப்பை விட்டுத்தடம் மாறாமல் இருப்பேன்)

நான் ஏதோ வேற்று கிரகத்திலிருந்து வந்திருப்பவன் என்று நினைத்துக் கொண்டு என் சக பங்கேற்பாளர் தலையை அசைத்தார். ஒரு எழுத்தாளர் இலக்கியக் கலந்துரையாடலுக்கு வருவதற்குமுன் இப்படிக் குறிப்பெடுத்துக் கொள்வதை அவர் ஒருபோதும் பாரத்ததில்லை போலும்! நான் என் கருத்துக்குள் இருக்கவேண்டும்!

இந்த உலகமே ஒரு நாடக மேடை, நம்மில் பலர் ஒத்திகைப்பார்த்துக் கொள்ளாதவர்களாகவே இருக்கிறோம் என்று அடிக்கடி நகைச்சுவையாகச் சொல்லப்படுவதுண்டு. நீங்கள் இப்படி தயார்நிலையில் இல்லையென்றால், வெற்றிக்கான வாய்ப்புகள் எப்படி

உங்களை மேம்படுத்த முடியும் என்பதைக் கற்பனை செய்து பாருங்கள். அமெரிக்க நிறுவன தந்தைகளில் ஒருவரான பெஞ்சமின் ஃப்ரேங்க்ளின் 'தயாரிப்பில் நீங்கள் தோல்வி காண்பதன்மூலம் தோல்விக்குத் தயாராகிக் கொண்டிருக்கிறீர்கள்' என்று கூறினார். இதே தொனியில் 'தயார்நிலை மனத்திற்கே வாய்ப்பு சாதகமாகிறது' என்று லூயிஸ் பாஸ்டர் கூறினார்.

உண்மையில் தங்களைப்பற்றி மட்டுமே சிந்திக்க முடிகின்ற சிலர் இருக்கிறார்கள்.. அவர்கள் மக்கள் திரளில் மிக்ககுறைந்த எண்ணிக்கையினரே. பெரும்பாலான மற்றவர்களுக்கு முனகூட்டியே திட்டமிடுதல்தான் உதவிபுரிகிறது. இந்த கதையை எண்ணிப்பார்ப்போம்:

முன்கூட்டித் திட்டமிடுதல், வேகமாகச் சிந்தித்தல், பொறுத்திருந்து பார்த்தல் ஆகிய மூன்று மீன்கள் ஒரு குளத்தில் உயிர்வாழ்ந்தன. ஒரு நாள் ஒரு மீன்பிடிப்பவன் வந்து அடுத்த நாள் அந்த குளத்தில் வலை வீசப்போவதாகக் கூறியதைக் கேட்டன.

'நான் இன்று இரவு ஆற்றுக்குள் நீந்திச் சென்று விடப்போகிறேன்' என்று முன்கூட்டித் திட்டமிடுதல் கூறியது.

'நான் கண்டிப்பாக ஒரு திட்டத்துடன் வருவேன் என்று நம்புகிறேன்' என்று வேகமாகச் சிந்தித்தல் கூறியது.

'அதைப்பற்றி நான் இப்போது சிந்திக்க முடியாது. நான் மிகவும் களைப்பாயிருக்கிறேன்' என்று பொறுத்திருந்து பார்த்தல் கூறியது.

அடுத்தநாள் அந்த மீனவன் வலை வீசியபோது, முன்கூட்டித் திட்டமிடுதல் முன்பே பாதுகாப்பாக ஆற்றுக்குள் சென்று சுதந்திரமாக இருந்தது.

துரதிஷ்டவசமாக வேகமாகச் சிந்தித்தல்,

பொறுத்திருந்து பார்த்தல் ஆகிய இரண்டும் வலையில் மாட்டிக் கொண்டன.

வேகமாகச் சிந்தித்தல் உடனேயே வயிறை மேல்நோக்கி வைத்து இறந்து விட்டதைப்போலக் கிடந்தது. 'அய்யோ, இந்த மீன் நல்ல மீன் அல்ல' என்று கூறி தண்ணீருக்குள் தூக்கி எறிந்து விட்டான்.

துரதிஷ்டவசமாகப் பொறுத்திருந்து பார்த்தல் சந்தைக்குப் போய் தன் உயிரை விட்டு விட்டது.

அதனால்தான் 'ஆபத்து சமயத்தில், வலை வீசப்படும் போது, முன்கூட்டியே திட்டமிடவேண்டும் அல்லது வேகமாகச்சிந்திக்கத் திட்டமிட வேண்டும்' என்று மக்கள் கூறுகிறார்கள்.

பதினெட்டாம் நூற்றாண்டு பிரிட்டிஷ் அரசியல்வாதி ஹான் வில்கிஸ் எந்த சூழ்நிலைக்கும் ஒரு நகைச் சுவையான பதிலைக் கொடுத்துவிடுவார். வில்கிஸ் மரணதண்டனையாலோ பால்வினை நோயாலோ இறக்க வேண்டும் என்று அவருடைய எதிராளர் ஒருவர் வேகமாகக் கத்தியபோது, 'ஆம் அய்யா, அது நான் உங்கள் கொள்கைகளைத் தழுவுவதையோ அல்லது உங்கள் மனைவியைத் தழுவுவதையோ பொறுத்திருக்கிறது' என்று பதிலளித்தார். விளையாட்டு, பொருத்தம் அதனைப் பொருத்திக்கூறல்... இது *வேகமாகச் சிந்தித்தல்* பற்றியது.

ஆனால் பிறர் காப்பியடித்துப் பேசமுடியாத வின்ஸ்டன் சர்ச்சில், 'சமயோசிதமாக' பேசுவதன் ரகசியம் அது சிலநாட்களுக்கு முன்பாகவே தயாரிக்கப்பட்டது என்பதுதான்' என்று வழக்கமாகக் கூறுவார். ஒரு தடவை தயாரித்ததை நம் மனத்தின் ஒருபகுதியில் பத்திரமாக வைத்துக் கொண்டு எப்போது தேவை என்பதைப் பார்த்து சரியாகப் பயன்படுத்த வேண்டும் என்பதைத்

தீர்மானிக்க வேண்டும்: ஒரு முன்னதாகத் திட்டமிடுதல் அணுகுமுறை.

தயாரிப்பில்லாமல் எடுத்த எடுப்பில் பேசுவதில் பில் கிளின்டன் புகழ்பெற்றவர். ஆனால் அவர் எப்போதும் தயார் நிலையிலேயே இருப்பார். அவரின் பேச்சுகள் குறித்த சி என் என் செய்திபற்றிய ஒரு செய்தித்தாள் குறிப்பு இதனை மெய்ப்பிக்கிறது:

'நேற்றுஇரவு டெமாக்ரடிக் நேஷனல் கூட்டத்தில் பேசிய பேச்சில், பில் கிளின்டன் வேறு பல பேச்சுகளில் பேசியது போலவே அங்கு அவர் அற்புதமாகச் செய்திருந்தார். ஜாஸ் பாடகர்கள் தங்கள் இசை வரிவடிவத்தை முன்னே வைத்துக்கொண்டு அதனைப்பார்க்காது பாடுவதுபோல அவர் தன் பேச்சின் எழுத்து வடிவத்தை வைத்திருந்தார்.'

ஒரு கணக்கின்படி முன்னாள் ஜனாதிபதி 48 நிமிடங்களில் 5,895 வார்த்தைகள் பேசினார். ஆனால் ஊடகத்தினருக்கு முன்னரே கொடுக்கப்பட்ட பேச்சின் எழுத்து வடிவத்தில் 3,136 வார்த்தைகள்தான் இருந்தன. இரண்டையும் மீள்பார்வை செய்தபோது, இரண்டுமே ஒருவரால்தான் எழுதப்பட்டவை என்பது தெளிவாகத் தெரிந்தது.

தயாரிப்புடன்கூட, நல்ல அதிர்ஷ்டத்தினை அடையும் முறை திட்டமிடுதலும் முக்கியமானவற்றை முன்னிறுத்தலும்தான் மற்ற முக்கியமான அம்சமாகும்:

என்னுடைய நண்பரும் மிக அதிக விற்பனை நூலின் ஆசிரியருமான அமிஷ் திரிபாதி தன்னுடைய *சிவா ட்ரையோலஜி* தொடர்நூலின் முதல் பாகத்தை எழுதினார். (என்னைப்போலவே) ஒரு பதிப்பாளரைக் காண முடியவில்லை. அவர் அந்தத் துறையில் உள்ள

பலரை சென்று பார்த்தார். அவர்களில் சிலர் அவருடைய கையெழுத்துப்படியை திருத்தவோ மாற்றவோ செய்யும்படிக் கேட்டனர். ஆனால் அவர் மறுத்து விட்டார். தன்னுடைய கதை நன்றாக வெளிவரும் என்று திருப்தியடைந்தார்.

அவருடைய இலக்கிய முகவர் அனுஜ் பஹரி முதல் பகுதி நூல்களை வெளியிட உதவினார். அமிஷ் அட்டை வடிவமைப்பிலும் வர்த்தகத்திலும் தனிப்பட்ட கவனம் செலுத்தினார். இன்றைய நிலையில் அந்த தொடர்கள் மில்லியன் கணக்கில் விற்பனையாயின. ஒரு திரைப்படமாகவும் தயாரிக்கப்படுகிறது.

ஒருநாள் நான்அமிஷிடம் அவருடைய முதல் நூலை எழுதுவதற்கு அவருக்கு எப்படி நேரம் கிடைத்தது என்று கேட்டேன். இத்தனைக்கும் இதற்குமுன் அவர் ஒரு அதிகவேலை பளுகொண்ட வங்கியாளர். ***இம்மார்டல்ஸ் ஆஃப் மெலுஹா*** நூலை எழுதுவதற்கு தன் வேலைநிலையை சமாளிப்பதற்கு எப்படி அவரால் முடிந்தது?

அவருடைய வீட்டிற்கும் அலுவலகத்திற்குமான போய் வருகின்ற தூரம் இரண்டு மணிகளுக்கு மேலான கார் பயணம் எடுத்துக் கொண்டது. அவர் அந்த பயணநேரத்தை காரிலேயே எழுதுவதற்காக தவிர்க்காமல் பயன்படுத்திக்கொள்ள முடிவெடுத்தார்.

இதுதான் திட்டமிடுதல் என்று அழைக்கப்படுகிறது. ஒரு வாய்ப்பு, தானே வரும்போது, இது மிகுந்த வேறுபாட்டை ஏற்படுத்துகிறது. வாய்ப்புகளை அதிகரித்து, அவற்றை நன்றாக உணர்ந்து, அதற்கேற்ப செயல்படுவதற்குத் தேவையான வாய்ப்புகள் இல்லாமல் இருக்கிற முறையற்ற குழப்பமான வாழ்க்கையில் பெரும்பாலானவர்கள் முற்றிலும் பீடிக்கப்பட்டு இருக்கிறார்கள். வெற்றிபெற்றவர்களின் வாழ்க்கையை

ஆராய்ந்து பாருங்கள். முக்கியமானவற்றை முன்னிறுத்தலும் திட்டமிடலும் அதில் காணலாம்.

கன்சியாம்தாஸ் பிர்லா பணிதொடர்பான பட்டியல்களை விரும்பக்கூடியவர் என்று கூறப்படுகிறது. தன்னுடைய மேலாளர்களுக்கு அதிகபட்ச செயல்பாடுகளுக்கான பட்டியல் உள்ளிட்ட ஒவ்வொன்றுக் குமான பட்டியல் வைத்திருப்பார்.

அடுத்தநாள்வரை எந்த செயலையும் முடிக்காமல் வைத்திருப்பதையும் கூட அவர் வெறுத்தார். அவருக்கே உரித்தான ஒரு தோல்பை அவரது அன்றாட தபால்களையும் மற்ற தாள்களையும் உள்ளடக்கியிருக்கும். அவற்றைப் பலமுறைப் படித்துப் பார்ப்பார். அந்த நாளிலேயே அனைத்துக்கும் பதில் அனுப்பிவிடுவார்.

நீங்கள் பிர்லா சிரித்துக்கொண்டிருப்பதைப் பார்த்தால் அவருடைய தோல்பை காலியாக உள்ளதென்று அர்த்தம் அதாவது அவர் எல்லாவற்றையும் முடித்து அனுப்பிவிட்டார் என்பதைக் குறிக்கும்.

என்னுடைய சொந்த விஷயத்தைப் பொறுத்தவரையில், ஒரு முறையான நாவல் எழுதுவதற்கு எனக்கு 18 மாதங்கள் ஆகும். அதில் சுமார் ஒன்பது மாதங்கள் அதனைப்பற்றிய ஆராய்ச்சி செய்வதற்குச் செலவிடப் படுகிறது. நான் வழக்கமாக செய்திகளின் தொடர்பை விட்டுவிடுவேன். (நூல்களின் பக்க எண்கள், வலியுறுத்திக் கூறப்பட்ட பகுதிகள், இணைய தொடர்புகள், புகைப்படங்கள் அல்லது பதிவு செய்யப்பட்ட நேர்காணல்கள்) இது நான் எல்லா ஆராய்ச்சி செய்திகள் முழுவதையும் தொடர்பு படுத்தி, ஸ்கேன் செய்தோ, வரிசைப்படுத்தியோ ஒரு மின்னனு தகவல் பதிவைத் தயார்செய்து எளிதாகக் காணுமாறு அமைக்கும்வரை இருக்கும். ஒரு இளம்தொழில்நுட்பவியலாளரை இந்தக்

கணினிப்பதிவுகளை உருவாக்குவதற்கு உதவிக்கு வைத்துக் கொண்டேன். அந்த ஒரு சிறிய தீர்மானம் என்னுடைய ஆராய்ச்சியைக் குறிப்பிடத்தக்க வகையில் மிகுந்த சக்திமிக்கதாக்கியது. அது என்னை அதிகமாக எழுதுவதற்கும், நூல்களை விற்பனை செய்வதற்கும் அதிக நேரத்தை ஒதுக்குவதற்கு அனுமதித்தது.

தொடங்குவதையோ முடிவெடுப்பதையோ திட்டமிடுதலுக்கு ஈடாக ஒருபோதும் கூறமுடியாது என்று சரியாகச் சொல்லப்பட்டிருக்கிறது. ஆனால் தொடங்குதலுக்கும் முடிவெடுத்தலுக்கும் சுதந்திரமான நேரம் தேவைப்படுகிறது. ஒருவருக்கான நேரத்தை திட்டமிடுதல்தான் எளிதாக்குகிறது. இது ஒருவருடைய நிதிநிலையை மேம்படுத்தல், கொள்கைக்குறிக்கோள்களைத் திட்டமிடுதல், நேரத்தைத் திட்டமிடுதல் ஆகியவற்றை உள்ளடக்கியதாகும்.

1994 ஆம் ஆண்டில் மார்கரெட் தாட்சர் மும்பைக்கு வந்தார் என்று நினைக்கிறேன். அவருடைய பேச்சைக் கேட்பதற்காக சிட்டி பேங்கில் பணிபுரியும் என்னுடைய நண்பர்கள் அழைத்தனர். 'சரியான நேரத்திற்கு வந்து விடுங்கள்' என்று என்னை அழைத்தவர்களில் ஒருவர் கூறினார். நான் 'ஏன்?' என்றேன். 'இந்தியாவில் எதுவும் எப்போதும் குறித்த நேரத்தில் தொடங்குவதில்லை!'

'வருபவர் தாட்சர். கடவுளே கூட அவரிடத்தில் காலதாமதம் செய்ய மாட்டார்' என்று அவர் பதிலளித்தார்.

சிட்டி பேங்க் நண்பர்கள் கூறுவதில் தவறில்லை. மார்கரெட் தாட்சரிடம் 1983 முதல் 1990 வரை தனிச்செயலாளராக இருந்த லார்டு போவெல், 'அவர் காலநேரத்தை மிகக் கண்டிப்பாகப் பின்பற்றுபவர்' என்று விவரித்துள்ளார். கார்டியனுக்கு அளித்த நேர்காணலில் ஒருமுறை இவ்வாறு கூறினார்:

'அவருடைய அலுவலகக் காரில் ஒருமுறை ஒரு புறநகரை நாங்கள் மிகவும் முன்னதாகவே சென்றடைந்து விட்டோம். அதனால் அங்கு காவல்துறைப் பாதுகாப்பு இல்லை. நாட்டுப்புறப் பாதை ஓரத்தில் முதலமைச்சர் என்ன செய்கிறார் என்று அது அங்கிருந்த குடிமக்களை வியப்பில் ஆழ்த்திவிட்டது.'

இதில் இன்னொரு சாதனை ப்ரேக்குக்குச் சென்ற போது நடந்தது. அப்போது முன்னதாகவே ஜனாதிபதி மாளிகையை அவர் அடைந்து விட்டதால், இராணுவ மரியாதைக்கான வீரர்கள் தயாராகி, தேசிய கீதமும் இசைக்கப் பட்டது. திருமதி தாட்சர் இராணுவ மரியாதையை ஏற்றுக் கொண்டு ஆய்வு செய்தார்.

அங்கு வராமலிருந்த ஒரே நபர் ஜனாதிபதி ஹேவல் மட்டும்தான். சிலமணித்துளிகள் சென்றபின் அவர் வந்து சேர்ந்தார்.

அதிர்ஷ்டசாலிகளின் மற்றுமொரு தகுதி அவர்கள் தங்களின் தயாரிப்புத் திட்டமிடுதல் மட்டுமன்றி தங்களின் வாய்ப்பு நிலைகளையும் வலிமைகளையும் கூட ஊக்கப்படுத்துகிறார்கள் என்பதுதான். அவர்கள் 'சிறியனவற்றை இணைப்பதின்' மூலம் தங்கள் வாய்ப்புகளை உணர்கிறார்கள். அதிர்ஷ்டசாலிகள் எப்படி தங்கள் உள்ளார்ந்த திறமைகளை ஊக்குவிக்கிறார்கள் என்பதைப் பின்வரும் உதாரணங்கள் நிரூபிக்கும்:

ஹார்லண்ட் சாண்டர்ஸின் உதாரணத்தை எடுத்துக் கொள்வோம். நல்ல அதிர்ஷ்டத்தைக் கவர்வதால் வலிமையை சாதாரண ஊக்குவிப்பு செய்வது எப்படிப் பயன்படுகிறது என்பதை ஒருவர் காணமுடியும்:

ஹார்லண்ட் சாண்டர்ஸ் யு எஸ் 25 நெடுஞ்சாலையில் கோர்பினில் ஒரு வெற்றிகரமான சாலைவழி உணவகத்தை

வைத்து நடத்தினார். ஆனால் மாநிலங்களுக்கான 75 சாலை சாண்டர்ஸின் உணவகத்திலிருந்து ஏழு மைல் தொலைவில் செயல்படத் தொடங்கியபோது அவருடைய வருமானம் மிகவும் குறைந்தது. சமையல் கலையில் அவருக்கிருந்த திறமையைப் பயன்படுத்தி கோழிவறுவல் செய்வதில் எளிதான முறையை அவர் செயல்படுத்திப் பார்த்தார். அதன்பிறகு அவர் நாடு முழுவதும் பயணித்து இதன் விற்பனையைப் புதிது புதிதாகத் தொடங்கினார். 1964 ஆம் ஆண்டில் இவர் இதனை விற்கத்தொடங்கியபோது கெண்டகி ஃப்ரைடு சிக்கன் 900 உணவகங்களைப் பெற்றிருந்தது.

அறிவியல் தொழில்நுட்ப உலகிலிருந்து மற்றுமொரு உதாரணம் இந்தக் கருத்திற்கு வலிமை சேர்க்கிறது:

ஜேக் கவர் தன்னுடைய அதிகமான வேலைக்கான காலத்தை ஒரு அணு இயற்பியலாளராகவே கழித்தார். தன்னுடைய அறிவியல் தொழில்நுட்பத் திறமையை உயர்த்தும் பொருட்டு அவர் புதிய கம்பெனியை 1970 ஆம் ஆண்டில் தொடங்கினார். அவர் எதிரிகளைக் கொல்லாமல் அவர்களைச் செயலிழக்கச்செய்யும் ஒரு கருவியைக் வடிவமைத்து 1974 ஆம் ஆண்டில் அதற்கான காப்புரிமை பெற்றார். வன்முறையாளர்கள் என்று சந்தேகிக்கப்படுபவர்களை சமாளிப்பதற்காக அந்த கருவி லாஸ் ஏஞ்சல்ஸ் காவல்துறையில் பயன்படுத்தப்பட்டது. தன்னுடைய 88 வது வயதில் ஜாக் கவர் இறந்தபோது அந்த கருவி - டேசர் - 45 நாடுகளில் பயன்படுத்தப்பட்டது.

இந்திய வணிகத்துறையில், உள்ளார்ந்த வலிமையை ஊக்குவிக்கும் தன்மைக்கு ஒரு உதாரணமாகத் திகழ்வது பார்த்தி நிறுவனத்தின் சுனில் மிட்டல் செயல்பாடாகும்:

சுனில் பார்த்தி மிட்டல் தைவானுக்குச் சென்றிருந்த போது அவருக்கு பட்டன்களை அழுத்திப்பேசும் தொலைப்பேசியில் ஆர்வம் கொண்டார். இந்தியாவில் பயன்படுத்தப்பட்டு வந்த சுழலக்கூடிய எண்முகப்பு கொண்ட தொலைப்பேசிகளுக்குப் பதிலாகப் பயன்படுத்துவதற்கு பட்டன் தொலைப்பேசிகளை இறக்குமதி செய்தார். தொலைப்பேசி இயந்திர வணிகத்தில் அனுபவம் பெற்று சீமன்ஸ் ஏஜி நிறுவனத்துடன் கூட்டு சேர்ந்து மின்னணு தொலைப்பேசிகளைத் தயாரிப்பதில் ஊக்கம் காட்டினார். இந்த உற்பத்தி ஒருங்கிணைப்பில் ஊக்கம் பெற்று பேக்ஸ் இயந்திரங்களையும் கம்பியில்லாத் தொலைப்பேசிகளையும் 1990 ஆம் ஆண்டு வாக்கில் உற்பத்தி செய்யத்தொடங்கினார். 1992 ஆம் ஆண்டில் அரசாங்கம் மொபைல் தொலைப்பேசி சேவைக்கு உரிமம் வழங்கத்தொடங்கியது. தொலைத்தொடர்புத் துறையில் தனக்கிருந்த இந்த அனுபவத்திறமையைக் கொண்டு அந்த உரிமத்தையும் பெற்றார். அதன்மூலம் இந்தியாவின் பெரிய அளவிலான தொலைப்பேசி நிறுவனம் என்று உருவானார்.

ஃப்லிப்கார்ட் அடைந்த அபரிமிதமான வளர்ச்சி இதற்கு சமீபகால உதாரணமாக அமைகிறது:

சச்சின் பன்சல் மற்றும் பின்னி பன்சல் ஆகிய டெல்லி ஐ ஐ டி யின் முன்னாள் மாணவர்களான இருவரும் அமேசான். காம் நிறுவனத்தில் பணியாற்றிக் கொண்டிருந்தனர். அப்போது அவர்கள் இணையதளத்தில் விலைகளை ஒப்பிட்டுப் பார்க்கும் வழிமுறையின் இணையதளத் தேவையினை உணர்ந்தார்கள். இந்த ஒப்பிடுதல் தளத்தின் வழியாக இந்தியாவில் மின்

வணிகத்திற்கான வாய்ப்புகளை உணர்ந்தார்கள். நான்கு இலட்ச ரூபாய் முதலீட்டை ஆரம்பமாகக் கொண்டு (இதில் பாதித்தொகை கணினிகள் வாங்குவதற்கும் தளவாடப்பொருள்கள் வாங்குவதற்கும் என்று மூலதனமாகி விட) தங்களுடைய புதிய கம்பெனி ஃப்லிப்கார்ட்டை புதிய புத்தகங்கள் விற்பனையில் தொடங்கினார்கள். ஆனால் இன்று ஆடை அணிகலன்கள் முதல் நுகர்வோர் பயன்பாட்டு பொருள்கள் வரை அனைத்தும் விற்கிறார்கள்.

இவைகளெல்லாம் தனிப்பட்டவர்கள் தங்கள் வலிமையை ஊக்குவித்தவைகளாகும். ஏன், இதுதான் ஜான் எஃப் கென்னடி தன்னுடைய ப்ரெஞ்சு வருகையின் போது செய்த ஒன்றாகும்:

ஜான் எஃப் கென்னடி தன் மனைவி ஜேக்குலினோடு 1962 ஆம் ஆண்டில் ஃப்ரான்சுக்குச் சென்றார். அங்கு இருந்த மக்களை ஜேக்குலின் தன்னுடைய சிறப்பான ப்ரெஞ்ச் மொழிப்பேச்சின் மூலம் கவர்ந்தார். அந்த நாட்டு ஜனாதிபதி டி கௌல் உள்ளிட்ட அனைவரையும் கவர்ந்தார். புறப்படுவதற்கு சிறிது நேரத்திற்குமுன் ஜான் எஃப் கென்னடி பத்திரிகையாளர்களை சந்தித்தார். அதில் அவர், ‘வந்திருப்பவர்களுக்கு என்னைமட்டும் அறிமுகப்படுத்திக்கொள்வது பொருத்தமாக இருக்காது என்று கருதுகிறேன். நான் ஜேக்குலினைப் பின்தொடர்ந்து பாரீஸ் வந்துள்ளேன். அதனை நான் மிகவும் மகிழ்ச்சியுடன் உணர்ந்தேன்’ என்று கூறினார். ஃப்ரான்சில் ஜாக்குலின் வந்ததால் சிறப்பும் வலிமையும் என்று உணரந்து ஜான் எஃப் கென்னடி அறிவுக் கூர்மையுடன் அவரது வருகையின் முக்கியத்துவத்தை மிகுதியான அளவில் பாராட்டும் முடிவை கொண்டார்.

அதிர்ஷ்டசாலிகள் தயாரிப்பு, திட்டமிடல், முக்கியத்துவப்படுத்தல், திறமைவாய்ப்பு ஆகியவற்றை ஊக்கப்படுத்துகிறார்கள். அப்படிச் செய்வதன்மூலம், அவர்கள் தங்களுக்கு வாய்ப்புகள் ஏற்படும் நிலைகளை உருவாக்கிக் கொள்கிறார்கள் அல்லது அதற்கேற்பச் செயல்பட்டு அதனை ஏற்கிறார்கள்.

IV
தொடர்வினை அலைகள் உருவாக்குதல்

பள்ளிகளில் படித்த பாடங்களில் முக்கியமானவற்றை நினைவில் வைத்துக்கொள்வதற்காக நாம் ஒரு முறையைப் பின்பற்றுவோம். அதனை நினைவூட்டல் உபகரணம் என்று கூறுவோம். அது ஒரு இசை வடிவமாகவோ அல்லது முதல் எழுத்துகளைப் பயன்படுத்தி உருவாக்கும் சொல்லமைப்பாகவோ இருக்கும்.

மீண்டும் மழைநீர் சேகரிப்பு உதாரணத்திற்குச் செல்வோம். நன்றாக மழை பொழிகிறது என்று கற்பனை செய்யுங்கள். மழை நீரைப் பிடிப்பதற்காக நீங்கள் மொட்டை மாடியில் ஒரு பாத்திரத்தை வைத்துள்ளீர்கள். ஒவ்வொரு மழைத்துளி அல்லது வாய்ப்பு உங்கள் பாத்திரத்தில் மேற்பரப்பு *நீரில் அலையை* உருவாக்கி விழுகிறது.

இப்படியாக, நல்ல அதிர்ஷ்டத்திற்கான பதின்மூன்று வழிகளை நினைவில் வைத்துக் கொள்வதற்கு எளிமையான சிறந்தவழி இந்த தொடர்வினை *அதிர்வலை முறையைப்* பயன்படுத்துவதாகும். இதைப் பயன்படுத்தி அந்த பதின்மூன்று வழிகளையும் தொகுத்து பதின்மூன்று முக்கிய அச்சங்களாக பார்ப்போம்:

நம்பிக்கை	அதிர்ஷ்டசாலிகள் தங்கள் நம்பிக்கையையும் சொல்லாடல் திறனையும் மேம்படுத்துகிறார்கள்

தயார்நிலையில் இருத்தல்	அதிர்ஷ்டசாலிகள் அமைதியாக இருந்து தயார்நிலையில் இருப்பதற்கான வழிகளைக் காண்கிறார்கள்
அறியாமலிருத்தல்	அதிர்ஷ்டசாலிகள் பழைய செயல்பாட்டு ஒழுங்கையும் அணுகுமுறைகளையும் அறிந்து கொள்வதில்லை
சூழ்நிலைகள்	அதிர்ஷ்டசாலிகள் தூயசூழ்நிலைகளைசிறந்தனவாக ஆக்குகிறார்கள்
உள்ளுணர்வு	அதிர்ஷ்டசாலிகள் தங்கள் உள்ளுணர்வைக் கவனித்து மேம்படுத்துகிறார்கள்
இணைப்புவலை	அதிர்ஷ்டசாலிகள் அவர்களின் இணைப்புகளை வலுப்படுத்து கிறார்கள்
நன்மையானவை	அதிர்ஷ்டசாலிகள் நல்லனவற்றின் சக்தியை அறிந்து கொள்கிறார்கள்
சவால்கள்	அதிர்ஷ்டசாலிகள் அளவிடப்பட்ட சவால்களை ஏற்று இழப்புகளை குறைத்து தவறுகளிலிருந்து கற்றுக் கொள்கிறார்கள்
செய்தித்தகவல்	அதிர்ஷ்டசாலிகள் தகவல் பெற்றவர்களாக அதனால் புதிய கருத்துகளை அறிந்தவர் களாக இருக்கிறார்கள்
நேர்மறைத்தன்மை	அதிர்ஷ்டசாலிகள் நேர்மறை எண்ணத்தில் இருந்து, பொறுமையுடன் எதையும் தாங்கிக்கொள்கிறார்கள்

ஆர்வம்கொள்ளல்	அதிர்ஷ்டசாலிகள் அவர்களுடைய ஆர்வத்திற்கான பலனைப்பெறுகிறார்கள்
ஊக்குவித்து உயர்த்தல்	அதிர்ஷ்டசாலிகள் தாயாரித்தல், திட்ட மிடுதல், வாய்ப்புநிலைகள் ஆகியவற்றை ஊக்குவிக்கிறார்கள்
பரிசோதனை	அதிர்ஷ்டசாலிகள் புதியனவற்றை முயற்சிப்பதற்கு விரும்புகிறார்கள்

இந்த செயல்முறை ஒழுங்கு மற்றும் அணுகுமுறைக்கான இந்த பதின்மூன்று வழிகள் மட்டுமே முற்றுப்பெற்றவையல்ல. என்றாலும் அதிர்ஷ்டம் பெறுவதில் வெற்றி பெற்றவர்கள் அதிகமான அளவில் பொதுவாகப் பின்பற்றுபவையான சிறப்புகள் என்று நான் எண்ணுகிறேன்.

அதிர்ஷ்டசாலிகளின் வாழ்க்கையை ஆய்ந்து பார்க்கும்போது இவற்றில் ஒன்றிரண்டு செயல்முறை ஒழுங்கு அல்லது அணுகுமுறைகள் விடுபட்டுப் போயிருப்பதை நாம் பார்க்கலாம். 'அவர் அவ்வளவு நல்ல மனிதரல்ல. அவர் எப்படி அதிர்ஷ்டத்தைப் பெற்றார்?' அல்லது 'அவள் அவ்வளவாக ஒழுங்குமுறை பின்பற்றாதவள். அவளால் எப்படி எல்லாவற்றையும் செய்து கொள்ள முடிகிறது?' என்றோ நாம் கேட்கலாம்.

ஒரு மாணவனாக ஒரு கஷ்டமான பாடத்தை விட்டு அதற்கு பதிலாக எளிதான பாடத்தை ஏற்கலாம். அதே கொள்கை அதிர்ஷ்டத்திற்கும் கூட ஒத்துவரும். அடுத்த பகுதி எப்படி பல்வேறுபட்ட அம்சங்கள் ஒன்று சேர்ந்து ஒரு இணைப்பு உருவாகின்றதோ அதனை 'அதிர்ஷ்ட அலகு' என்று நான் குறிப்பிடுவதை விவரிக்கும்.

V

அறிவுத்திறன் அலகு, உணர்வுத்திறன் அலகு மற்றும் அதிர்ஷ்டத்திறன் அலகு

இந்த போட்டி நிறைந்த உலகத்தில், வெற்றி பெறுவதற்கு நமக்கு கொஞ்சம் புத்திசாலித்தனம் தேவை என்று சொல்வது பொருத்தமானதுதான். மனித அறிவுத்திறனை அளப்பது (அல்லது 'புத்திசாலித்தனம்') என்பது அறிவுத்திறன் அளகு அல்லது ஐக்யூ என்று அறியப்படுகிறது.

அறிவுத்திறன் அலகு என்பது முறைப்படுத்தப்பட்ட சோதனைமூலம் பெறப்படும் எண் மட்டுமே. மதிப்பு என்பதை தனிப்பட்டவரின் மூளை வளர்ச்சி வயதை காலப்படியான வயதால் வகுத்து அதனை நூறால் பெருக்கிக் கணக்கிடப்படுகிறது. ஆகையால், மூளைவளர்ச்சி வயதாக பதினைந்து உள்ள ஒரு குழந்தைக்கு காலப்படியான வயது பத்தாக இருந்தால் அவனுடைய அறிவுத்திறன் அலகு 150 ஆகும். விளைவாக அறிவுத்திறன் அலகு என்பது மூளைவளர்ச்சி வயதுக்கும் காலப்படியான வயதுக்குமான விகிதம் ஆகும்.

அறிவுத்திறன் அலகு வாழ்க்கை முழுவதும் ஒருவருக்கு நிலையானதாக இருக்கிறது. ஆகையால் இளைஞனாக இருக்கும்போது சராசரி அறிவுத்திறன் அலகைப் பெற்றிருப்பவர் பிற்பாடு ஐன்ஸ்டீன் ஆவதற்கான வாய்ப்புகள் இல்லை.

அஷ்வின் சாங்கி

துரதிஷ்டவசமாக நாம் வெற்றியோடு அறிவுத்திறன் அலகை சம்பந்தப்படுத்தி பார்க்க நினைக்கிறோம். அது மிகப்பெரிய முட்டாள்தனம்.

ஒருவருடைய ஆரம்ப ஆண்டுகளில் அறிவுத்திறன் அலகு பொருத்திப்பார்க்குமளவுக்கு முக்கியமானது. பள்ளி கல்லூரிகளில் நல்ல மதிப்பெண் பெறுவதற்கு, மேக்கின்சே - கம்பெனியில் அதிக சம்பளம் உள்ள வேலையைப் பெறுவதற்கு, கணினியில் சிக்கலான மென்பொருள் திட்டங்களை கூகுளில் உருவாக்குவதற்கு, கோல்டுமேன் சாச்சலில் ஒரு பெருமிதமான பொறியியல் சமன்பாட்டை உருவாக்குவதற்கு ஆகிய செயல்பாடுகள் அறிவுத்திறன் அலகை சார்ந்திருக்கிறது. ஆனால் ஒருவரது அறிவுத்திறன் அலகின் முக்கியத்துவம் வாழ்க்கையில் உயரும்போது குறையத்தொடங்குகிறது.

அதோடுகூட, மக்களை, சூழ்நிலைகளை அல்லது உறவுகளை சமாளித்து நிர்வகிப்பதில் அறிவுத்திறன் அலகு குறைந்த மதிப்பே கொண்டுள்ளது. அந்த முறையில், அறிவுத்திறன் அலகு வெற்றியை அனுமானிப்பதில் குறைவாகவே உள்ளது. இதை உணர்ந்து கொள்கை வரைவாளர்கள் மற்றுமொரு அம்சத்துடன் வருகிறார்கள்: உணர்வுநிலை அறிவுத்திறன். உணர்வுத்திறன் அலகு (அல்லது ஈக்யூ) என்பது இதனை அளக்கிறது.,

உணர்ச்சித்திறன் அலகு என்பது அறிவுத்திறன் அலகிலிருந்து வேறுபட்டது. உங்களின் பொது அறிவுத்திறனை அளப்பதற்குப் பதிலாக இது உங்கள் உணர்வு அறிவுத்திறனை அளக்கிறது. அதிக மதிப்புடைய கூட்டுறவு மற்றும் உறுபத்தியை ஏற்படுத்துவதற்கு ஒருவருடைய அறிவு உணர்வு, புரிந்து கொள்ளல், அந்த சக்தியை முழுமையாகப் பயன்படுத்தல் மற்றும் உணர்வுகளின் கூர்மை என்பவை பயன்படும் தன்மையே உணர்வுத்திறன் அலகின் அளவுகளாகும்.

உணர்வுத்திறன் அலகை வழிநடத்தும் முக்கியமான ஐந்து அம்சங்கள் தன்னை உணர்தல், தன்னை

முறைப்படுத்துதல், ஊக்குவிப்பு, மற்றவர்க்கு இரங்குதல், சமுதாய திறன்கள் என்பனவாகும். ஒருவருடைய வாழ்வின் முன்னேற்றத்தில் அறிவுத்திறன் அலகைவிடவும் உணர்வுத்திறன் அலகுகள் முக்கிய பங்கு வகிக்கின்றன என்பதைப் புரிந்து கொள்வது கடினமான ஒன்றாகும்.

அதிகப்படுத்த முடியாத அறிவுத்திறன் அலகை போலல்லாமல், உணர்வுத்திறன் அலகை அதிகப்படுத்த முடியும். ஒரு தொழில்முறைத் திட்டத்தை மேம்படுத்தி உங்கள் பலவீனமான பகுதிகளை மேம்படுத்துவதன் மூலம் உங்கள் உணர்வுத்திறன் அலகை அதிகப்படுத்த முடியும். அதிக அளவிலான நிர்வாகவியல் வல்லுநர்கள் அறிவுத்திறன் அலகையும் உணர்வுத்திறன் அலகையும் இணைத்துப்பார்க்க முடிந்தவர்களே வெற்றியாளர்களாக இருக்கிறார்கள் என்பதைக் கருத்தாகக் கொண்டுள்ளார்கள்.

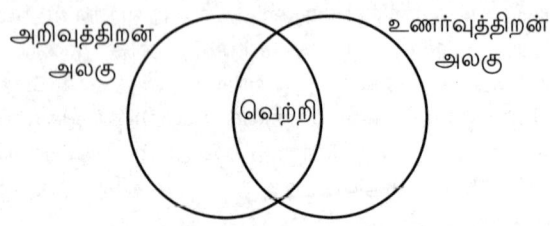

இருப்பினும் அறிவுத்திறன் அலகும் உணர்வுத்திறன் அலகும் ஒன்றோடொன்று இணைவதால் என்று தொடர்புபடுத்தி மட்டுமே வெற்றி என்பதை விளக்குவது ஒருவரால் இயலாது என்பதுதான் பிரச்சனையாகும். குறைந்த அறிவுத்திறன் அலகும் உணர்வுத்திறன் அலகும் உள்ளவர்கள் வெற்றிபெற்றதும் மற்றுமொரு நிலையில் அதிக அறிவுத்திறன் அலகும் உணர்வுத்திறன் அலகும் பெற்றவர் வெற்றிபெறவில்லை என்பதும் நிகழ்வுகளாக உள்ளன. இது எதனை விளக்குகிறது?

என்னுடைய பார்வையில் அறிய இயலாத மாறிலி ஒன்று இருக்கிறது என்றும் அதற்கு பெயராக

நான் அதிர்ஷ்ட அலகு (அல்லது எல் க்யூ) என்றும் அழைக்கிறேன். இந்த நூலை எழுதிய வேளையில், நெப்போலியன் போனபார்ட் சொல்வது சரிதான் என்று நான் திருப்தியடைந்தேன். அதிர்ஷ்டசாலியாக இருப்பது என்பது சொர்க்கத்தில் நிச்சயிக்கப்படுவதில்லை. ஆனால் வாய்ப்புகளை அதிகப்படுத்துவதற்கும், அவற்றை உணர்வதற்கும், அதற்கேற்ப செயல்படுவதற்குமான நம்முடைய திறமைகளால் தீர்மானிக்கப்படுகிறது.

கொஞ்சநேரம் இடைவெளி விட்டுவிட்டு உங்களுக்குள் பின்வருவனவற்றைக் கேளுங்கள்:

★ என்னைப்பற்றி எனக்கு நம்பிக்கை உள்ளதா?

★ மக்களுடன் நான் வலுவான தகவல் தொடர்பு கொள்கிறேனா?

★ அழுத்தம் நிறைந்த சூழ்நிலைகளிலும் நான் அமைதியாக இருக்கின்றேனா?

★ என்னைச்சுற்றி உள்ள வாய்ப்புகளுக்கும் முன்னேற்றங்களுக்கும் நான் எச்சரிக்கையான தயார்நிலையில் இருக்கின்றேனா?

★ பழைமையான நடைமுறை ஒழுங்குகளையும் அணுகுமுறைகளையும் மறந்துவிடமுயல்கின்றேனா?

★ நல்லதல்லாத சூழ்நிலையில் நான் மிகச் சிறந்தவற்றை உருவாக்குகிறேனா?

★ என்னுடைய உள்ளுணர்வை உற்றுக் கவனிக்கிறேனா?

★ என் உள்ளுணர்வுத் திறமையை வலிமைப்படுத்துகிறேனா?

★ என்னுடைய நட்பு வட்டாரம் மற்றும் அறிந்தவர்களின் இணைப்புகளை வளர்த்து வலுப்படுத்துகிறேனா?

★ மற்றவர்களிடம் இனிமையாக இருப்பதற்கு நான் முயற்சி எடுத்துக்கொள்கிறேனா?

★ மற்றவர்களிடம் பெருந்தன்மையுடன் இருக்கின்றேனா?

★ கணக்கிடப்பட்ட சவால்களை ஏற்கத் தயாராக இருக்கிறேனா?

★ நான் இழப்புகளைக் குறைத்து தேவையான பொழுது அமைதியுடன் இருக்கிறேனா?

★ நான் என்னுடைய தவறுகளிலிருந்து பாடம் கற்றுக்கொள்கிறேனா?

★ நான் தகவல் பெற்றவண்ணம் இருக்கின்றேனா?

★ நான் யோசனைகளைக் கண்டு அவற்றை எதிர்காலப் பயன்பாட்டுக்காக கிரகித்துக் கொள்கிறேனா?

★ வாழ்க்கையில் நேர்மறை செயல்பாட்டைக் கொண்டுள்ளேனா?

★ தோல்வியைச் சந்திக்கும்போது பொறுமை கொள்கிறேனா?

★ மற்றவர்கள் என்னை விமர்சித்து கிண்டல் செய்யும்போது நான் துன்புற்றுப்போவதைத் தவிர்க்கின்றேனா?

★ என் விருப்பத்திற்கு ஏற்ற பலன் கிடைக்கிறதா என்று நான் தேடுகின்றேனா?

★ சூழ்நிலைகளுக்காக நான் முன்கூட்டியே தயாரிப்பு செய்கிறேனா?

★ வழக்கமாக நான் அமைப்பதற்கும் திட்டமிடுவதற்கும் முக்கியப்படுத்துவதற்கும் செயல்படுகிறேனா?

★ என்னுடைய வலிமைகளையும் திறமைகளையும் நான் ஊக்குவித்து உயர்த்துகிறேனா?

★ நான் திறந்த மனத்துடன் புதியனவற்றை ஏற்பதற்கு விருப்பமாய் உள்ளேனா?

இந்தக் கேள்விகளில் பெரும்பாலானவற்றிற்கு நீங்கள் ஆம் என்று பதிலளித்திருந்தால், உங்களுக்கு அதிர்ஷ்ட அலகு அதிகமாக இருக்கின்ற வாய்ப்புகள் உள்ளன. அதிகமான அதிர்ஷ்ட அலகு இருப்பது நல்ல அதிர்ஷ்டத்தைக் கவருவதற்கான உங்களுடைய திறமையின் அடையாளம். உங்கள் அதிர்ஷ்ட அலகு மிகவும் நன்றாக இல்லை என்றால் விரக்தியடைந்து விடாதீர்கள். உங்கள் பலவீனங்களைக் கண்டுபிடித்து அதனைப்போக்க உழைத்தால் காலப்போக்கில் உங்கள் அதிர்ஷ்ட அலகை மேம்படுத்திக்கொள்ளலாம்.

அதிர்ஷ்ட அலகு என்பது அறியமுடியாத மாறிலி. அது ஏன் சிலர் வெற்றியாளர்களாக இருக்கிறார்கள் என்பதையும் அதே அளவுக்கு அறிவுத்திறன் அலகும் உணர்வுத்திறன் அலகும் பெற்றவர்கள் வெற்றிபெற முடிவதில்லை என்பதையும் இது விளக்குகிறது.

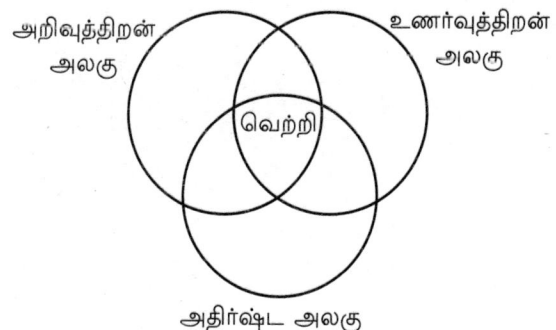

விளைவில், எந்த ஒருவரும் அதிர்ஷ்டசாலியாக இருக்க முடியும். 'விதி என்பது வாய்ப்பு என்பதல்ல. இது கிடைக்கும் நிலை பற்றியது. இது காத்திருந்து பெறுகின்ற ஒன்றல்ல. இது சாதித்துப் பெறவேண்டிய ஒன்று' என்று அமெரிக்க அரசியல்வாதியான வில்லியம் ஜென்னிங்ஸ் ப்ரயான் கூறினார்.

'மனிதர்கள் சிலசமயங்களில் தங்கள் விதிக்கு தலைவர்களாக இருக்கிறார்கள். அன்பான ப்ரூட்டஸ், தவறு நம்முடைய நட்சத்திரங்களில் இல்லை ஆனால் நம்மிடமே உள்ளது' என்று இதே முறையில் ஷேக்ஸ்பியரின் ஜூலியஸ் சீசர் நாடகத்தில் கூறியுள்ளார்.

VI
எண் பதினான்கு

அதிர்ஷ்டத்துக்கான பதின்மூன்று வழிகள் உள்ளன என்று கூறி தொடங்கினேன். நான் பொய் சொன்னேன். உண்மையில் பதினான்கு வழிகள் உள்ளன.

தனியான ஒரு பகுதியில் சொல்லவேண்டிய அளவுக்கு முக்கியமான அந்த பதினான்காவது வழி என்ன?

ஐந்தாம் பகுதியில், வெற்றியாளர்களானவர்கள் ஐக்யூ. ஈக்யூ. எல்க்யூ. ஆகியவற்றை இணைப்பதனை சரியாகச் செய்வார்கள் என்று முன்மொழிந்தேன். இந்த ஆறாவது கடைசிப் பகுதியில் வெற்றியாளர்களுக்கும் மகிழ்ச்சியாளர்களுக்கும் இடையில் உள்ள வேறுபாட்டைக் கூற முயற்சி செய்கிறேன்.

ஒரு மிகப்பரந்த நிலையில் பார்த்தால், எல்லா மனிதர்களின் தேவைகளையும் (அல்லது விருப்பங்கள்) பின்கண்ட ஒன்பது அடிப்படை வகைகளில் தொகுத்துக் கூறலாம்:

1. அடிப்படைவாழ்வாதாரத் தேவைகள், எ.கா. உணவு, இருப்பிடம், உடை

2. பாதுகாப்பு, எ.கா. சமுதாயப்பாதுகாப்பு அல்லது உடல் நலக்காப்பீடு

3. பாசம், எ.கா. நட்புநிலைகள், குடும்ப உறவுகள், திருமணம்

4. புரிந்து கொள்ளுதல், எ.கா. கல்வி, பகுத்தாய்வு, தியானம்

5. பங்கேற்பு, எ.கா. சங்கங்கள், சமுதாயம், அக்கம் பக்கத்தினர், மாதாகோயில் அல்லது கோயில்

6. ஓய்வு, எ.கா. விடுமுறை நாட்கள், விருந்துகள், விளையாட்டு

7. புத்தாக்கம், எ.கா. வணிகவளர்ச்சி, எழுத்தாற்றல், இசையமைத்தல், கலை

8. அடையாளம், எ.கா. தன்விவரக்குறிப்பு, பொதுவான விவரக்குறிப்பு

9. சுதந்திரம், எ.கா. மறுப்பு, சுயசார்பு

அதிர்ஷ்டம் என்பது ஒன்று அல்லது அதற்கு மேற்பட்ட விருப்பங்களைப் பூர்த்தி செய்துகொள்வதில் நெருங்கி விடுதல் என்று மனிதன் எப்போதும் நினைக்கிறான்.

அதில் பிரச்சனை என்னவென்றால், பலர் தங்கள் ஒன்று அல்லது அதற்கு அதிகமான விருப்பங்களைப் பூர்த்தி செய்வதில் வெற்றியடைந்து விடுகிறார்கள். ஆனால் விருப்பங்கள் பூர்த்தியடைந்த பிறகும் தொடர்ந்து மகிழ்ச்சியின்றியே இருக்கிறார்கள். அதகையவர்களை அதிர்ஷ்டசாலிகள் என்று கூறமுடியுமா?

வெற்றி என்பது நீங்கள் விரும்பியதைப் பெற்று விடுவது என்று கூறப்படுகிறது. ஆனால் மகிழ்ச்சி என்பது நீங்கள் பெற்றிருப்பதில் இல்லாதிருப்பதைப் பற்றியது. மொத்தத்தில், நல்ல அதிர்ஷ்டத்திற்கான பதினான்காவது வழி இதுதான்:

அதிர்ஷ்டசாலிகள் என்பவர்கள் தாங்கள் எவ்வளவு அதிர்ஷ்ட சாலிகள் என்பதை பார்க்கக் கூடியவர்கள்தான்.

மொத்தத்தில், உண்மையான அதிர்ஷ்டசாலிகள் தங்களுக்கு வழங்கப்பட்டுள்ள ஆசிர்வாதங்களை

எண்ணி அடையாளங்கண்டு போற்றக்கூடியவர்கள். இந்த உணரும்திறம்தான் திண்மையான நல்ல அதிர்ஷ்டத்திற்கான மிகவும் முக்கியமான வழியாகும். நீங்கள் உங்கள் வேலையில் சிறந்தவராக இல்லாமல் இருக்கலாம். ஆனால் இருப்பினும் நீங்கள் அன்பான குடும்பத்தையும் நல்ல உடல் ஆரோக்கியத்தையும் பெற்றிருக்கிறீர்கள். இந்த அருட்கொடைகளை நீங்கள் எண்ணிப்பார்க்க மாட்டீர்களா? நீங்கள் சாலையில் விழுந்து கால் முட்டியில் சிராப்பு ஏற்பட்டு விட்டபோதிலும் சாலையில் அதிகப் போக்குவரத்து இல்லை. உங்கள் உயிருக்கு ஆபத்து ஒன்றும் இல்லையே என்று நீங்கள் மகிழ்ச்சி அடைய மாட்டீர்களா?

அதிர்ஷ்டசாலிகள் தங்களுக்கு அதிர்ஷ்டத்தைக் கவர்வதற்கு இந்த பதின்மூன்று வழிகளை மட்டும் பின்பற்றுவதில்லை. அவர்கள் ஏற்கனவே தாங்கள் பெற்றுள்ளவை பற்றியும் பாராட்டு தெரிவிக்கிறார்கள்.

இந்த நூலின் இறுதியாக பொறுத்தமான முறையில் ஒரு கடைசியான கதையைக் கூறுகிறேன்:

அடிக்கடி விமானப்பயணம் மேற்கொள்ளும் ஒரு தலைமை நிர்வாக அதிகாரி ஒருவர் நியூயார்க்கிலிருந்து குஜராத்திலுள்ள ஒரு சிறிய கிராமத்திற்கு சுற்றுலாப்பயணியாக வந்தார். பாரம்பரிய முறையில் கையால் செய்யப்படும் பொம்மைகளை விற்கும் ஒரு சிறிய கடையைப் பார்த்து, ஊருக்கு தன்னுடைய மகள்களுக்குக் கொண்டு கொடுப்பதற்காக சில பொம்மைகளை வாங்கத் தீர்மானித்தார்.

அந்த கடை ஒரு குடிசையைப் போல இருந்தது. முன்பக்கச் சன்னலருகில் ஒரு மணி கட்டப்பட்டிருந்தது. அங்கே தன்னை கவனிக்க யாருமில்லாததால் அந்த அமெரிக்கர் மணியை ஒலிக்கச்செய்தார்.

பல நிமிடங்களுக்குப்பிறகு, தூங்கிக் கொண்டிருந்த நிலையில் கடைக்குப் பின்னால் தான் வாழும் பகுதியிலிருந்து கடைக்காரர் வந்தார்.

'*அய்யா*, நான் உங்களுக்கு எப்படி உதவலாம்?' என்று தூக்கக் கலக்கத்தோடு தன் கண்களைச் துடைத்துக் கொண்டே கேட்டார்.

அவரது அலட்சியமான இந்த நடவடிக்கையில் சிறிது வருத்தமுற்ற நிலையில் அந்த அமெரிக்கர், 'வருகின்ற வாடிக்கையாளர்களைக் கவனிப்பதற்குக் கடையில் இல்லாமல் இப்படி ஒரு கடையை வைத்திருப்பதில் அர்த்தம் என்ன?' என்று கேட்டார்.

'அய்யா ஆயிரம் முறை நான் மன்னிப்புக் கேட்டுக் கொள்கிறேன்' என்று சொல்லிவிட்டு, 'இது ஒரு சாதாரண கிராமம். நான் காலதாமதமாக இரவில் தூங்குகிறேன், கொஞ்சம் விவசாயத்தையும் கவனித்துக் கொள்கிறேன். என்னுடைய குழந்தைகளுடன் விளையாடுகிறேன். என் மனைவியோடு பிற்பகலில் சிறிதுநேரம் ஓய்வெடுக்கிறேன். மாலையில் இந்த ஆலமர நிழலில் அமர்ந்து தேநீர் அருந்தியபடியே நண்பர்களுடன் பாட்டுப்பாடி மகிழ்கிறேன். இந்த கடை என் வாழ்க்கையின் ஒரு பகுதிதான்' என்று தொடர்ந்து கூறினார்.

அந்த அமெரிக்க வணிகர் சில பொம்மைகளை வாங்கினார். ஆனால் அவரால் சில புத்திமதிகள் சொல்லாமல் இருக்க முடியவில்லை.

'நான் ஸ்டான்ஃபோர்ட் பல்கலைக் கழகத்தில் பொறியியல் படித்து ஹார்வேர்ட் பல்கலைக் கழகத்தில் வணிக மேலாண்மை நிர்வாகத்தில் பட்டம் பெற்றவன். ஒரு ஃபார்ச்சூன் 500 நிறுவனத்தின் தலைமை நிர்வாக அதிகாரியாக இருக்கிறேன். நீ வாசலில் நின்று கொண்டு வருகின்ற சுற்றுலாப் பயண வாடிக்கையாளர்களை வரவேற்று வியாபாரத்தைக் கவனிக்க வேண்டும் என்பது என்னுடைய வணிகத்திற்கான அறிவுரை' என்றார்.

'*அய்யா*, அது எனக்கு எப்படி பயன்படும்?' என்று பொம்மைகளை தாளில் மடித்துக்கொண்டே சாவதானமாகக் கடைக்காரர் கேட்டார்.

'நீ அதிகமான வியாபாரம் செய்ய முடியும். உன்னுடைய தினசரி விற்பனையை இருண்டு மடங்காக்கவும் முடியும்' என்று அந்த அமெரிக்கர் பதிலளித்தார்.

'*அய்யா*, அது எனக்கு எப்படி பயன்படும்?' என்று அந்தக் கடைக்காரர் கவனமாக அந்த பொட்டலத்தை கயிறு கட்டிக்கொண்டே கேட்டார்.

'நீ விற்பனைக்கு ஆள்களை அமர்த்திக் கொள்ள முடியும். உன்னுடைய வருமானம் உயர்ந்து விடும். கைகளால் பொம்மைகள் செய்வதற்கு பதிலாக ஒரு தானியங்கி தொழிற்சாலை தொடங்கி பொம்மைகள் தயாரிக்கலாம்'

'*அய்யா*, அது எனக்கு எப்படி பயன்படும்?' என்று அந்தக் கடைக்காரர் அமெரிக்கரிடம் சில்லறையைக் கொடுத்துகொண்டே கேட்டார்.

'நீ உலகின் பிற பகுதிகளுக்கு பொம்மைகளை ஏற்றுமதி செய்யத் தொடங்கலாம். நூற்றுக்கணக்கான ஊழியர்கள், கவர்ச்சிகரமான வருமானம், உலகம் போற்றும் வணிகம் என்று ஒரு வர்த்தகப்பெரும்புள்ளியாகத் திகழலாம்' என்று அந்த அமெரிக்கர் வியப்போடு கூறினார்.

'*அய்யா*, அது எனக்கு எப்படி பயன்படும்?' என்று அந்தக் கடைக்காரர் அமெரிக்கரிடம் பொட்டலத்தைக் கொடுத்துகொண்டே கேட்டார்.

'உனக்கு நேரம் நன்றாக இருந்தால் நீ முதன்முறையாக பொதுமக்களிடம் உன் நிறுவனப் பங்குகளை விற்கத் தொடங்கி ஒரு மிகப்பெரும் பணக்காரராக ஆகலாம். நீ மில்லியன் கணக்கில் சம்பாதிக்கலாம்!' என்று அமெரிக்கர் கூறினார்.

'*அய்யா*, அது எனக்கு எப்படி பயன்படும்?' என்று அந்தக் கடைக்காரர் ஆர்வமின்றி கொட்டாவி விட்டுக்கொண்டே கேட்டார்.

'பிறகு நீ ஓய்வெடுத்துக் கொண்டு உன் கனவு கிராமம் ஒன்றிற்குச் சென்று வசிக்கலாம். காலதாமதாமாக இரவில் தூங்கலாம், கொஞ்சம் விவசாயத்தையும் கவனித்துக் கொள்ளலாம். உன்னுடைய குழந்தைகளுடன் விளையாடலாம். உன் மனைவியோடு பிற்பகலில் சிறிதுநேரம் ஓய்வெடுக்கலாம். மாலையில் ஆலமர நிழலில் அமர்ந்து தேநீர் அருந்தியபடியே நண்பர்களுடன் பாட்டுப்பாடி மகிழலாம்.'

'ஆனால் இவைகள் எல்லாம் நான் முன்பே செய்து கொண்டிருப்பவை அல்லவா?' என்று அந்தக் கடைக்காரர் சொல்லிக்கொண்டே தன் பிற்பகல் துணிமடித்துவைக்கும் வேலை செய்யப்புறப்பட்டார்.

நன்றி

என் பதிப்பாளர்: கௌதம் பத்மநாபன்

என் எடிட்டர்: அஷோக் எல். ரஜனி

தி திங்க் ஒய் நாட் குழு சங்க்ரம் சர்வ் மற்றும் அட்டை வடிவமைத்த ஷைஸ்டா மதானி எளிதாகப் படிப்பதற்கேற்ற வண்ணம் உள்பக்க வடிவமைப்பை உருவாக்கிய விபின் விஜய்

வெஸ்ட்லேண்ட் நிறுவனத்தின் கிருஷ்ணகுமார், சதீஷ் சுந்தரம், மற்றும் எண்ணற்ற பிறர்

என்னுடைய நெருங்கிய நண்பர்கள்: தங்கள் கருத்துகள் வழி கருப்பொருள் உருவாகத் துணைபுரிந்த அபுர்வ திவான்ஜி, சுனில் தலால், ராஜேஷ் ஜாக்கி

என்மனைவி மற்றும் மகன்: எனக்காகவே இருந்த அனுஷிகா மற்றும் ரக்வீர்

என் குடும்பத்தினர்: தங்கள் கருத்துகளால் இங்குள்ள சில அம்சங்களை உருவாக்குவதற்குத் தூண்டியவர்களான மஞ்சு, வைபவ், விதி

இந்த நூலில் கவரத்தக்க கதைகளுக்காக ரஜிந்தர் , வீணா மல்ஹோத்ரா

அளவில்லாத ஆதரவளித்த அனில் அம்பானி, அமிதாப் ஜுன்ஜுன்வாலா

தனிப்பட்ட முறையில் ஊக்கமும் உதவியும் அளித்த பிரகாஷ் இத்னானி

உணர்விலும்வழிகாட்டுதலிலும் துணைபுரிந்த ராம் ப்ரசாத் குப்தா - ராம் கோபால் குப்தா ஆகிய அனைவருக்கும் என் நெஞ்சார்ந்த நன்றி!